노래로 배우는
한국어 1

tiếng Việt(베트남어)
bản dịch(번역판)

- 노래 (danh từ) : bài hát
  Âm nhạc gắn nhạc với lời ca theo âm luật. Hoặc việc cất giọng hát loại âm nhạc như vậy.

- 로 : bằng, với
  Trợ từ thể hiện phương pháp hay phương thức của việc nào đó.

- 배우다 (động từ) : học, học tập
  Tiếp nhận tri thức mới.

- -는 : mà
  Vĩ tố làm cho từ ngữ phía trước có chức năng định ngữ và thể hiện sự kiện hay động tác xảy ra ở hiện tại.

- 한국어 (danh từ) : Hàn ngữ, tiếng Hàn Quốc
  Tiếng nói sử dụng ở Hàn Quốc.

※ 이 책의 폰트는 '함초롬 바탕체'를 사용하였습니다.

< 저자(tác giả) >

㈜한글2119연구소

· 연구개발전담부서

· ISO 9001 : 품질경영시스템 인증

· ISO 14001 : 환경경영시스템 인증

· 이메일(thư điện tử) : gjh0675@naver.com

< 동영상(video) 자료(tài liệu) >

HANPUK_tiếng Việt(việc biên dịch)
https://www.youtube.com/@HANPUK_Vietnamese

제 2024153361 호

연구개발전담부서 인정서

1. 전담부서명: 연구개발전담부서

   [소속기업명: (주)한글2119연구소]

2. 소　재　지: 인천광역시 부평구 마장로264번길 33
              상가동 제지하층 제2호 (산곡동, 뉴서울아파트)

3. 신고 연월일: 2024년 05월 02일

과학기술정보통신부

「기초연구진흥 및 기술개발지원에 관한 법률」 제14조의
2제1항 및 같은 법 시행령 제27조제1항에 따라 위와 같이
기업의 연구개발전담부서로 인정합니다.

2024년 5월 13일

한국산업기술진흥협회장

G-CERTI *Certificate*

hereby certifies that

Hangul 2119 Research Institute Co., Ltd.

Rm. 2, Lower level, Sangga-dong, 33, Majang-ro 264beon-gil, Bupyeong-gu, Incheon, Korea

meets the Standard Requirements & Scope as following

ISO 9001:2015
Quality Management Systems

**Creation of Media Content, Publication
of Korean Paper and Electronic Textbooks, Production
and Release of Albums for Korean Language Education**

Certificate No: GIS-6934-QC	**Code** : 08, 39
Initial Date : 2024-05-21	**Issue Date** : 2024-05-21
Expiry Date : 2027-05-20	**Valid Period** : 2024-05-21 ~ 2027-05-20

Signed for and on behalf of GCERTI
President I.K Cho

G-CERTi
SYSTEM SERVICE
MSCB-113

IAS ACCREDITED
Management Systems
Certification Body
MSCB-113

G-CERTI *Certificate*

hereby certifies that

Hangul 2119 Research Institute Co., Ltd.

Rm. 2, Lower level, Sangga-dong, 33, Majang-ro 264beon-gil,
Bupyeong-gu, Incheon, Korea

meets the Standard Requirements & Scope as following

ISO 14001:2015
Environmental Management Systems

Creation of Media Content, Publication
of Korean Paper and Electronic Textbooks, Production and
Release of Albums for Korean Language Education

Certificate No: GIS-6934-EC	Code : 08, 39
Initial Date : 2024-05-21	Issue Date : 2024-05-21
Expiry Date : 2027-05-20	Valid Period : 2024-05-21 ~ 2027-05-20

Signed for and on behalf of GCERTI
President I.K.Cho

G-CERT*i*
SYSTEM SERVICE
MSCB-113

IAS ACCREDITED
Management Systems
Certification Body
MSCB-113

< 목차(mục lục) >

< 1 >

한글송

한글(Hangul) 송(bài hát)

[발음(sự phát âm)]

< 전주(phần bắt đầu hợp tấu) >

바 빠 파 다 따 타 가 까 카 자 짜 차 사 싸 하 마 나 아 라
바 빠 파 다 따 타 가 까 카 자 짜 차 사 싸 하 마 나 아 라
ba ppa pa da tta ta ga kka ka ja jja cha sa ssa ha ma na a ra

자음 열아홉 개 소리
자음 여라홉 개 소리
jaeum yeorahop gae sori

아 어 오 우 으 이 애 에 외 위 야 여 요 유 얘 예 와 워 왜 웨 의
아 어 오 우 으 이 애 에 외 위 야 여 요 유 얘 예 와 워 왜 웨 의
a eo o u eu i ae e oe wi ya yeo yo yu yae ye wa wo wae we ui

모음 스물한 개 소리
모음 스물한 개 소리
moeum seumulhan gae sori

< 1 절(lời) >

다 같이 말해 봐
다 가치 말해 봐
da gachi malhae bwa

아설순치후
아설순치후
aseolsunchihu

다 함께 불러 봐
다 함께 불러 봐
da hamkke bulleo bwa

아설순치후
아설순치후
aseolsunchihu

우리 모두 느껴 봐
우리 모두 느껴 봐
uri modu neukkyeo bwa

발음 기관을 본뜬
바름 기과늘 본뜬
bareum gigwaneul bontteun

기역, 니은, 미음, 시옷, 이응
기역, 니은, 미음, 시옫, 이응
giyeok, nieun, mieum, siot, ieung

다섯 글자
다섣 글짜
daseot geulja

세상의 모든 소리를 들어 봐
세상에 모든 소리를 드러 봐
sesange modeun sorireul deureo bwa

또 하고 싶은 말을 다 외쳐 봐
또 하고 시픈 마를 다 외처 봐
tto hago sipeun mareul da oecheo bwa

신비로운 사연
신비로운 사연
sinbiroun sayeon

감추었던 비밀
감추얻떤 비밀
gamchueotdeon bimil

진실을 전해 줘
진시를 전해 줘
jinsireul jeonhae jwo

< 후렴(đoạn điệp khúc) >

아 야 어 여 오 요 우 유 으 이
아 야 어 여 오 요 우 유 으 이
a ya eo yeo o yo u yu eu i

가 나 다 라 마 바 사 아 자 차 카 타 파 하
가 나 다 라 마 바 사 아 자 차 카 타 파 하
ga na da ra ma ba sa a ja cha ka ta pa ha

이제부터 들려 줘 너의 마음을
이제부터 들려 줘 너에 마으믈
ijebuteo deullyeo jwo neoe maeumeul

지금부터 전해 줘 너의 사랑을
지금부터 전해 줘 너에 사랑을
jigeumbuteo jeonhae jwo neoe sarangeul

아 야 어 여 오 요 우 유 으 이
아 야 어 여 오 요 우 유 으 이
a ya eo yeo o yo u yu eu i

가 나 다 라 마 바 사 아 자 차 카 타 파 하
가 나 다 라 마 바 사 아 자 차 카 타 파 하
ga na da ra ma ba sa a ja cha ka ta pa ha

모음 스물하나에 자음 열아홉을 더해
모음 스물하나에 자음 여라호블 더해
moeum seumulhanae jaeum yeorahobeul deohae

마흔 가지 소리로 세상을 느껴 봐
마흔 가지 소리로 세상을 느껴 봐
maheun gaji soriro sesangeul neukkyeo bwa

< 2 절(lời) >

하늘과 땅이 만나 ㅗ, ㅜ
하늘과 땅이 만나 ㅗ, ㅜ
haneulgwa ttangi manna o, u

사람과 만난다면 ㅏ, ㅓ
사람과 만난다면 ㅏ, ㅓ
saramgwa mannandamyeon a, eo

하루면은 충분해
하루며는 충분해
harumyeoneun chungbunhae

하늘, 땅, 사람을 본뜬
하늘, 땅, 사라믈 본뜬
haneul, ttang, sarameul bontteun

아 어 오 우 야 여 요 유 으 이
아 어 오 우 야 여 요 유 으 이
a eo o u ya yeo yo yu eu i

열 글자
열 글짜
yeol geulja

세상의 모든 소리를 들어 봐
세상에 모든 소리를 드러 봐
sesange modeun sorireul deureo bwa

또 하고 싶은 말을 다 외쳐 봐
또 하고 시픈 마를 다 외쳐 봐
tto hago sipeun mareul da oecheo bwa

신비로운 사연
신비로운 사연
sinbiroun sayeon

감추었던 비밀
감추얻떤 비밀
gamchueotdeon bimil

진실을 전해 줘
진시를 전해 줘
jinsireul jeonhae jwo

< 후렴(đoạn điệp khúc) >

아 어 오 우 야 여 요 유 으 이
아 어 오 우 야 여 요 유 으 이
a eo o u ya yeo yo yu eu i

가 나 다 라 마 바 사 아 자 차 카 타 파 하
가 나 다 라 마 바 사 아 자 차 카 타 파 하
ga na da ra ma ba sa a ja cha ka ta pa ha

이제부터 들려 줘 너의 마음을
이제부터 들려 줘 너에 마으믈
ijebuteo deullyeo jwo neoe maeumeul

지금부터 전해 줘 너의 사랑을
지금부터 전해 줘 너에 사랑을
jigeumbuteo jeonhae jwo neoe sarangeul

아 어 오 우 야 여 요 유 으 이
아 어 오 우 야 여 요 유 으 이
a eo o u ya yeo yo yu eu i

가 나 다 라 마 바 사 아 자 차 카 타 파 하
가 나 다 라 마 바 사 아 자 차 카 타 파 하
ga na da ra ma ba sa a ja cha ka ta pa ha

모음 스물하나에 자음 열아홉을 더해
모음 스물하나에 자음 여라호블 더해
moeum seumulhanae jaeum yeorahobeul deohae

마흔 가지 소리로 세상을 느껴 봐
마흔 가지 소리로 세상을 느껴 봐
maheun gaji soriro sesangeul neukkyeo bwa

들려 줘요
들려 줘요
deullyeo jwoyo

이 소리 들리나요.
이 소리 들리나요.
i sori deullinayo.

달콤하게, 부드럽게 우리 모두 말해 봐요.
달콤하게, 부드럽께 우리 모두 말해 봐요.
dalkomhage, budeureopge uri modu malhae bwayo.

< 전주(phần bắt đầu hợp tấu) >

바 빠 파 다 따 타 가 까 카 자 짜 차 사 싸 하 마 나 아 라

ㅂ : 한글 자모의 여섯째 글자. 이름은 '비읍'으로, 소리를 낼 때의 입술 모양은 'ㅁ'과 같지만 더 세게 발음되므로 'ㅁ'에 획을 더해서 만든 글자이다.

Bi-eub

Chữ cái thứ sáu trong bảng chữ cái tiếng Hàn, có tên gọi là Bi-eup, được tạo ra bằng cách thêm nét vào chữ 'ㅁ' vì khi phát âm hình dạng của môi giống với 'ㅁ' nhưng lại mạnh hơn.

ㅃ : 한글 자모 'ㅂ'을 겹쳐 쓴 글자. 이름은 쌍비읍으로, 'ㅂ'의 된소리이다.

Ssang-bi-eup

Chữ cái viết gấp đôi chữ 'ㅂ' trong bảng chữ cái tiếng Hàn. Tên gọi là Ssang-bi-eup và là âm căng của 'ㅂ'.

ㅍ : 한글 자모의 열셋째 글자. 이름은 '피읖'으로, 'ㅁ, ㅂ'보다 소리가 거세게 나므로 'ㅁ'에 획을 더하여 만든 글자이다.

Pi-eup

Chữ cái thứ mười ba của bảng chữ cái tiếng Hàn.Tên gọi là Pi-eup, là chữ được tạo thành bằng cách thêm nét vào 'ㅁ' do âm phát ra mạnh hơn 'ㅁ, ㅂ'.

ㄷ : 한글 자모의 셋째 글자. 이름은 '디귿'으로, 소리를 낼 때 혀의 모습은 'ㄴ'과 같지만 더 세게 발음되므로 한 획을 더해 만든 글자이다.

Di-geut

Chữ cái thứ ba của bảng chữ cái tiếng Hàn.Tên gọi là Di-geut, là chữ được tạo ra bằng cách thêm một nét vào 'ㄴ' vì hình dạng lưỡi khi phát âm giống như 'ㄴ' nhưng được phát âm mạnh hơn.

ㄸ : 한글 자모 'ㄷ'을 겹쳐 쓴 글자. 이름은 쌍디귿으로, 'ㄷ'의 된소리이다.

Ssang-di-geut

Chữ cái viết ghép đôi chữ 'ㄷ' trong bảng chữ cái tiếng Hàn. Tên gọi là Ssang-di-geut và là âm căng của 'ㄷ'.

ㅌ : 한글 자모의 열두째 글자. 이름은 '티읕'으로, 'ㄷ'보다 소리가 거세게 나므로 'ㄷ'에 한 획을 더하여 만든 글자이다.

Thi-eut

Chữ cái thứ mười hai của bảng chữ cái tiếng Hàn. Tên gọi là Thi-eut, là chữ được tạo thành bằng cách thêm một nét vào 'ㄷ' do âm phát ra mạnh hơn 'ㄷ'.

ㄱ : 한글 자모의 첫째 글자. 이름은 기역으로 소리를 낼 때 혀뿌리가 목구멍을 막는 모양을 본떠 만든 글자이다.

Gi-yeok

Chữ cái đầu tiên của bảng chữ cái tiếng Hàn. Tên gọi là Gi-yeok, là chữ được tạo ra bằng cách mô phỏng hình dạng gốc lưỡi chặn ở cổ họng khi phát âm.

ㄲ : 한글 자모 'ㄱ'을 겹쳐 쓴 글자. 이름은 쌍기역으로, 'ㄱ'의 된소리이다.

Ssang-gi-yeok

Chữ cái viết gấp đôi chữ 'ㄱ' trong bảng chữ cái tiếng Hàn. Tên gọi là Ssang-gi-yeok và là âm căng của 'ㄱ'.

ㅋ : 한글 자모의 열한째 글자. 이름은 '키읔'으로 'ㄱ'보다 소리가 거세게 나므로 'ㄱ'에 한 획을 더하여 만든 글자이다.

Khi-euk

Chữ cái thứ mười một của bảng chữ cái tiếng Hàn. Tên gọi là Khi-euk, là chữ được tạo thành bằng cách thêm một nét vào 'ㄱ' do âm phát ra mạnh hơn 'ㄱ'.

ㅈ : 한글 자모의 아홉째 글자. 이름은 '지읒'으로, 'ㅅ'보다 소리가 더 세게 나므로 'ㅅ'에 한 획을 더해 만든 글자이다.

Ji-eut

Chữ cái thứ chín của bảng chữ cái tiếng Hàn. Tên gọi làJi-eut, là chữ được tạo ra bằng cách thêm một nét vào 'ㅅ' do âm phát ra mạnh hơn 'ㅅ'.

ㅉ : 한글 자모 'ㅈ'을 겹쳐 쓴 글자. 이름은 쌍지읒으로, 'ㅈ'의 된소리이다.

Ssang-ji-eut

Chữ cái viết gấp đôi chữ 'ㅈ' trong bảng chữ cái tiếng Hàn. Tên gọi là Ssang-ji-eut và là âm căng của 'ㅈ'.

ㅊ : 한글 자모의 열째 글자. 이름은 '치읓'으로 '지읒'보다 소리가 거세게 나므로 '지읒'에 한 획을 더해서 만든 글자이다.

Chi-eut

Chữ cái thứ mười của bảng chữ cái tiếng Hàn. Tên gọi là Chi-eut, là chữ được tạo thành bằng cách thêm một nét vào 'ㅈ' do âm phát ra mạnh hơn 'ㅈ'.

ㅅ : 한글 자모의 일곱째 글자. 이름은 '시옷'으로 이의 모양을 본떠서 만든 글자이다.

Si-ot

Chữ cái thứ bảy của bảng chữ cái tiếng Hàn. Tên gọi là Si-ot, là chữ được tạo ra bằng cách mô phỏng hình dạng của răng khi phát âm.

ㅆ : 한글 자모 'ㅅ'을 겹쳐 쓴 글자. 이름은 쌍시옷으로, 'ㅅ'의 된소리이다.

Ssang-si-ot

Chữ cái viết gấp đôi từ chữ 'ㅅ' trong bảng chữ cái tiếng Hàn. Tên gọi là Ssang-si-ot và là âm căng của 'ㅅ'.

ㅎ : 한글 자모의 열넷째 글자. 이름은 '히읗'으로, 이 글자의 소리는 목청에서 나므로 목구멍을 본떠 만든 'ㅇ'의 경우와 같지만 'ㅇ'보다 더 세게 나므로 'ㅇ'에 획을 더하여 만든 글자이다.
Hi-eut
Chữ cái thứ mười bốn của bảng chữ cái tiếng Hàn. Tên gọi là Hi-eut, là chữ được tạo thành bằng cách thêm nét vào 'ㅇ', vì âm của chữ cái này phát ra từ thanh quản nên giống với trường hợp 'ㅇ' được tạo ra do mô phỏng cổ họng nhưng phát âm mạnh hơn 'ㅇ'.

ㅁ : 한글 자모의 다섯째 글자. 이름은 '미음'으로, 소리를 낼 때 다물어지는 두 입술 모양을 본떠서 만든 글자이다.
Mi-eum
Chữ cái thứ năm của bảng chữ cái tiếng Hàn. Tên gọi là Mi-eum, là chữ được tạo ra bằng cách mô phỏng hình dạng hai môi được khép lại khi phát âm.

ㄴ : 한글 자모의 둘째 글자. 이름은 '니은'으로 소리를 낼 때 혀끝이 윗잇몸에 붙는 모양을 본떠 만든 글자이다.
Ni-eun
Chữ cái thứ hai của bảng chữ cái tiếng Hàn. Tên gọi là Ni-eun, là chữ được tạo ra bằng cách mô phỏng hình dạng đầu lưỡi chạm vào phần lợi hàm trên khi phát âm.

ㅇ : 한글 자모의 여덟째 글자. 이름은 '이응'으로 목구멍의 모양을 본떠서 만든 글자이다. 초성으로 쓰일 때 소리가 없다.
I-eung
Chữ cái thứ tám của bảng chữ cái tiếng Hàn. Tên gọi là I-eung, là chữ được tạo ra bằng cách mô phỏng hình dạng cổ họng.Khi được dùng như âm đầu thì không phát âm.

ㄹ : 한글 자모의 넷째 글자. 이름은 '리을'로 혀끝을 윗잇몸에 가볍게 대었다가 떼면서 내는 소리를 나타낸다.
Ri-eul
Chữ cái thứ tư của bảng chữ cái tiếng Hàn. Tên gọi là Ri-eul, thể hiện âm phát ra bằng cách khẽ chạm đầu lưỡi vào lợi trên rồi tách ra.

자음 열아홉 개 소리

자음 (danh từ) : 목, 입, 혀 등의 발음 기관에 의해 장애를 받으며 나는 소리.
phụ âm
Âm của luồng hơi phát ra gặp phải sự cản trở của các cơ quan phát âm như cổ họng, môi, lưỡi v.v...

열아홉 : 19

개 (danh từ) : 낱으로 떨어진 물건을 세는 단위.
cái
Đơn vị dùng đếm đồ vật riêng biệt theo từng cái.

소리 (danh từ) : 물체가 진동하여 생긴 음파가 귀에 들리는 것.
tiếng, âm thanh
Việc sóng âm do vật thể rung gây ra lọt vào tai.

아 어 오 우 으 이 애 에 외 위 야 여 요 유 얘 예 와 워 왜 웨 의

ㅏ : 한글 자모의 열다섯째 글자. 이름은 '아'이고 중성으로 쓴다.
A
Chữ cái thứ mười lăm của bảng chữ cái tiếng Hàn. Tên gọi là 'A' và dùng làm âm giữa.

ㅓ : 한글 자모의 열일곱째 글자. 이름은 '어'이고 중성으로 쓴다.
Eo
Chữ cái thứ mười bảy của bảng chữ cái tiếng Hàn. Tên gọi là 'Eo' và dùng làm âm giữa.

ㅗ : 한글 자모의 열아홉째 글자. 이름은 '오'이고 중성으로 쓴다.
o
Chữ cái thứ mười chín của bảng chữ cái tiếng Hàn.Tên gọi là 'O' và dùng làm âm giữa.

ㅜ : 한글 자모의 스물한째 글자. 이름은 '우'이고 중성으로 쓴다.
U
Chữ cái thứ hai mươi mốt của bảng chữ cái tiếng Hàn.Tên gọi là 'U' và dùng làm âm giữa.

ㅡ : 한글 자모의 스물셋째 글자. 이름은 '으'이고 중성으로 쓴다.
Eu
Chữ cái thứ hai mươi ba của bảng chữ cái tiếng Hàn.Tên gọi là 'Eu' và dùng làm âm giữa.

ㅣ : 한글 자모의 스물넷째 글자. 이름은 '이'이고 중성으로 쓴다.
I
Chữ cái thứ hai mươi bốn của bảng chữ cái tiếng Hàn.Tên gọi là 'I' và dùng làm âm giữa.

ㅐ : 한글 자모 'ㅏ'와 'ㅣ'를 모아 쓴 글자. 이름은 '애'이고 중성으로 쓴다.
Ae
Chữ cái được kết hợp bởi 'ㅏ' và 'ㅣ'trong bảng chữ cái tiếng Hàn. Tên gọi là 'Ae' và được dùng làm âm giữa.

ㅔ : 한글 자모 'ㅓ'와 'ㅣ'를 모아 쓴 글자. 이름은 '에'이고 중성으로 쓴다.
E
Chữ cái được kết hợp bởi 'ㅓ' và 'ㅣ'trong bảng chữ cái tiếng Hàn.Tên gọi là 'E' và dùng làm âm giữa.

ㅚ : 한글 자모 'ㅗ'와 'ㅣ'를 모아 쓴 글자. 이름은 '외'이고 중성으로 쓴다.
Oi
Chữ cái được kết hợp bởi 'ㅗ' và 'ㅣ'trong bảng chữ cái tiếng Hàn.Tên gọi là 'Oi' và dùng làm âm giữa.

ㅟ : 한글 자모 'ㅜ'와 'ㅣ'를 모아 쓴 글자. 이름은 '위'이고 중성으로 쓴다.
Ui
Chữ cái được kết hợp bởi 'ㅜ' và 'ㅣ'trong bảng chữ cái tiếng Hàn.Tên gọi là 'Ui' và dùng làm âm giữa.

ㅑ : 한글 자모의 열여섯째 글자. 이름은 '야'이고 중성으로 쓴다.
Ya
Chữ cái thứ mười sáu của bảng chữ cái tiếng Hàn.Tên gọi là 'Ya' và dùng làm âm giữa.

ㅕ : 한글 자모의 열여덟째 글자. 이름은 '여'이고 중성으로 쓴다.
Yeo
Chữ cái thứ mười tám của bảng chữ cái tiếng Hàn.Tên gọi là 'Yeo' và dùng làm âm giữa.

ㅛ : 한글 자모의 스무째 글자. 이름은 '요'이고 중성으로 쓴다.
Yo
Chữ cái thứ hai mươi của bảng chữ cái tiếng Hàn.Tên gọi là 'Yo' và dùng làm âm giữa.

ㅠ : 한글 자모의 스물두째 글자. 이름은 '유'이고 중성으로 쓴다.
Yu
cái thứ hai mươi hai của bảng chữ cái tiếng Hàn.Tên gọi là 'Yu' và dùng làm âm giữa.

ㅒ : 한글 자모 'ㅑ'와 'ㅣ'를 모아 쓴 글자. 이름은 '얘'이고 중성으로 쓴다.
Yae
Chữ cái được kết hợp bởi 'ㅑ' và 'ㅣ'trong bảng chữ cái tiếng Hàn.Tên gọi là 'Yae' và dùng làm âm giữa.

ㅖ : 한글 자모 'ㅕ'와 'ㅣ'를 모아 쓴 글자. 이름은 '예'이고 중성으로 쓴다.
Ye
Chữ cái được kết hợp bởi 'ㅕ' và 'ㅣ'trong bảng chữ cái tiếng Hàn.Tên gọi là 'Ye' và dùng làm âm giữa.

ㅘ : 한글 자모 'ㅗ'와 'ㅏ'를 모아 쓴 글자. 이름은 '와'이고 중성으로 쓴다.
Wa
Chữ cái được kết hợp bởi 'ㅗ' và 'ㅏ'trong bảng chữ cái tiếng Hàn.Tên gọi là 'Wa' và dùng làm âm giữa.

ㅝ : 한글 자모 'ㅜ'와 'ㅓ'를 모아 쓴 글자. 이름은 '워'이고 중성으로 쓴다.
Ueo
Chữ cái được kết hợp bởi 'ㅜ' và 'ㅓ'trong bảng chữ cái tiếng Hàn. Tên gọi là 'Ueo' và dùng làm âm giữa.

ㅙ : 한글 자모 'ㅗ'와 'ㅐ'를 모아 쓴 글자. 이름은 '왜'이고 중성으로 쓴다.
Oae
Chữ cái được kết hợp bởi 'ㅗ' và 'ㅐ' trong bảng chữ cái tiếng Hàn. Tên gọi là 'Oae' và dùng làm âm giữa.

ㅞ : 한글 자모 'ㅜ'와 'ㅔ'를 모아 쓴 글자. 이름은 '웨'이고 중성으로 쓴다.
Ue
Chữ cái được kết hợp bởi 'ㅜ' và 'ㅔ' trong bảng chữ cái tiếng Hàn. Tên gọi là 'Ue' và dùng làm âm giữa.

ㅢ : 한글 자모 'ㅡ'와 'ㅣ'를 모아 쓴 글자. 이름은 '의'이고 중성으로 쓴다.
Eui
Chữ cái được kết hợp bởi 'ㅡ' và 'ㅣ' trong bảng chữ cái tiếng Hàn. Tên gọi là 'Eui' và dùng làm âm giữa.

모음 스물한 개 소리

모음 (danh từ) : 사람이 목청을 울려 내는 소리로, 공기의 흐름이 방해를 받지 않고 나는 소리.
nguyên âm
Âm thanh do dây thanh âm rung lên rồi bật ra, không bị cản trở bởi luồng không khí.

스물한 : 21

개 (danh từ) : 낱으로 떨어진 물건을 세는 단위.
cái
Đơn vị dùng đếm đồ vật riêng biệt theo từng cái.

소리 (danh từ) : 물체가 진동하여 생긴 음파가 귀에 들리는 것.
tiếng, âm thanh
Việc sóng âm do vật thể rung gây ra lọt vào tai.

< 1 절(lời) >

다 같이 말하+[여 보]+아.
말해 봐

다 (phó từ) : 남거나 빠진 것이 없이 모두.
hết, tất cả
Mọi thứ không sót hay để lại gì cả.

같이 (phó từ) : 둘 이상이 함께.
cùng
Hai người trở lên cùng nhau.

말하다 (động từ) : 어떤 사실이나 자신의 생각 또는 느낌을 말로 나타내다.
nói
Thể hiện bằng lời sự việc nào đó hay suy nghĩ cũng như cảm nhận của bản thân.

-여 보다 : 앞의 말이 나타내는 행동을 시험 삼아 함을 나타내는 표현.
thử
Cấu trúc thể hiện việc lấy hành động mà từ ngữ phía trước thể hiện làm thí điểm.

-아 : (두루낮춤으로) 어떤 사실을 서술하거나 물음, 명령, 권유를 나타내는 종결 어미.
hả?, đi, ta hãy
(cách nói hạ thấp phổ biến) Vĩ tố kết thúc câu thể hiện sự tường thuật sự việc nào đó, nghi vấn, mệnh lệnh, đề nghị. <sự ra lệnh>

아설순치후

아 → 어금니 (danh từ) : 송곳니의 안쪽에 있는 크고 가운데가 오목한 이.
răng hàm
Răng to và có phần giữa lồi, ở phía trong của răng nanh.

설 → 혀 (danh từ) : 사람이나 동물의 입 안 아래쪽에 있는 길고 붉은 살덩어리.
lưỡi
Phần thịt có màu đỏ và dài nằm bên trong miệng của con người hay động vật.

순 → 입술 (danh từ) : 사람의 입 주위를 둘러싸고 있는 붉고 부드러운 살.
môi
Phần thịt mềm và có màu đỏ bao xung quanh miệng của con người.

치 → 이 (danh từ) : 사람이나 동물의 입 안에 있으며 무엇을 물거나 음식물을 씹는 일을 하는 기관.
răng
Bộ phận ở trong miệng của người hay động vật, dùng để gặm hay nhai cái gì đó.

후 → 목구멍 (danh từ) : 목 안쪽에서 몸속으로 나 있는 깊숙한 구멍.
cổ họng
Lỗ sâu dẫn từ trong cổ vào trong cơ thể.

다 함께 부르(불르)+[어 보]+아.
불러 봐

다 (phó từ) : 남거나 빠진 것이 없이 모두.
hết, tất cả
Mọi thứ không sót hay để lại gì cả.

함께 (phó từ) : 여럿이서 한꺼번에 같이.
cùng
Nhiều người cùng nhau trong một lúc.

부르다 (động từ) : 곡조에 따라 노래하다.
ca, hát
Hát theo nhịp điệu.

-어 보다 : 앞의 말이 나타내는 행동을 시험 삼아 함을 나타내는 표현.
thử
Cấu trúc thể hiện việc lấy hành động mà từ ngữ phía trước thể hiện làm thí điểm.

-아 : (두루낮춤으로) 어떤 사실을 서술하거나 물음, 명령, 권유를 나타내는 종결 어미.
hả?, đi, ta hãy
(cách nói hạ thấp phổ biến) Vĩ tố kết thúc câu thể hiện sự tường thuật sự việc nào đó, nghi vấn, mệnh lệnh, đề nghị. <sự ra lệnh>

아설순치후

아 → 어금니 (danh từ) : 송곳니의 안쪽에 있는 크고 가운데가 오목한 이.
răng hàm
Răng to và có phần giữa lồi, ở phía trong của răng nanh.

설 → 혀 (danh từ) : 사람이나 동물의 입 안 아래쪽에 있는 길고 붉은 살덩어리.
lưỡi
Phần thịt có màu đỏ và dài nằm bên trong miệng của con người hay động vật.

순 → 입술 (danh từ) : 사람의 입 주위를 둘러싸고 있는 붉고 부드러운 살.
môi
Phần thịt mềm và có màu đỏ bao xung quanh miệng của con người.

치 → 이 (danh từ) : 사람이나 동물의 입 안에 있으며 무엇을 물거나 음식물을 씹는 일을 하는 기관.
răng
Bộ phận ở trong miệng của người hay động vật, dùng để gặm hay nhai cái gì đó.

후 → 목구멍 (danh từ) : 목 안쪽에서 몸속으로 나 있는 깊숙한 구멍.

cổ họng

Lỗ sâu dẫn từ trong cổ vào trong cơ thể.

우리 모두 느끼+[어 보]+아.
느껴 봐

우리 (đại từ) : 말하는 사람이 자기와 듣는 사람 또는 이를 포함한 여러 사람들을 가리키는 말.

chúng ta

Từ chỉ nhiều người bao gồm cả người nói và người nghe.

모두 (phó từ) : 빠짐없이 다.

mọi

Tất cả mà không bỏ sót .

느끼다 (động từ) : 특정한 대상이나 상황을 어떻다고 생각하거나 인식하다.

nhận thức

Nhận thức hay suy nghĩ một tình huống hay đối tượng nhất định như thế nào đó.

-어 보다 : 앞의 말이 나타내는 행동을 시험 삼아 함을 나타내는 표현.

thử

Cấu trúc thể hiện việc lấy hành động mà từ ngữ phía trước thể hiện làm thí điểm.

-아 : (두루낮춤으로) 어떤 사실을 서술하거나 물음, 명령, 권유를 나타내는 종결 어미.

hả?, đi, ta hãy

(cách nói hạ thấp phổ biến) Vĩ tố kết thúc câu thể hiện sự tường thuật sự việc nào đó, nghi vấn, mệnh lệnh, đề nghị. <sự ra lệnh>

발음 기관+을 본뜨+ㄴ 기역, 니은, 미음, 시옷, 이응
본뜬

발음 기관 (danh từ) : 말소리를 내는 데 쓰는 신체의 각 부분.

cơ quan phát âm

Các bộ phận của cơ thể dùng vào việc phát ra tiếng nói.

을 : 동작이 직접적으로 영향을 미치는 대상을 나타내는 조사.

Không có từ tương ứng

Trợ từ (tiểu từ) thể hiện đối tượng mà động tác trực tiếp ảnh hưởng đến.

본뜨다 (동사) : 이미 있는 것을 그대로 따라서 만들다.
mô phỏng, bắt chước
Làm theo giống hệt thứ đã có.

-ㄴ : 앞의 말이 관형어의 기능을 하게 만들고 사건이나 동작이 완료되어 그 상태가 유지되고 있음을 나타내는 어미.
Không có từ tương ứng
Vĩ tố làm cho từ ngữ phía trước có chức năng định ngữ và thể hiện sự kiện hay động tác đã hoàn thành và trạng thái đó đang được duy trì.

기역 (danh từ) : 한글 자모 'ㄱ'의 이름.
gi-yeok
Tên của phụ âm "ㄱ" trong trong bảng chữ cái tiếng Hàn.

니은 (danh từ) : 한글 자모 'ㄴ'의 이름.
ni-eun
Tên của phụ âm 'ㄴ' trong bảng chữ cái tiếng Hàn.

미음 (danh từ) : 한글 자모 'ㅁ'의 이름.
mi-eum
Tên của phụ âm 'ㅁ' trong bảng chữ cái tiếng Hàn.

시옷 (danh từ) : 한글 자모 'ㅅ'의 이름.
nguyên âm /si-ot/
Tên của phụ âm 'ㅅ' trong bảng chữ cái tiếng Hàn.

이응 (danh từ) : 한글 자모 'ㅇ'의 이름.
i-eung
Tên của phụ âm 'ㅇ' trong bảng chữ cái tiếng Hàn.

다섯 글자

다섯 (định từ) : 넷에 하나를 더한 수의.
năm
Số cộng thêm một vào bốn.

글자 (danh từ) : 말을 적는 기호.
chữ viết, chữ
Ký hiệu ghi lại lời nói.

세상+의 모든 소리+를 <u>듣(들)</u>+[어 보]+아.
들어 봐

세상 (danh từ) : 지구 위 전체.
thế gian
Toàn bộ trên trái đất.

의 : 앞의 말이 뒤의 말에 대하여 소유, 소속, 소재, 관계, 기원, 주체의 관계를 가짐을 나타내는 조사.
của
Trợ từ thể hiện từ ngữ phía trước có quan hệ về sở hữu, nơi trực thuộc, chất liệu, quan hệ, nguồn gốc, chủ thể đối với từ ngữ phía sau.

모든 (định từ) : 빠지거나 남는 것 없이 전부인.
tất cả, toàn bộ
Là toàn bộ mà không bỏ sót hay còn lại.

소리 (danh từ) : 물체가 진동하여 생긴 음파가 귀에 들리는 것.
tiếng, âm thanh
Việc sóng âm do vật thể rung gây ra lọt vào tai.

를 : 동작이 직접적으로 영향을 미치는 대상을 나타내는 조사.
Không có từ tương ứng
Trợ từ (tiểu từ) thể hiện đối tượng mà động tác gây ảnh hưởng trực tiếp.

듣다 (động từ) : 귀로 소리를 알아차리다.
nghe
Nhận biết âm thanh bằng tai.

-어 보다 : 앞의 말이 나타내는 행동을 시험 삼아 함을 나타내는 표현.
thử
Cấu trúc thể hiện việc lấy hành động mà từ ngữ phía trước thể hiện làm thí điểm.

-아 : (두루낮춤으로) 어떤 사실을 서술하거나 물음, 명령, 권유를 나타내는 종결 어미.
hả?, đi, ta hãy
(cách nói hạ thấp phổ biến) Vĩ tố kết thúc câu thể hiện sự tường thuật sự việc nào đó, nghi vấn, mệnh lệnh, đề nghị. **<sự ra lệnh>**

또 하+[고 싶]+은 말+을 다 <u>외치</u>+[어 보]+아.
외쳐 봐

또 (phó từ) : 그 밖에 더.
nữa, hơn nữa, thêm vào đó
Ngoài ra còn.

하다 (động từ) : 어떤 행동이나 동작, 활동 등을 행하다.
làm, tiến hành
Thực hiện hành động hay động tác, hoạt động nào đó.

-고 싶다 : 앞의 말이 나타내는 행동을 하기를 원함을 나타내는 표현.
muốn
Cấu trúc thể hiện muốn thực hiện hành động mà từ ngữ phía trước thể hiện.

-은 : 앞의 말이 관형어의 기능을 하게 만들고 현재의 상태를 나타내는 어미.
đã
Vĩ tố làm cho từ ngữ phía trước có chức năng định ngữ và thể hiện trạng thái hiện tại.

말 (danh từ) : 생각이나 느낌을 표현하고 전달하는 사람의 소리.
tiếng nói, giọng nói, lời nói
Tiếng của con người thể hiện và truyền đạt suy nghĩ hay cảm xúc.

을 : 동작이 직접적으로 영향을 미치는 대상을 나타내는 조사.
Không có từ tương ứng
Trợ từ (tiểu từ) thể hiện đối tượng mà động tác trực tiếp ảnh hưởng đến.

다 (phó từ) : 남거나 빠진 것이 없이 모두.
hết, tất cả
Mọi thứ không sót hay để lại gì cả.

외치다 (động từ) : 큰 소리를 지르다.
gào thét, hò hét, la lối, kêu ca
Kêu lớn giọng

-어 보다 : 앞의 말이 나타내는 행동을 시험 삼아 함을 나타내는 표현.
thử
Cấu trúc thể hiện việc lấy hành động mà từ ngữ phía trước thể hiện làm thí điểm.

-아 : (두루낮춤으로) 어떤 사실을 서술하거나 물음, 명령, 권유를 나타내는 종결 어미.
hả?, đi, ta hãy
(cách nói hạ thấp phổ biến) Vĩ tố kết thúc câu thể hiện sự tường thuật sự việc nào đó, nghi vấn, mệnh lệnh, đề nghị. <sự ra lệnh>

신비롭(신비로우)+ㄴ 사연, 감추+었던 비밀
신비로운

신비롭다 (Tính từ) : 보통의 생각으로는 이해할 수 없을 정도로 놀랍고 신기한 느낌이 있다.
thần bí
Có cảm giác ngạc nhiên và thần kì đến mức không thể hiểu được bằng suy nghĩ thông thường.

-ㄴ : 앞의 말이 관형어의 기능을 하게 만들고 현재의 상태를 나타내는 어미.
mà
Vĩ tố khiến cho từ ngữ phía trước có chức năng định ngữ và thể hiện sự kiện hay động tác được hoàn thành thì trạng thái đó vẫn đang được duy trì.

사연 (danh từ) : 일어난 일의 앞뒤 사정과 까닭.
Tình huống, hoàn cảnh
Nhận thức và sự tình trước sau của một sự việc đã xảy ra.

감추다 (động từ) : 어떤 사실이나 감정을 남이 모르도록 알리지 않고 비밀로 하다.
che đậy, che giấu
Không cho biết mà giữ bí mật sự việc hay tình cảm để người khác không biết.

-었던 : 과거의 사건이나 상태를 다시 떠올리거나 그 사건이나 상태가 완료되지 않고 중단되었다는 의미
를 나타내는 표현.
đã, từng, vốn
Cấu trúc thể hiện nghĩa nhớ lại sự kiện hay trạng thái trong quá khứ hoặc sự kiện hay trạng thái đó không được hoàn thành và bị chấm dứt giữa chừng.

비밀 (danh từ) : 숨기고 있어 남이 모르는 일.
sự bí mật
Việc đang được giấu nên người khác không biết.

진실+을 전하+[여 주]+어.
전해 줘

진실 (danh từ) : 순수하고 거짓이 없는 마음.
lòng chân thật
Tấm lòng thuần khiết và không dối trá.

을 : 동작이 직접적으로 영향을 미치는 대상을 나타내는 조사.
Không có từ tương ứng
Trợ từ (tiểu từ) thể hiện đối tượng mà động tác trực tiếp ảnh hưởng đến.

전하다 (động từ) : 어떤 소식, 생각 등을 상대에게 알리다.
truyền, đưa
Cho đối phương biết tin tức, suy nghĩ nào đó.

-여 주다 : 남을 위해 앞의 말이 나타내는 행동을 함을 나타내는 표현.

giúp, hộ, giùm

Cấu trúc thể hiện việc thực hiện hành động mà từ ngữ phía trước thể hiện vì người khác.

-어 : (두루낮춤으로) 어떤 사실을 서술하거나 물음, 명령, 권유를 나타내는 종결 어미.

hả?, đi, ta hãy

(cách nói hạ thấp phổ biến) Vĩ tố kết thúc câu thể hiện sự tường thuật sự việc nào đó, nghi vấn, mệnh lệnh, khuyên nhủ. <sự ra lệnh>

< 후렴(đoạn điệp khúc) >

아 야 어 여 오 요 우 유 으 이

가 나 다 라 마 바 사 아 자 차 카 타 파 하

이제+부터 들리+[어 주]+어 너+의 마음+을.
              들려 줘

이제 (danh từ) : 말하고 있는 바로 이때.

bây giờ

Ngay lúc đang nói.

부터 : 어떤 일의 시작이나 처음을 나타내는 조사.

từ

Trợ từ thể hiện sự bắt đầu hay khởi đầu của một việc nào đó.

들리다 (động từ) : 듣게 하다.

cho nghe, bắt nghe

Làm cho nghe.

-어 주다 : 남을 위해 앞의 말이 나타내는 행동을 함을 나타내는 표현.

giúp, hộ, giùm

Cấu trúc thể hiện việc thực hiện hành động mà từ ngữ phía trước thể hiện vì người khác.

-어 : (두루낮춤으로) 어떤 사실을 서술하거나 물음, 명령, 권유를 나타내는 종결 어미.

hả?, đi, ta hãy

(cách nói hạ thấp phổ biến) Vĩ tố kết thúc câu thể hiện sự tường thuật sự việc nào đó, nghi vấn, mệnh lệnh, khuyên nhủ. <sự ra lệnh>

너 (đại từ) : 듣는 사람이 친구나 아랫사람일 때, 그 사람을 가리키는 말.
bạn, cậu, mày
Từ chỉ người nghe khi người đó là bạn bè hay người dưới.

의 : 앞의 말이 뒤의 말에 대하여 소유, 소속, 소재, 관계, 기원, 주체의 관계를 가짐을 나타내는 조사.
của
Trợ từ thể hiện từ ngữ phía trước có quan hệ về sở hữu, nơi trực thuộc, chất liệu, quan hệ, nguồn gốc, chủ thể đối với từ ngữ phía sau.

마음 (danh từ) : 기분이나 느낌.
lòng, tâm trạng
Tâm trạng hay cảm xúc.

을 : 동작이 직접적으로 영향을 미치는 대상을 나타내는 조사.
Không có từ tương ứng
Trợ từ (tiểu từ) thể hiện đối tượng mà động tác trực tiếp ảnh hưởng đến.

지금+부터 전하+[여 주]+어 너+의 사랑+을.
전해 줘

지금 (danh từ) : 말을 하고 있는 바로 이때.
bây giờ
Chính lúc đang nói.

부터 : 어떤 일의 시작이나 처음을 나타내는 조사.
từ
Trợ từ thể hiện sự bắt đầu hay khởi đầu của một việc nào đó.

전하다 (động từ) : 어떤 소식, 생각 등을 상대에게 알리다.
truyền, đưa
Cho đối phương biết tin tức, suy nghĩ nào đó.

-여 주다 : 남을 위해 앞의 말이 나타내는 행동을 함을 나타내는 표현.
giúp, hộ, giùm
Cấu trúc thể hiện việc thực hiện hành động mà từ ngữ phía trước thể hiện vì người khác.

-어 : (두루낮춤으로) 어떤 사실을 서술하거나 물음, 명령, 권유를 나타내는 종결 어미.
hả?, đi, ta hãy
(cách nói hạ thấp phổ biến) Vĩ tố kết thúc câu thể hiện sự tường thuật sự việc nào đó, nghi vấn, mệnh lệnh, khuyên nhủ. <sự ra lệnh>

너 (đại từ) : 듣는 사람이 친구나 아랫사람일 때, 그 사람을 가리키는 말.
bạn, cậu, mày
Từ chỉ người nghe khi người đó là bạn bè hay người dưới.

의 : 앞의 말이 뒤의 말에 대하여 소유, 소속, 소재, 관계, 기원, 주체의 관계를 가짐을 나타내는 조사.
của
Trợ từ thể hiện từ ngữ phía trước có quan hệ về sở hữu, nơi trực thuộc, chất liệu, quan hệ, nguồn gốc, chủ thể đối với từ ngữ phía sau.

사랑 (danh từ) : 아끼고 소중히 여겨 정성을 다해 위하는 마음.
tình yêu thương
Tấm lòng yêu quý, trân trọng và hết sức chân thành.

을 : 동작이 직접적으로 영향을 미치는 대상을 나타내는 조사.
Không có từ tương ứng
Trợ từ (tiểu từ) thể hiện đối tượng mà động tác trực tiếp ảnh hưởng đến.

아 야 어 여 오 요 우 유 으 이

가 나 다 라 마 바 사 아 자 차 카 타 파 하

모음 스물하나+에 자음 열아홉+을 <u>더하+여</u>
더해

모음 (danh từ) : 사람이 목청을 울려 내는 소리로, 공기의 흐름이 방해를 받지 않고 나는 소리.
nguyên âm
Âm thanh do dây thanh âm rung lên rồi bật ra, không bị cản trở bởi luồng không khí.

스물하나 : 21

에 : 앞말에 무엇이 더해짐을 나타내는 조사.
vào, vô
Trợ từ (tiểu từ) thể hiện cái gì đó được thêm vào từ ngữ phía trước.

자음 (danh từ) : 목, 입, 혀 등의 발음 기관에 의해 장애를 받으며 나는 소리.
phụ âm
Âm của luồng hơi phát ra gặp phải sự cản trở của các cơ quan phát âm như cổ họng, môi, lưỡi v.v...

열아홉 : 19

을 : 동작 대상의 수량이나 동작의 순서를 나타내는 조사.
Không có từ tương ứng
Trợ từ thể hiện số lượng của đối tượng động tác hoặc thứ tự của động tác.

더하다 (động từ) : 보태어 늘리거나 많게 하다.
cộng
Bổ sung làm nhiều hoặc tăng lên.

-여 : 앞의 말이 뒤의 말보다 먼저 일어났거나 뒤의 말에 대한 방법이나 수단이 됨을 나타내는 연결 어미.
rồi
Vĩ tố liên kết thể hiện vế trước xảy ra trước vế sau hoặc trở thành phương pháp hay phương tiện đối với vế sau.

마흔 가지 소리+로 세상+을 느끼+[어 보]+아.
느껴 봐

마흔 (định từ) : 열의 네 배가 되는 수의.
bốn mươi
Thuộc về con số gấp bốn lần của mười.

가지 (danh từ) : 사물의 종류를 헤아리는 말.
thứ, kiểu
Từ đếm loại sự vật.

소리 (danh từ) : 물체가 진동하여 생긴 음파가 귀에 들리는 것.
tiếng, âm thanh
Việc sóng âm do vật thể rung gây ra lọt vào tai.

로 : 어떤 일의 수단이나 도구를 나타내는 조사.
bằng
Trợ từ thể hiện phương tiện hay công cụ của việc nào đó.

세상 (danh từ) : 지구 위 전체.
thế gian
Toàn bộ trên trái đất.

을 : 동작이 직접적으로 영향을 미치는 대상을 나타내는 조사.
Không có từ tương ứng
Trợ từ (tiểu từ) thể hiện đối tượng mà động tác trực tiếp ảnh hưởng đến.

느끼다 (động từ) : 특정한 대상이나 상황을 어떻다고 생각하거나 인식하다.
nhận thức
Nhận thức hay suy nghĩ một tình huống hay đối tượng nhất định như thế nào đó.

-어 보다 : 앞의 말이 나타내는 행동을 시험 삼아 함을 나타내는 표현.
thử
Cấu trúc thể hiện việc lấy hành động mà từ ngữ phía trước thể hiện làm thí điểm.

-아 : (두루낮춤으로) 어떤 사실을 서술하거나 물음, 명령, 권유를 나타내는 종결 어미.
hả?, đi, ta hãy
(cách nói hạ thấp phổ biến) Vĩ tố kết thúc câu thể hiện sự tường thuật sự việc nào đó, nghi vấn, mệnh lệnh, đề nghị. **<sự ra lệnh>**

< 2 절(lời) >

하늘+과 땅+이 <u>만나+(아)</u> ㅗ, ㅜ
                      만나

하늘 (danh từ) : 땅 위로 펼쳐진 무한히 넓은 공간.
trời, bầu trời
Không gian rộng lớn bao la bao trùm trên mặt đất.

과 : 앞과 뒤의 명사를 같은 자격으로 이어 줄 때 쓰는 조사.
và
Trợ từ dùng khi liên kết danh từ trước và sau theo cùng tư cách.

땅 (danh từ) : 지구에서 물로 된 부분이 아닌 흙이나 돌로 된 부분.
đất, đất liền
Phần trên trái đất được tạo thành bởi đất hay đá chứ không phải là phần được tạo thành bởi nước.

이 : 어떤 상태나 상황의 대상이나 동작의 주체를 나타내는 조사.
Không có từ tương ứng
Trợ từ (tiểu từ) thể hiện chủ thể của động tác hoặc đối tượng của trạng thái hay tình huống nào đó.

만나다 (động từ) : 선이나 길, 강 등이 서로 마주 닿거나 연결되다.
gặp, giao
Đường thẳng, con đường, dòng sông... giao nhau hoặc được liên kết với nhau.

-아 : 앞의 말이 뒤의 말보다 먼저 일어났거나 뒤의 말에 대한 방법이나 수단이 됨을 나타내는 연결 어미.
rồi
Vĩ tố liên kết thể hiện vế trước xảy ra trước vế sau hoặc trở thành phương pháp, phương tiện đối với vế sau.

ㅗ (danh từ) : 한글 자모의 열아홉째 글자. 이름은 '오'이고 중성으로 쓴다.
o
Chữ cái thứ mười chín của bảng chữ cái tiếng Hàn.Tên gọi là 'O' và dùng làm âm giữa.

ㅜ (danh từ) : 한글 자모의 스물한째 글자. 이름은 '우'이고 중성으로 쓴다.
U
Chữ cái thứ hai mươi mốt của bảng chữ cái tiếng Hàn.Tên gọi là 'U' và dùng làm âm giữa.

사람+과 만나+ㄴ다면 ㅏ, ㅓ
만난다면

사람 (danh từ) : 생각할 수 있으며 언어와 도구를 만들어 사용하고 사회를 이루어 사는 존재.
con người
Thực thể có thể suy nghĩ, làm ra ngôn ngữ và công cụ, sống tạo nên xã hội.

과 : 누군가를 상대로 하여 어떤 일을 할 때 그 상대임을 나타내는 조사.
với
Trợ từ thể hiện coi ai đó như đối phương và là đối phương đó khi làm việc nào đó.

만나다 (động từ) : 선이나 길, 강 등이 서로 마주 닿거나 연결되다.
gặp, giao
Đường thẳng, con đường, dòng sông... giao nhau hoặc được liên kết với nhau.

-ㄴ다면 : 어떠한 사실이나 상황을 가정하는 뜻을 나타내는 연결 어미.
giả sử, giá mà, nếu như
Vĩ tố liên kết thể hiện nghĩa giả định sự việc hay tình huống nào đó.

ㅏ (danh từ) : 한글 자모의 열다섯째 글자. 이름은 '아'이고 중성으로 쓴다.
A
Chữ cái thứ mười lăm của bảng chữ cái tiếng Hàn. Tên gọi là 'A' và dùng làm âm giữa.

ㅓ (danh từ) : 한글 자모의 열일곱째 글자. 이름은 '어'이고 중성으로 쓴다.
Eo
Chữ cái thứ mười bảy của bảng chữ cái tiếng Hàn. Tên gọi là 'Eo' và dùng làm âm giữa.

하루+(이)+면+은 충분하+여.
하루면은   충분해

하루 (danh từ) : 밤 열두 시부터 다음 날 밤 열두 시까지의 스물네 시간.
một ngày
Hai mươi bốn giờ từ mười hai giờ đêm đến mười hai giờ đêm ngày hôm sau.

이다 : 주어가 지시하는 대상의 속성이나 부류를 지정하는 뜻을 나타내는 서술격 조사.
nào là
Trợ từ vị cách thể hiện sự liệt kê các sự vật đồng thời liên kết theo quan hệ đẳng lập.

-면 : 뒤에 오는 말에 대한 근거나 조건이 됨을 나타내는 연결 어미.
nếu...thì
Vĩ tố liên kết thể hiện việc trở thành điều kiện hay căn cứ đối với vế sau.

은 : 강조의 뜻을 나타내는 조사.
Không có từ tương ứng
Trợ từ (tiểu từ) thể hiện nghĩa nhấn mạnh.

충분하다 (Tính từ) : 모자라지 않고 넉넉하다.
đủ, đầy đủ
Không thiếu thốn mà đầy đủ.

-여 : (두루낮춤으로) 어떤 사실을 서술하거나 물음, 명령, 권유를 나타내는 종결 어미.
hả?, đi, ta hãy
(cách nói hạ thấp phổ biến) Vĩ tố kết thúc câu thể hiện sự tường thuật sự việc nào đó, nghi vấn, mệnh lệnh, đề nghị. <sự tường thuật>

하늘, 땅, 사람+을 본뜨+ㄴ 아 어 오 우 야 여 요 유 으 이
본뜬

하늘 (danh từ) : 땅 위로 펼쳐진 무한히 넓은 공간.
trời, bầu trời
Không gian rộng lớn bao la bao trùm trên mặt đất.

땅 (danh từ) : 지구에서 물로 된 부분이 아닌 흙이나 돌로 된 부분.
đất, đất liền
Phần trên trái đất được tạo thành bởi đất hay đá chứ không phải là phần được tạo thành bởi nước.

사람 (danh từ) : 생각할 수 있으며 언어와 도구를 만들어 사용하고 사회를 이루어 사는 존재.
con người
Thực thể có thể suy nghĩ, làm ra ngôn ngữ và công cụ, sống tạo nên xã hội.

을 : 동작이 직접적으로 영향을 미치는 대상을 나타내는 조사.
Không có từ tương ứng
Trợ từ (tiểu từ) thể hiện đối tượng mà động tác trực tiếp ảnh hưởng đến.

본뜨다 (động từ) : 이미 있는 것을 그대로 따라서 만들다.
mô phỏng, bắt chước
Làm theo giống hệt thứ đã có.

-ㄴ : 앞의 말이 관형어의 기능을 하게 만들고 사건이나 동작이 완료되어 그 상태가 유지되고 있음을 나
　　타내는 어미.
Không có từ tương ứng
Vĩ tố làm cho từ ngữ phía trước có chức năng định ngữ và thể hiện sự kiện hay động tác
đã hoàn thành và trạng thái đó đang được duy trì.

아 (danh từ) : 한글 자모의 열다섯째 글자. 이름은 '아'이고 중성으로 쓴다.
A
Chữ cái thứ mười lăm của bảng chữ cái tiếng Hàn. Tên gọi là 'A' và dùng làm âm giữa.

어 (danh từ) : 한글 자모의 열일곱째 글자. 이름은 '어'이고 중성으로 쓴다.
Eo
Chữ cái thứ mười bảy của bảng chữ cái tiếng Hàn. Tên gọi là 'Eo' và dùng làm âm giữa.

오 (danh từ) : 한글 자모의 열아홉째 글자. 이름은 '오'이고 중성으로 쓴다.
o
Chữ cái thứ mười chín của bảng chữ cái tiếng Hàn.Tên gọi là 'O' và dùng làm âm giữa.

우 (danh từ) : 한글 자모의 스물한째 글자. 이름은 '우'이고 중성으로 쓴다.
U
Chữ cái thứ hai mươi mốt của bảng chữ cái tiếng Hàn.Tên gọi là 'U' và dùng làm âm giữa.

야 (danh từ) : 한글 자모의 열여섯째 글자. 이름은 '야'이고 중성으로 쓴다.
Ya
Chữ cái thứ mười sáu của bảng chữ cái tiếng Hàn.Tên gọi là 'Ya' và dùng làm âm giữa.

여 (danh từ) : 한글 자모의 열여덟째 글자. 이름은 '여'이고 중성으로 쓴다.
Yeo
Chữ cái thứ mười tám của bảng chữ cái tiếng Hàn.Tên gọi là 'Yeo' và dùng làm âm giữa.

요 (danh từ) : 한글 자모의 스무째 글자. 이름은 '요'이고 중성으로 쓴다.
Yo
Chữ cái thứ hai mươi của bảng chữ cái tiếng Hàn.Tên gọi là 'Yo' và dùng làm âm giữa.

유 (danh từ) : 한글 자모의 스물두째 글자. 이름은 '유'이고 중성으로 쓴다.
Yu
cái thứ hai mươi hai của bảng chữ cái tiếng Hàn.Tên gọi là 'Yu' và dùng làm âm giữa.

으 (danh từ) : 한글 자모의 스물셋째 글자. 이름은 '으'이고 중성으로 쓴다.
Eu
Chữ cái thứ hai mươi ba của bảng chữ cái tiếng Hàn.Tên gọi là 'Eu' và dùng làm âm giữa.

이 (danh từ) : 한글 자모의 스물넷째 글자. 이름은 '이'이고 중성으로 쓴다.
I
Chữ cái thứ hai mươi bốn của bảng chữ cái tiếng Hàn.Tên gọi là 'I' và dùng làm âm giữa.

열 글자

열 (định từ) : 아홉에 하나를 더한 수의.
mười
Số thêm một vào chín.

글자 (danh từ) : 말을 적는 기호.
chữ viết, chữ
Ký hiệu ghi lại lời nói.

세상+의 모든 소리+를 듣(들)+[어 보]+아.
들어 봐

세상 (danh từ) : 지구 위 전체.
thế gian
Toàn bộ trên trái đất.

의 : 앞의 말이 뒤의 말에 대하여 소유, 소속, 소재, 관계, 기원, 주체의 관계를 가짐을 나타내는 조사.
của
Trợ từ thể hiện từ ngữ phía trước có quan hệ về sở hữu, nơi trực thuộc, chất liệu, quan hệ, nguồn gốc, chủ thể đối với từ ngữ phía sau.

모든 (định từ) : 빠지거나 남는 것 없이 전부인.
tất cả, toàn bộ
Là toàn bộ mà không bỏ sót hay còn lại.

소리 (danh từ) : 물체가 진동하여 생긴 음파가 귀에 들리는 것.
tiếng, âm thanh
Việc sóng âm do vật thể rung gây ra lọt vào tai.

를 : 동작이 직접적으로 영향을 미치는 대상을 나타내는 조사.
Không có từ tương ứng
Trợ từ (tiểu từ) thể hiện đối tượng mà động tác gây ảnh hưởng trực tiếp.

듣다 (**động từ**) : 귀로 소리를 알아차리다.
nghe
Nhận biết âm thanh bằng tai.

-어 보다 : 앞의 말이 나타내는 행동을 시험 삼아 함을 나타내는 표현.
thử
Cấu trúc thể hiện việc lấy hành động mà từ ngữ phía trước thể hiện làm thí điểm.

-아 : (두루낮춤으로) 어떤 사실을 서술하거나 물음, 명령, 권유를 나타내는 종결 어미.
hả?, đi, ta hãy
(cách nói hạ thấp phổ biến) Vĩ tố kết thúc câu thể hiện sự tường thuật sự việc nào đó, nghi vấn, mệnh lệnh, đề nghị. <sự ra lệnh>

또 하+[고 싶]+은 말+을 다 외치+[어 보]+아.
외쳐 봐

또 (**phó từ**) : 그 밖에 더.
nữa, hơn nữa, thêm vào đó
Ngoài ra còn.

하다 (**động từ**) : 어떤 행동이나 동작, 활동 등을 행하다.
làm, tiến hành
Thực hiện hành động hay động tác, hoạt động nào đó.

-고 싶다 : 앞의 말이 나타내는 행동을 하기를 원함을 나타내는 표현.
muốn
Cấu trúc thể hiện muốn thực hiện hành động mà từ ngữ phía trước thể hiện.

-은 : 앞의 말이 관형어의 기능을 하게 만들고 현재의 상태를 나타내는 어미.
đã
Vĩ tố làm cho từ ngữ phía trước có chức năng định ngữ và thể hiện trạng thái hiện tại.

말 (**danh từ**) : 생각이나 느낌을 표현하고 전달하는 사람의 소리.
tiếng nói, giọng nói, lời nói
Tiếng của con người thể hiện và truyền đạt suy nghĩ hay cảm xúc.

을 : 동작이 직접적으로 영향을 미치는 대상을 나타내는 조사.
Không có từ tương ứng
Trợ từ (tiểu từ) thể hiện đối tượng mà động tác trực tiếp ảnh hưởng đến.

다 (phó từ) : 남거나 빠진 것이 없이 모두.
hết, tất cả
Mọi thứ không sót hay để lại gì cả.

외치다 (động từ) : 큰 소리를 지르다.
gào thét, hò hét, la lối, kêu ca
Kêu lớn giọng

-어 보다 : 앞의 말이 나타내는 행동을 시험 삼아 함을 나타내는 표현.
thử
Cấu trúc thể hiện việc lấy hành động mà từ ngữ phía trước thể hiện làm thí điểm.

-아 : (두루낮춤으로) 어떤 사실을 서술하거나 물음, 명령, 권유를 나타내는 종결 어미.
hả?, đi, ta hãy
(cách nói hạ thấp phổ biến) Vĩ tố kết thúc câu thể hiện sự tường thuật sự việc nào đó, nghi vấn, mệnh lệnh, đề nghị. <sự ra lệnh>

신비롭(신비로우)+ㄴ 사연, 감추+었던 비밀
신비로운

신비롭다 (Tính từ) : 보통의 생각으로는 이해할 수 없을 정도로 놀랍고 신기한 느낌이 있다.
thần bí
Có cảm giác ngạc nhiên và thần kì đến mức không thể hiểu được bằng suy nghĩ thông thường.

-ㄴ : 앞의 말이 관형어의 기능을 하게 만들고 현재의 상태를 나타내는 어미.
mà
Vĩ tố khiến cho từ ngữ phía trước có chức năng định ngữ và thể hiện sự kiện hay động tác được hoàn thành thì trạng thái đó vẫn đang được duy trì.

사연 (danh từ) : 일어난 일의 앞뒤 사정과 까닭.
Tình huống, hoàn cảnh
Nhận thức và sự tình trước sau của một sự việc đã xảy ra.

감추다 (động từ) : 어떤 사실이나 감정을 남이 모르도록 알리지 않고 비밀로 하다.
che đậy, che giấu
Không cho biết mà giữ bí mật sự việc hay tình cảm để người khác không biết.

-었던 : 과거의 사건이나 상태를 다시 떠올리거나 그 사건이나 상태가 완료되지 않고 중단되었다는 의미를 나타내는 표현.
đã, từng, vốn
Cấu trúc thể hiện nghĩa nhớ lại sự kiện hay trạng thái trong quá khứ hoặc sự kiện hay trạng thái đó không được hoàn thành và bị chấm dứt giữa chừng.

비밀 (danh từ) : 숨기고 있어 남이 모르는 일.
sự bí mật
Việc đang được giấu nên người khác không biết.

진실+을 전하+[여 주]+어.
   전해 줘

진실 (danh từ) : 순수하고 거짓이 없는 마음.
lòng chân thật
Tấm lòng thuần khiết và không dối trá.

을 : 동작이 직접적으로 영향을 미치는 대상을 나타내는 조사.
Không có từ tương ứng
Trợ từ (tiểu từ) thể hiện đối tượng mà động tác trực tiếp ảnh hưởng đến.

전하다 (động từ) : 어떤 소식, 생각 등을 상대에게 알리다.
truyền, đưa
Cho đối phương biết tin tức, suy nghĩ nào đó.

-여 주다 : 남을 위해 앞의 말이 나타내는 행동을 함을 나타내는 표현.
giúp, hộ, giùm
Cấu trúc thể hiện việc thực hiện hành động mà từ ngữ phía trước thể hiện vì người khác.

-어 : (두루낮춤으로) 어떤 사실을 서술하거나 물음, 명령, 권유를 나타내는 종결 어미.
hả?, đi, ta hãy
(cách nói hạ thấp phổ biến) Vĩ tố kết thúc câu thể hiện sự tường thuật sự việc nào đó, nghi vấn, mệnh lệnh, khuyên nhủ. <sự ra lệnh>

< 후렴(đoạn điệp khúc) >

아 야 어 여 오 요 우 유 으 이

가 나 다 라 마 바 사 아 자 차 카 타 파 하

이제+부터 들리+[어 주]+어 너+의 마음+을.
   들려 줘

이제 (danh từ) : 말하고 있는 바로 이때.
bây giờ
Ngay lúc đang nói.

부터 : 어떤 일의 시작이나 처음을 나타내는 조사.
từ
Trợ từ thể hiện sự bắt đầu hay khởi đầu của một việc nào đó.

들리다 (động từ) : 듣게 하다.
cho nghe, bắt nghe
Làm cho nghe.

-어 주다 : 남을 위해 앞의 말이 나타내는 행동을 함을 나타내는 표현.
giúp, hộ, giùm
Cấu trúc thể hiện việc thực hiện hành động mà từ ngữ phía trước thể hiện vì người khác.

-어 : (두루낮춤으로) 어떤 사실을 서술하거나 물음, 명령, 권유를 나타내는 종결 어미.
hả?, đi, ta hãy
(cách nói hạ thấp phổ biến) Vĩ tố kết thúc câu thể hiện sự tường thuật sự việc nào đó, nghi vấn, mệnh lệnh, khuyên nhủ. **<sự ra lệnh>**

너 (đại từ) : 듣는 사람이 친구나 아랫사람일 때, 그 사람을 가리키는 말.
bạn, cậu, mày
Từ chỉ người nghe khi người đó là bạn bè hay người dưới.

의 : 앞의 말이 뒤의 말에 대하여 소유, 소속, 소재, 관계, 기원, 주체의 관계를 가짐을 나타내는 조사.
của
Trợ từ thể hiện từ ngữ phía trước có quan hệ về sở hữu, nơi trực thuộc, chất liệu, quan hệ, nguồn gốc, chủ thể đối với từ ngữ phía sau.

마음 (danh từ) : 기분이나 느낌.
lòng, tâm trạng
Tâm trạng hay cảm xúc.

을 : 동작이 직접적으로 영향을 미치는 대상을 나타내는 조사.
Không có từ tương ứng
Trợ từ (tiểu từ) thể hiện đối tượng mà động tác trực tiếp ảnh hưởng đến.

지금+부터 전하+[여 주]+어 너+의 사랑+을.
전해 줘

지금 (danh từ) : 말을 하고 있는 바로 이때.
bây giờ
Chính lúc đang nói.

부터 : 어떤 일의 시작이나 처음을 나타내는 조사.
từ
Trợ từ thể hiện sự bắt đầu hay khởi đầu của một việc nào đó.

전하다 (động từ) : 어떤 소식, 생각 등을 상대에게 알리다.
truyền, đưa
Cho đối phương biết tin tức, suy nghĩ nào đó.

-여 주다 : 남을 위해 앞의 말이 나타내는 행동을 함을 나타내는 표현.
giúp, hộ, giùm
Cấu trúc thể hiện việc thực hiện hành động mà từ ngữ phía trước thể hiện vì người khác.

-어 : (두루낮춤으로) 어떤 사실을 서술하거나 물음, 명령, 권유를 나타내는 종결 어미.
hả?, đi, ta hãy
(cách nói hạ thấp phổ biến) Vĩ tố kết thúc câu thể hiện sự tường thuật sự việc nào đó, nghi vấn, mệnh lệnh, khuyên nhủ. **<sự ra lệnh>**

너 (đại từ) : 듣는 사람이 친구나 아랫사람일 때, 그 사람을 가리키는 말.
bạn, cậu, mày
Từ chỉ người nghe khi người đó là bạn bè hay người dưới.

의 : 앞의 말이 뒤의 말에 대하여 소유, 소속, 소재, 관계, 기원, 주체의 관계를 가짐을 나타내는 조사.
của
Trợ từ thể hiện từ ngữ phía trước có quan hệ về sở hữu, nơi trực thuộc, chất liệu, quan hệ, nguồn gốc, chủ thể đối với từ ngữ phía sau.

사랑 (danh từ) : 아끼고 소중히 여겨 정성을 다해 위하는 마음.
tình yêu thương
Tấm lòng yêu quý, trân trọng và hết sức chân thành.

을 : 동작이 직접적으로 영향을 미치는 대상을 나타내는 조사.
Không có từ tương ứng
Trợ từ (tiểu từ) thể hiện đối tượng mà động tác trực tiếp ảnh hưởng đến.

아 야 어 여 오 요 우 유 으 이

가 나 다 라 마 바 사 아 자 차 카 타 파 하

모음 스물하나+에 자음 열아홉+을 더하+여
더해

모음 (danh từ) : 사람이 목청을 울려 내는 소리로, 공기의 흐름이 방해를 받지 않고 나는 소리.
nguyên âm
Âm thanh do dây thanh âm rung lên rồi bật ra, không bị cản trở bởi luồng không khí.

스물하나 : 21

에 : 앞말에 무엇이 더해짐을 나타내는 조사.
vào, vô
Trợ từ (tiểu từ) thể hiện cái gì đó được thêm vào từ ngữ phía trước.

자음 (danh từ) : 목, 입, 혀 등의 발음 기관에 의해 장애를 받으며 나는 소리.
phụ âm
Âm của luồng hơi phát ra gặp phải sự cản trở của các cơ quan phát âm như cổ họng, môi, lưỡi v.v...

열아홉 : 19

을 : 동작 대상의 수량이나 동작의 순서를 나타내는 조사.
Không có từ tương ứng
Trợ từ thể hiện số lượng của đối tượng động tác hoặc thứ tự của động tác.

더하다 (động từ) : 보태어 늘리거나 많게 하다.
cộng
Bổ sung làm nhiều hoặc tăng lên.

-여 : 앞의 말이 뒤의 말보다 먼저 일어났거나 뒤의 말에 대한 방법이나 수단이 됨을 나타내는 연결 어미.
rồi
Vĩ tố liên kết thể hiện vế trước xảy ra trước vế sau hoặc trở thành phương pháp hay phương tiện đối với vế sau.

마흔 가지 소리+로 세상+을 느끼+[어 보]+아.
느껴 봐

마흔 (định từ) : 열의 네 배가 되는 수의.
bốn mươi
Thuộc về con số gấp bốn lần của mười.

가지 (danh từ) : 사물의 종류를 헤아리는 말.
thứ, kiểu
Từ đếm loại sự vật.

소리 (danh từ) : 물체가 진동하여 생긴 음파가 귀에 들리는 것.
tiếng, âm thanh
Việc sóng âm do vật thể rung gây ra lọt vào tai.

로 : 어떤 일의 수단이나 도구를 나타내는 조사.
bằng
Trợ từ thể hiện phương tiện hay công cụ của việc nào đó.

세상 (danh từ) : 지구 위 전체.
thế gian
Toàn bộ trên trái đất.

을 : 동작이 직접적으로 영향을 미치는 대상을 나타내는 조사.
Không có từ tương ứng
Trợ từ (tiểu từ) thể hiện đối tượng mà động tác trực tiếp ảnh hưởng đến.

느끼다 (động từ) : 특정한 대상이나 상황을 어떻다고 생각하거나 인식하다.
nhận thức
Nhận thức hay suy nghĩ một tình huống hay đối tượng nhất định như thế nào đó.

-어 보다 : 앞의 말이 나타내는 행동을 시험 삼아 함을 나타내는 표현.
thử
Cấu trúc thể hiện việc lấy hành động mà từ ngữ phía trước thể hiện làm thí điểm.

-아 : (두루낮춤으로) 어떤 사실을 서술하거나 물음, 명령, 권유를 나타내는 종결 어미.
hả?, đi, ta hãy
(cách nói hạ thấp phổ biến) Vĩ tố kết thúc câu thể hiện sự tường thuật sự việc nào đó, nghi vấn, mệnh lệnh, đề nghị. <sự ra lệnh>

< 후렴(đoạn điệp khúc) >

들리+[어 주]+어요.
들려 줘요

들리다 (동사) : 듣게 하다.
cho nghe, bắt nghe
Làm cho nghe.

-어 주다 : 남을 위해 앞의 말이 나타내는 행동을 함을 나타내는 표현.
giúp, hộ, giùm
Cấu trúc thể hiện việc thực hiện hành động mà từ ngữ phía trước thể hiện vì người khác.

-어요 : (두루높임으로) 어떤 사실을 서술하거나 질문, 명령, 권유함을 나타내는 종결 어미.
không?, hãy, hãy cùng
(cách nói kính trọng phổ biến) Vĩ tố kết thúc câu thể hiện sự tường thuật sự việc nào đó hay nghi vấn, mệnh lệnh, đề nghị. <sự ra lệnh>

이 소리 들리+나요?

이 (정사) : 말하는 사람에게 가까이 있거나 말하는 사람이 생각하고 있는 대상을 가리키는 말.
này
Từ dùng khi chỉ đối tượng ở gần người nói hoặc đối tượng người nói đang nghĩ đến.

소리 (명사) : 물체가 진동하여 생긴 음파가 귀에 들리는 것.
tiếng, âm thanh
Việc sóng âm do vật thể rung gây ra lọt vào tai.

들리다 (동사) : 소리가 귀를 통해 알아차려지다.
được nghe, bị nghe
Âm thanh được nhận biết qua tai.

-나요 : (두루높임으로) 앞의 내용에 대해 상대방에게 물어볼 때 쓰는 표현.
à
(cách nói kính trọng phổ biến) Cấu trúc dùng khi hỏi đối phương về nội dung ở trước.

달콤하+게, 부드럽+게 우리 모두 말하+[여 보]+아요.
말해 봐요

달콤하다 (Tính từ) : 느낌이 좋고 기분이 좋다.
dịu ngọt, ngọt ngào
Mang lại cảm giác và trạng thái thích thú, dễ chịu.

-게 : 앞의 말이 뒤에서 가리키는 일의 목적이나 결과, 방식, 정도 등이 됨을 나타내는 연결 어미.
để, nhằm
Vĩ tố liên kết thể hiện vế trước trở thành mục đích hay kết quả, phương thức, mức độ của sự việc chỉ ra ở sau. <phương thức>

부드럽다 (Tính từ) : 성격이나 마음씨, 태도 등이 다정하고 따뜻하다.
mềm mỏng
Tính cách, tấm lòng hay thái độ… tình cảm và nồng hậu.

-게 : 앞의 말이 뒤에서 가리키는 일의 목적이나 결과, 방식, 정도 등이 됨을 나타내는 연결 어미.
để, nhằm
Vĩ tố liên kết thể hiện vế trước trở thành mục đích hay kết quả, phương thức, mức độ của sự việc chỉ ra ở sau. <phương thức>

우리 (đại từ) : 말하는 사람이 자기와 듣는 사람 또는 이를 포함한 여러 사람들을 가리키는 말.
chúng ta
Từ chỉ nhiều người bao gồm cả người nói và người nghe.

모두 (phó từ) : 빠짐없이 다.
mọi
Tất cả mà không bỏ sót .

말하다 (động từ) : 어떤 사실이나 자신의 생각 또는 느낌을 말로 나타내다.
nói
Thể hiện bằng lời sự việc nào đó hay suy nghĩ cũng như cảm nhận của bản thân.

-여 보다 : 앞의 말이 나타내는 행동을 시험 삼아 함을 나타내는 표현.
thử
Cấu trúc thể hiện việc lấy hành động mà từ ngữ phía trước thể hiện làm thí điểm.

-아요 : (두루높임으로) 어떤 사실을 서술하거나 질문, 명령, 권유함을 나타내는 종결 어미.
không?, hãy, hãy cùng
(cách nói kính trọng phổ biến) Vĩ tố kết thúc câu thể hiện sự tường thuật sự việc nào đó hoặc nghi vấn, mệnh lệnh, khuyến nghị. <sự ra lệnh>

아 야 어 여 오 요 우 유 으 이

가 나 다 라 마 바 사 아 자 차 카 타 파 하

이제+부터 들리+[어 주]+어 너+의 마음+을.
들려 줘

이제 (danh từ) : 말하고 있는 바로 이때.
bây giờ
Ngay lúc đang nói.

부터 : 어떤 일의 시작이나 처음을 나타내는 조사.
từ
Trợ từ thể hiện sự bắt đầu hay khởi đầu của một việc nào đó.

들리다 (động từ) : 듣게 하다.
cho nghe, bắt nghe
Làm cho nghe.

-어 주다 : 남을 위해 앞의 말이 나타내는 행동을 함을 나타내는 표현.
giúp, hộ, giùm
Cấu trúc thể hiện việc thực hiện hành động mà từ ngữ phía trước thể hiện vì người khác.

-어 : (두루낮춤으로) 어떤 사실을 서술하거나 물음, 명령, 권유를 나타내는 종결 어미.
hả?, đi, ta hãy
(cách nói hạ thấp phổ biến) Vĩ tố kết thúc câu thể hiện sự tường thuật sự việc nào đó, nghi vấn, mệnh lệnh, khuyên nhủ. **<sự ra lệnh>**

너 (đại từ) : 듣는 사람이 친구나 아랫사람일 때, 그 사람을 가리키는 말.
bạn, cậu, mày
Từ chỉ người nghe khi người đó là bạn bè hay người dưới.

의 : 앞의 말이 뒤의 말에 대하여 소유, 소속, 소재, 관계, 기원, 주체의 관계를 가짐을 나타내는 조사.
của
Trợ từ thể hiện từ ngữ phía trước có quan hệ về sở hữu, nơi trực thuộc, chất liệu, quan hệ, nguồn gốc, chủ thể đối với từ ngữ phía sau.

마음 (danh từ) : 기분이나 느낌.
lòng, tâm trạng
Tâm trạng hay cảm xúc.

을 : 동작이 직접적으로 영향을 미치는 대상을 나타내는 조사.
Không có từ tương ứng
Trợ từ (tiểu từ) thể hiện đối tượng mà động tác trực tiếp ảnh hưởng đến.

지금+부터 전하+[여 주]+어 너+의 사랑+을.
전해 줘

지금 (danh từ) : 말을 하고 있는 바로 이때.
bây giờ
Chính lúc đang nói.

부터 : 어떤 일의 시작이나 처음을 나타내는 조사.
từ
Trợ từ thể hiện sự bắt đầu hay khởi đầu của một việc nào đó.

전하다 (động từ) : 어떤 소식, 생각 등을 상대에게 알리다.
truyền, đưa
Cho đối phương biết tin tức, suy nghĩ nào đó.

-여 주다 : 남을 위해 앞의 말이 나타내는 행동을 함을 나타내는 표현.
giúp, hộ, giùm
Cấu trúc thể hiện việc thực hiện hành động mà từ ngữ phía trước thể hiện vì người khác.

-어 : (두루낮춤으로) 어떤 사실을 서술하거나 물음, 명령, 권유를 나타내는 종결 어미.
hả?, đi, ta hãy
(cách nói hạ thấp phổ biến) Vĩ tố kết thúc câu thể hiện sự tường thuật sự việc nào đó, nghi vấn, mệnh lệnh, khuyên nhủ. **<sự ra lệnh>**

너 (đại từ) : 듣는 사람이 친구나 아랫사람일 때, 그 사람을 가리키는 말.
bạn, cậu, mày
Từ chỉ người nghe khi người đó là bạn bè hay người dưới.

의 : 앞의 말이 뒤의 말에 대하여 소유, 소속, 소재, 관계, 기원, 주체의 관계를 가짐을 나타내는 조사.
của
Trợ từ thể hiện từ ngữ phía trước có quan hệ về sở hữu, nơi trực thuộc, chất liệu, quan hệ, nguồn gốc, chủ thể đối với từ ngữ phía sau.

사랑 (danh từ) : 아끼고 소중히 여겨 정성을 다해 위하는 마음.
tình yêu thương
Tấm lòng yêu quý, trân trọng và hết sức chân thành.

을 : 동작이 직접적으로 영향을 미치는 대상을 나타내는 조사.
Không có từ tương ứng
Trợ từ (tiểu từ) thể hiện đối tượng mà động tác trực tiếp ảnh hưởng đến.

아 야 어 여 오 요 우 유 으 이

가 나 다 라 마 바 사 아 자 차 카 타 파 하

모음 스물하나+에 자음 열아홉+을 <u>더하+여</u>
더해

모음 (danh từ) : 사람이 목청을 울려 내는 소리로, 공기의 흐름이 방해를 받지 않고 나는 소리.
nguyên âm
Âm thanh do dây thanh âm rung lên rồi bật ra, không bị cản trở bởi luồng không khí.

스물하나 : 21

에 : 앞말에 무엇이 더해짐을 나타내는 조사.
vào, vô
Trợ từ (tiểu từ) thể hiện cái gì đó được thêm vào từ ngữ phía trước.

자음 (danh từ) : 목, 입, 혀 등의 발음 기관에 의해 장애를 받으며 나는 소리.
phụ âm
Âm của luồng hơi phát ra gặp phải sự cản trở của các cơ quan phát âm như cổ họng, môi, lưỡi v.v...

열아홉 : 19

을 : 동작 대상의 수량이나 동작의 순서를 나타내는 조사.
Không có từ tương ứng
Trợ từ thể hiện số lượng của đối tượng động tác hoặc thứ tự của động tác.

더하다 (động từ) : 보태어 늘리거나 많게 하다.
cộng
Bổ sung làm nhiều hoặc tăng lên.

-여 : 앞의 말이 뒤의 말보다 먼저 일어났거나 뒤의 말에 대한 방법이나 수단이 됨을 나타내는 연결 어미.
rồi
Vĩ tố liên kết thể hiện vế trước xảy ra trước vế sau hoặc trở thành phương pháp hay phương tiện đối với vế sau.

마흔 가지 소리+로 세상+을 <u>느끼+[어 보]+아</u>.
느껴 봐

마흔 (định từ) : 열의 네 배가 되는 수의.
bốn mươi
Thuộc về con số gấp bốn lần của mười.

가지 (danh từ) : 사물의 종류를 헤아리는 말.
thứ, kiểu
Từ đếm loại sự vật.

소리 (danh từ) : 물체가 진동하여 생긴 음파가 귀에 들리는 것.
tiếng, âm thanh
Việc sóng âm do vật thể rung gây ra lọt vào tai.

로 : 어떤 일의 수단이나 도구를 나타내는 조사.
bằng
Trợ từ thể hiện phương tiện hay công cụ của việc nào đó.

세상 (danh từ) : 지구 위 전체.
thế gian
Toàn bộ trên trái đất.

을 : 동작이 직접적으로 영향을 미치는 대상을 나타내는 조사.
Không có từ tương ứng
Trợ từ (tiểu từ) thể hiện đối tượng mà động tác trực tiếp ảnh hưởng đến.

느끼다 (động từ) : 특정한 대상이나 상황을 어떻다고 생각하거나 인식하다.
nhận thức
Nhận thức hay suy nghĩ một tình huống hay đối tượng nhất định như thế nào đó.

-어 보다 : 앞의 말이 나타내는 행동을 시험 삼아 함을 나타내는 표현.
thử
Cấu trúc thể hiện việc lấy hành động mà từ ngữ phía trước thể hiện làm thí điểm.

-아 : (두루낮춤으로) 어떤 사실을 서술하거나 물음, 명령, 권유를 나타내는 종결 어미.
hả?, đi, ta hãy
(cách nói hạ thấp phổ biến) Vĩ tố kết thúc câu thể hiện sự tường thuật sự việc nào đó, nghi vấn, mệnh lệnh, đề nghị. **<sự ra lệnh>**

< 2 >

과일송

과일(trái cây) 송(bài hát)

[발음(sự phát âm)]

< 1 절(lời) >

맛있는 과일 과일 과일
마신는 과일 과일 과일
masinneun gwail gwail gwail

아삭아삭 과일 과일
아삭아삭 과일 과일
asagasak gwail gwail

먹고 싶어 과일 과일
먹꼬 시퍼 과일 과일
meokgo sipeo gwail gwail

빨간색 딸기 사과 앵두
빨간색 딸기 사과 앵두
ppalgansaek ttalgi sagwa aengdu

노란색 참외 레몬 망고
노란색 참외 레몬 망고
noransaek chamoe remon manggo

초록색 수박 매실 멜론
초록쌕 수박 매실 멜론
choroksaek subak maesil mellon

보라색 포도 자두 오디
보라색 포도 자두 오디
borasaek podo jadu odi

맛이 어때요?
마시 어때요?
masi eottaeyo?

달아요 달아요 달아요
다라요 다라요 다라요
darayo darayo darayo

맛이 어때요?
마시 어때요?
masi eottaeyo?

달콤해 달콤해 달콤해
달콤해 달콤해 달콤해
dalkomhae dalkomhae dalkomhae

어때요? 어때요?
어때요? 어때요?
eottaeyo? eottaeyo?

달아요 셔요 달콤해 새콤해
다라요 셔요 달콤해 새콤해
darayo syeoyo dalkomhae saekomhae

< 2 절(lời) >

맛있는 과일 과일 과일
마신는 과일 과일 과일
masinneun gwail gwail gwail

아삭아삭 과일 과일
아삭아삭 과일 과일
asagasak gwail gwail

먹고 싶어 과일 과일
먹꼬 시퍼 과일 과일
meokgo sipeo gwail gwail

빨간색 딸기 사과 앵두
빨간색 딸기 사과 앵두
ppalgansaek ttalgi sagwa aengdu

노란색 참외 레몬 망고
노란색 참외 레몬 망고
noransaek chamoe remon manggo

초록색 수박 매실 멜론
초록쌕 수박 매실 멜론
choroksaek subak maesil mellon

보라색 포도 자두 오디
보라색 포도 자두 오디
borasaek podo jadu odi

맛이 어때요?
마시 어때요?
masi eottaeyo?

셔요 셔요 셔요
셔요 셔요 셔요
syeoyo syeoyo syeoyo

맛이 어때요?
마시 어때요?
masi eottaeyo?

새콤해 새콤해 새콤해
새콤해 새콤해 새콤해
saekomhae saekomhae saekomhae

어때요? 어때요?
어때요? 어때요?
eottaeyo? eottaeyo?

달아요 셔요 달콤해 새콤해
다라요 셔요 달콤해 새콤해
darayo syeoyo dalkomhae saekomhae

맛있는 과일 과일 과일
마신는 과일 과일 과일
masinneun gwail gwail gwail

아삭아삭 과일 과일
아삭아삭 과일 과일
asagasak gwail gwail

먹고 싶어 과일 과일
먹꼬 시퍼 과일 과일
meokgo sipeo gwail gwail

맛있는 과일 과일 과일
마신는 과일 과일 과일
masinneun gwail gwail gwail

아삭아삭 과일 과일
아삭아삭 과일 과일
asagasak gwail gwail

먹고 싶어 과일 과일
먹꼬 시퍼 과일 과일
meokgo sipeo gwail gwail

먹고 싶어 과일 과일
먹꼬 시퍼 과일 과일
meokgo sipeo gwail gwail

< 1 절(lời) >

맛있+는 과일 과일 과일.

맛있다 (Tính từ) : 맛이 좋다.
ngon, có vị
Vị ngon.

-는 : 앞의 말이 관형어의 기능을 하게 만들고 사건이나 동작이 현재 일어남을 나타내는 어미.
mà
Vĩ tố làm cho từ ngữ phía trước có chức năng định ngữ và thể hiện sự kiện hay động tác xảy ra ở hiện tại.

과일 (danh từ) : 사과, 배, 포도, 밤 등과 같이 나뭇가지나 줄기에 열리는 먹을 수 있는 열매.
trái cây, hoa quả
Trái có thể ăn, mọc trên cây hoặc cành cây như táo, lê, nho, hồng v.v...

아삭아삭 과일 과일.

아삭아삭 (phó từ) : 연하고 싱싱한 과일이나 채소를 베어 물 때 나는 소리.
rau ráu
Âm thanh phát ra khi cắn rồi nhai hoa quả hay rau củ mềm và tươi.

과일 (danh từ) : 사과, 배, 포도, 밤 등과 같이 나뭇가지나 줄기에 열리는 먹을 수 있는 열매.
trái cây, hoa quả
Trái có thể ăn, mọc trên cây hoặc cành cây như táo, lê, nho, hồng v.v...

먹+[고 싶]+어, 과일 과일.

먹다 (động từ) : 음식 등을 입을 통하여 배 속에 들여보내다.
ăn
Cho thức ăn… vào trong bụng qua đường miệng.

-고 싶다 : 앞의 말이 나타내는 행동을 하기를 원함을 나타내는 표현.
muốn
Cấu trúc thể hiện muốn thực hiện hành động mà từ ngữ phía trước thể hiện.

-어 : (두루낮춤으로) 어떤 사실을 서술하거나 물음, 명령, 권유를 나타내는 종결 어미.
hả?, đi, ta hãy
(cách nói hạ thấp phổ biến) Vĩ tố kết thúc câu thể hiện sự tường thuật sự việc nào đó, nghi vấn, mệnh lệnh, khuyên nhủ. **<sự tường thuật>**

과일 (danh từ) : 사과, 배, 포도, 밤 등과 같이 나뭇가지나 줄기에 열리는 먹을 수 있는 열매.
trái cây, hoa quả
Trái có thể ăn, mọc trên cây hoặc cành cây như táo, lê, nho, hồng v.v...

빨간색 딸기 사과 앵두.

빨간색 (danh từ) : 흐르는 피나 잘 익은 사과, 고추처럼 붉은 색.
màu đỏ
Màu đỏ giống như máu chảy hay quả táo, quả ớt chín mọng.

딸기 (danh từ) : 줄기가 땅 위로 뻗으며, 겉에 씨가 박혀 있는 빨간 열매가 열리는 여러해살이풀. 또는 그 열매.
dâu tây
Loài cây lâu năm ra quả màu đỏ có hạt bám ở bên ngoài, dây bò vươn trên mặt đất. Hoặc quả đó.

사과 (danh từ) : 모양이 둥글고 붉으며 새콤하고 단맛이 나는 과일.
táo
Quả có dạng tròn và màu đỏ, có vị chua chua và ngọt.

앵두 (danh từ) : 모양이 작고 둥글며 달콤하면서 신맛을 지닌 붉은색 과일.
quả anh đào núi
Quả màu đỏ, hình dạng nhỏ, tròn và có vị chua ngọt.

노란색 참외 레몬 망고.

노란색 (danh từ) : 병아리나 바나나와 같은 색.
màu vàng
Màu như màu của vỏ quả chuối chín hay lông gà con.

참외 (danh từ) : 색이 노랗고 단맛이 나며 주로 여름에 먹는 열매.
dưa lê
Trái có màu vàng và vị ngọt, chủ yếu ăn vào mùa hè.

레몬 (danh từ) : 신맛이 강하고 새콤한 향기가 나는 타원형의 노란색 열매.
trái chanh, quả chanh
Trái cây màu vàng hình tròn trái xoan có hương chua và vị chua mạnh.

망고 (danh từ) : 타원형에 과육이 노랗고 부드러우며 단맛이 나는 열대 과일.
quả xoài
Trái cây vùng nhiệt đới hình ôvan có vị ngọt, thịt quả mềm và màu vàng.

초록색 수박 매실 멜론.

초록색 (danh từ) : 파랑과 노랑의 중간인, 짙은 풀과 같은 색.
màu xanh lục, màu xanh lá cây
Màu sắc trung gian giữa màu vàng và màu xanh da trời.

수박 (danh từ) : 둥글고 크며 초록 빛깔에 검푸른 줄무늬가 있으며 속이 붉고 수분이 많은 과일.
dưa hấu
Trái cây tròn và to, có sọc xanh đậm trên màu xanh lục, ruột đỏ và nhiều nước.

매실 (danh từ) : 달고 신맛이 나며 술이나 음료 등을 만들어 먹는 초록색의 둥근 열매.
quả mơ xanh
Quả tròn màu xanh có vị chua và ngọt để làm đồ uống hoặc rượu.

멜론 (danh từ) : 동그랗고 보통 녹색이며 겉에 그물 모양의 무늬가 있는, 향기가 좋고 단맛이 나는 과일.
quả dưa lưới
Trái cây tròn và thường có màu xanh lục, ở bên ngoài có vân hình lưới, hương thơm và có vị ngọt.

보라색 포도 자두 오디.

보라색 (danh từ) : 파랑과 빨강을 섞은 색.
màu tím
Màu trộn lẫn giữa màu xanh và màu đỏ.

포도 (danh từ) : 달면서도 약간 신맛이 나는 작은 열매가 뭉쳐서 송이를 이루는 보라색 과일.
quả nho, trái nho
Quả vừa ngọt vừa hơi chua, quả nhỏ chụm lại tạo thành chùm màu tím.

자두 (danh từ) : 살구보다 조금 크고 새콤하고 달콤한 맛이 나는 붉은색 과일.
quả mận
Trái cây có màu đỏ thẫm vị chua chua ngọt ngọt, to hơn quả mơ một chút.

오디 (danh từ) : 뽕나무의 열매.
quả dâu tằm
Quả của cây dâu tằm.

맛+이 어떻+어요?
어때요

맛 (danh từ) : 음식 등을 혀에 댈 때 느껴지는 감각.
vị
Cảm giác nhận thấy khi chạm thức ăn... vào lưỡi.

이 : 어떤 상태나 상황의 대상이나 동작의 주체를 나타내는 조사.
Không có từ tương ứng
Trợ từ (tiểu từ) thể hiện chủ thể của động tác hoặc đối tượng của trạng thái hay tình huống nào đó.

어떻다 (Tính từ) : 생각, 느낌, 상태, 형편 등이 어찌 되어 있다.
như thế nào
Suy nghĩ, cảm giác, trạng thái, tình hình··· đang trở nên thế nào đó.

-어요 : (두루높임으로) 어떤 사실을 서술하거나 질문, 명령, 권유함을 나타내는 종결 어미.
không?, hãy, hãy cùng
(cách nói kính trọng phổ biến) Vĩ tố kết thúc câu thể hiện sự tường thuật sự việc nào đó hay nghi vấn, mệnh lệnh, đề nghị. <việc hỏi>

달+아요. 달+아요. 달+아요.

달다 (Tính từ) : 꿀이나 설탕의 맛과 같다.
ngọt
Giống như vị của mật ong hay đường.

-아요 : (두루높임으로) 어떤 사실을 서술하거나 질문, 명령, 권유함을 나타내는 종결 어미.
không?, hãy, hãy cùng
(cách nói kính trọng phổ biến) Vĩ tố kết thúc câu thể hiện sự tường thuật sự việc nào đó hoặc nghi vấn, mệnh lệnh, khuyến nghị. <sự tường thuật>

맛+이 어떻+어요?
어때요

맛 (danh từ) : 음식 등을 혀에 댈 때 느껴지는 감각.
vị
Cảm giác nhận thấy khi chạm thức ăn... vào lưỡi.

이 : 어떤 상태나 상황의 대상이나 동작의 주체를 나타내는 조사.
Không có từ tương ứng
Trợ từ (tiểu từ) thể hiện chủ thể của động tác hoặc đối tượng của trạng thái hay tình huống nào đó.

어떻다 (Tính từ) : 생각, 느낌, 상태, 형편 등이 어찌 되어 있다.
như thế nào
Suy nghĩ, cảm giác, trạng thái, tình hình··· đang trở nên thế nào đó.

-어요 : (두루높임으로) 어떤 사실을 서술하거나 질문, 명령, 권유함을 나타내는 종결 어미.
không?, hãy, hãy cùng
(cách nói kính trọng phổ biến) Vĩ tố kết thúc câu thể hiện sự tường thuật sự việc nào đó hay nghi vấn, mệnh lệnh, đề nghị. <việc hỏi>

달콤하+여. 달콤하+여. 달콤하+여.
달콤해   달콤해   달콤해

달콤하다 (Tính từ) : 맛이나 냄새가 기분 좋게 달다.
ngọt ngào, ngọt
Mùi hay vị ngọt một cách dễ chịu.

-여 : (두루낮춤으로) 어떤 사실을 서술하거나 물음, 명령, 권유를 나타내는 종결 어미.
hả?, đi, ta hãy
(cách nói hạ thấp phổ biến) Vĩ tố kết thúc câu thể hiện sự tường thuật sự việc nào đó, nghi vấn, mệnh lệnh, đề nghị. <sự tường thuật>

어떻+어요? 어떻+어요?
어때요   어때요

어떻다 (Tính từ) : 생각, 느낌, 상태, 형편 등이 어찌 되어 있다.
như thế nào
Suy nghĩ, cảm giác, trạng thái, tình hình··· đang trở nên thế nào đó.

-어요 : (두루높임으로) 어떤 사실을 서술하거나 질문, 명령, 권유함을 나타내는 종결 어미.
không?, hãy, hãy cùng
(cách nói kính trọng phổ biến) Vĩ tố kết thúc câu thể hiện sự tường thuật sự việc nào đó hay nghi vấn, mệnh lệnh, đề nghị. **<việc hỏi>**

달+아요. 시+어요. 달콤하+여. 새콤하+여.
셔요   달콤해   새콤해

달다 (Tính từ) : 꿀이나 설탕의 맛과 같다.
ngọt
Giống như vị của mật ong hay đường.

-아요 : (두루높임으로) 어떤 사실을 서술하거나 질문, 명령, 권유함을 나타내는 종결 어미.
không?, hãy, hãy cùng
(cách nói kính trọng phổ biến) Vĩ tố kết thúc câu thể hiện sự tường thuật sự việc nào đó hoặc nghi vấn, mệnh lệnh, khuyến nghị. **<sự tường thuật>**

시다 (Tính từ) : 맛이 식초와 같다.
chua
Vị giống như giấm.

-어요 : (두루높임으로) 어떤 사실을 서술하거나 질문, 명령, 권유함을 나타내는 종결 어미.
không?, hãy, hãy cùng
(cách nói kính trọng phổ biến) Vĩ tố kết thúc câu thể hiện sự tường thuật sự việc nào đó hay nghi vấn, mệnh lệnh, đề nghị. **<sự tường thuật>**

달콤하다 (Tính từ) : 맛이나 냄새가 기분 좋게 달다.
ngọt ngào, ngọt
Mùi hay vị ngọt một cách dễ chịu.

-여 : (두루낮춤으로) 어떤 사실을 서술하거나 물음, 명령, 권유를 나타내는 종결 어미.
hả?, đi, ta hãy
(cách nói hạ thấp phổ biến) Vĩ tố kết thúc câu thể hiện sự tường thuật sự việc nào đó, nghi vấn, mệnh lệnh, đề nghị. **<sự tường thuật>**

새콤하다 (Tính từ) : 맛이 조금 시면서 상큼하다.
chua chua, chua rôn rốt
Vị hơi chua và dễ chịu.

-여 : (두루낮춤으로) 어떤 사실을 서술하거나 물음, 명령, 권유를 나타내는 종결 어미.
hả?, đi, ta hãy
(cách nói hạ thấp phổ biến) Vĩ tố kết thúc câu thể hiện sự tường thuật sự việc nào đó, nghi vấn, mệnh lệnh, đề nghị. **<sự tường thuật>**

< 2 절(lời) >

맛있+는 과일 과일 과일.

맛있다 (Tính từ) : 맛이 좋다.
ngon, có vị
Vị ngon.

-는 : 앞의 말이 관형어의 기능을 하게 만들고 사건이나 동작이 현재 일어남을 나타내는 어미.
mà
Vĩ tố làm cho từ ngữ phía trước có chức năng định ngữ và thể hiện sự kiện hay động tác xảy ra ở hiện tại.

과일 (danh từ) : 사과, 배, 포도, 밤 등과 같이 나뭇가지나 줄기에 열리는 먹을 수 있는 열매.
trái cây, hoa quả
Trái có thể ăn, mọc trên cây hoặc cành cây như táo, lê, nho, hồng v.v...

아삭아삭 과일 과일.

아삭아삭 (phó từ) : 연하고 싱싱한 과일이나 채소를 베어 물 때 나는 소리.
rau ráu
Âm thanh phát ra khi cắn rồi nhai hoa quả hay rau củ mềm và tươi.

과일 (danh từ) : 사과, 배, 포도, 밤 등과 같이 나뭇가지나 줄기에 열리는 먹을 수 있는 열매.
trái cây, hoa quả
Trái có thể ăn, mọc trên cây hoặc cành cây như táo, lê, nho, hồng v.v...

먹+[고 싶]+어, 과일 과일.

먹다 (động từ) : 음식 등을 입을 통하여 배 속에 들여보내다.
ăn
Cho thức ăn… vào trong bụng qua đường miệng.

-고 싶다 : 앞의 말이 나타내는 행동을 하기를 원함을 나타내는 표현.
muốn
Cấu trúc thể hiện muốn thực hiện hành động mà từ ngữ phía trước thể hiện.

-어 : (두루낮춤으로) 어떤 사실을 서술하거나 물음, 명령, 권유를 나타내는 종결 어미.

hả?, đi, ta hãy

(cách nói hạ thấp phổ biến) Vĩ tố kết thúc câu thể hiện sự tường thuật sự việc nào đó, nghi vấn, mệnh lệnh, khuyên nhủ. **<sự tường thuật>**

과일 (danh từ) : 사과, 배, 포도, 밤 등과 같이 나뭇가지나 줄기에 열리는 먹을 수 있는 열매.

trái cây, hoa quả

Trái có thể ăn, mọc trên cây hoặc cành cây như táo, lê, nho, hồng v.v...

빨간색 딸기 사과 앵두.

빨간색 (danh từ) : 흐르는 피나 잘 익은 사과, 고추처럼 붉은 색.

màu đỏ

Màu đỏ giống như máu chảy hay quả táo, quả ớt chín mọng.

딸기 (danh từ) : 줄기가 땅 위로 뻗으며, 겉에 씨가 박혀 있는 빨간 열매가 열리는 여러해살이풀. 또는 그 열매.

dâu tây

Loài cây lâu năm ra quả màu đỏ có hạt bám ở bên ngoài, dây bò vươn trên mặt đất. Hoặc quả đó.

사과 (danh từ) : 모양이 둥글고 붉으며 새콤하고 단맛이 나는 과일.

táo

Quả có dạng tròn và màu đỏ, có vị chua chua và ngọt.

앵두 (danh từ) : 모양이 작고 둥글며 달콤하면서 신맛을 지닌 붉은색 과일.

quả anh đào núi

Quả màu đỏ, hình dạng nhỏ, tròn và có vị chua ngọt.

노란색 참외 레몬 망고.

노란색 (danh từ) : 병아리나 바나나와 같은 색.

màu vàng

Màu như màu của vỏ quả chuối chín hay lông gà con.

참외 (danh từ) : 색이 노랗고 단맛이 나며 주로 여름에 먹는 열매.

dưa lê

Trái có màu vàng và vị ngọt, chủ yếu ăn vào mùa hè.

레몬 (danh từ) : 신맛이 강하고 새콤한 향기가 나는 타원형의 노란색 열매.
trái chanh, quả chanh
Trái cây màu vàng hình tròn trái xoan có hương chua và vị chua mạnh.

망고 (danh từ) : 타원형에 과육이 노랗고 부드러우며 단맛이 나는 열대 과일.
quả xoài
Trái cây vùng nhiệt đới hình ôvan có vị ngọt, thịt quả mềm và màu vàng.

초록색 수박 매실 멜론.

초록색 (danh từ) : 파랑과 노랑의 중간인, 짙은 풀과 같은 색.
màu xanh lục, màu xanh lá cây
Màu sắc trung gian giữa màu vàng và màu xanh da trời.

수박 (danh từ) : 둥글고 크며 초록 빛깔에 검푸른 줄무늬가 있으며 속이 붉고 수분이 많은 과일.
dưa hấu
Trái cây tròn và to, có sọc xanh đậm trên màu xanh lục, ruột đỏ và nhiều nước.

매실 (danh từ) : 달고 신맛이 나며 술이나 음료 등을 만들어 먹는 초록색의 둥근 열매.
quả mơ xanh
Quả tròn màu xanh có vị chua và ngọt để làm đồ uống hoặc rượu.

멜론 (danh từ) : 동그랗고 보통 녹색이며 겉에 그물 모양의 무늬가 있는, 향기가 좋고 단맛이 나는 과일.
quả dưa lưới
Trái cây tròn và thường có màu xanh lục, ở bên ngoài có vân hình lưới, hương thơm và có vị ngọt.

보라색 포도 자두 오디.

보라색 (danh từ) : 파랑과 빨강을 섞은 색.
màu tím
Màu trộn lẫn giữa màu xanh và màu đỏ.

포도 (danh từ) : 달면서도 약간 신맛이 나는 작은 열매가 뭉쳐서 송이를 이루는 보라색 과일.
quả nho, trái nho
Quả vừa ngọt vừa hơi chua, quả nhỏ chụm lại tạo thành chùm màu tím.

자두 (danh từ) : 살구보다 조금 크고 새콤하고 달콤한 맛이 나는 붉은색 과일.
quả mận
Trái cây có màu đỏ thẫm vị chua chua ngọt ngọt, to hơn quả mơ một chút.

오디 (danh từ) : 뽕나무의 열매.
quả dâu tằm
Quả của cây dâu tằm.

맛+이 어떻+어요?
어때요

맛 (danh từ) : 음식 등을 혀에 댈 때 느껴지는 감각.
vị
Cảm giác nhận thấy khi chạm thức ăn... vào lưỡi.

이 : 어떤 상태나 상황의 대상이나 동작의 주체를 나타내는 조사.
Không có từ tương ứng
Trợ từ (tiểu từ) thể hiện chủ thể của động tác hoặc đối tượng của trạng thái hay tình huống nào đó.

어떻다 (Tính từ) : 생각, 느낌, 상태, 형편 등이 어찌 되어 있다.
như thế nào
Suy nghĩ, cảm giác, trạng thái, tình hình… đang trở nên thế nào đó.

-어요 : (두루높임으로) 어떤 사실을 서술하거나 질문, 명령, 권유함을 나타내는 종결 어미.
không?, hãy, hãy cùng
(cách nói kính trọng phổ biến) Vĩ tố kết thúc câu thể hiện sự tường thuật sự việc nào đó hay nghi vấn, mệnh lệnh, đề nghị. <việc hỏi>

시+어요. 시+어요. 시+어요.
셔요   셔요   셔요

시다 (Tính từ) : 맛이 식초와 같다.
chua
Vị giống như giấm.

-어요 : (두루높임으로) 어떤 사실을 서술하거나 질문, 명령, 권유함을 나타내는 종결 어미.
không?, hãy, hãy cùng
(cách nói kính trọng phổ biến) Vĩ tố kết thúc câu thể hiện sự tường thuật sự việc nào đó hay nghi vấn, mệnh lệnh, đề nghị. <sự tường thuật>

맛+이 어떻+어요?
어때요

맛 (danh từ) : 음식 등을 혀에 댈 때 느껴지는 감각.
vị
Cảm giác nhận thấy khi chạm thức ăn... vào lưỡi.

이 : 어떤 상태나 상황의 대상이나 동작의 주체를 나타내는 조사.
Không có từ tương ứng
Trợ từ (tiểu từ) thể hiện chủ thể của động tác hoặc đối tượng của trạng thái hay tình huống nào đó.

어떻다 (Tính từ) : 생각, 느낌, 상태, 형편 등이 어찌 되어 있다.
như thế nào
Suy nghĩ, cảm giác, trạng thái, tình hình… đang trở nên thế nào đó.

-어요 : (두루높임으로) 어떤 사실을 서술하거나 질문, 명령, 권유함을 나타내는 종결 어미.
không?, hãy, hãy cùng
(cách nói kính trọng phổ biến) Vĩ tố kết thúc câu thể hiện sự tường thuật sự việc nào đó hay nghi vấn, mệnh lệnh, đề nghị. <việc hỏi>

새콤하+여. 새콤하+여. 새콤하+여.
새콤해　　　새콤해　　　새콤해

새콤하다 (Tính từ) : 맛이 조금 시면서 상큼하다.
chua chua, chua rôn rốt
Vị hơi chua và dễ chịu.

-여 : (두루낮춤으로) 어떤 사실을 서술하거나 물음, 명령, 권유를 나타내는 종결 어미.
hả?, đi, ta hãy
(cách nói hạ thấp phổ biến) Vĩ tố kết thúc câu thể hiện sự tường thuật sự việc nào đó, nghi vấn, mệnh lệnh, đề nghị. <sự tường thuật>

어떻+어요? 어떻+어요?
어때요　　　어때요

어떻다 (Tính từ) : 생각, 느낌, 상태, 형편 등이 어찌 되어 있다.
như thế nào
Suy nghĩ, cảm giác, trạng thái, tình hình… đang trở nên thế nào đó.

-어요 : (두루높임으로) 어떤 사실을 서술하거나 질문, 명령, 권유함을 나타내는 종결 어미.
không?, hãy, hãy cùng
(cách nói kính trọng phổ biến) Vĩ tố kết thúc câu thể hiện sự tường thuật sự việc nào đó hay nghi vấn, mệnh lệnh, đề nghị. <việc hỏi>

달+아요. 시+어요. 달콤하+여. 새콤하+여.
　　　서요　　　달콤해　　　새콤해

달다 (Tính từ) : 꿀이나 설탕의 맛과 같다.
ngọt
Giống như vị của mật ong hay đường.

-아요 : (두루높임으로) 어떤 사실을 서술하거나 질문, 명령, 권유함을 나타내는 종결 어미.
không?, hãy, hãy cùng
(cách nói kính trọng phổ biến) Vĩ tố kết thúc câu thể hiện sự tường thuật sự việc nào đó hoặc nghi vấn, mệnh lệnh, khuyến nghị. <sự tường thuật>

시다 (Tính từ) : 맛이 식초와 같다.
chua
Vị giống như giấm.

-어요 : (두루높임으로) 어떤 사실을 서술하거나 질문, 명령, 권유함을 나타내는 종결 어미.
không?, hãy, hãy cùng
(cách nói kính trọng phổ biến) Vĩ tố kết thúc câu thể hiện sự tường thuật sự việc nào đó hay nghi vấn, mệnh lệnh, đề nghị. <sự tường thuật>

달콤하다 (Tính từ) : 맛이나 냄새가 기분 좋게 달다.
ngọt ngào, ngọt
Mùi hay vị ngọt một cách dễ chịu.

-여 : (두루낮춤으로) 어떤 사실을 서술하거나 물음, 명령, 권유를 나타내는 종결 어미.
hả?, đi, ta hãy
(cách nói hạ thấp phổ biến) Vĩ tố kết thúc câu thể hiện sự tường thuật sự việc nào đó, nghi vấn, mệnh lệnh, đề nghị. <sự tường thuật>

새콤하다 (Tính từ) : 맛이 조금 시면서 상큼하다.
chua chua, chua rôn rốt
Vị hơi chua và dễ chịu.

-여 : (두루낮춤으로) 어떤 사실을 서술하거나 물음, 명령, 권유를 나타내는 종결 어미.

hả?, đi, ta hãy

(cách nói hạ thấp phổ biến) Vĩ tố kết thúc câu thể hiện sự tường thuật sự việc nào đó, nghi vấn, mệnh lệnh, đề nghị. **<sự tường thuật>**

맛있+는 과일 과일 과일.

맛있다 (Tính từ) : 맛이 좋다.

ngon, có vị

Vị ngon.

-는 : 앞의 말이 관형어의 기능을 하게 만들고 사건이나 동작이 현재 일어남을 나타내는 어미.

mà

Vĩ tố làm cho từ ngữ phía trước có chức năng định ngữ và thể hiện sự kiện hay động tác xảy ra ở hiện tại.

과일 (danh từ) : 사과, 배, 포도, 밤 등과 같이 나뭇가지나 줄기에 열리는 먹을 수 있는 열매.

trái cây, hoa quả

Trái có thể ăn, mọc trên cây hoặc cành cây như táo, lê, nho, hồng v.v...

아삭아삭 과일 과일.

아삭아삭 (phó từ) : 연하고 싱싱한 과일이나 채소를 베어 물 때 나는 소리.

rau ráu

Âm thanh phát ra khi cắn rồi nhai hoa quả hay rau củ mềm và tươi.

과일 (danh từ) : 사과, 배, 포도, 밤 등과 같이 나뭇가지나 줄기에 열리는 먹을 수 있는 열매.

trái cây, hoa quả

Trái có thể ăn, mọc trên cây hoặc cành cây như táo, lê, nho, hồng v.v...

먹+[고 싶]+어, 과일 과일.

먹다 (động từ) : 음식 등을 입을 통하여 배 속에 들여보내다.

ăn

Cho thức ăn… vào trong bụng qua đường miệng.

-고 싶다 : 앞의 말이 나타내는 행동을 하기를 원함을 나타내는 표현.

muốn

Cấu trúc thể hiện muốn thực hiện hành động mà từ ngữ phía trước thể hiện.

-어 : (두루낮춤으로) 어떤 사실을 서술하거나 물음, 명령, 권유를 나타내는 종결 어미.

hả?, đi, ta hãy

(cách nói hạ thấp phổ biến) Vĩ tố kết thúc câu thể hiện sự tường thuật sự việc nào đó, nghi vấn, mệnh lệnh, khuyên nhủ. **<sự tường thuật>**

과일 (danh từ) : 사과, 배, 포도, 밤 등과 같이 나뭇가지나 줄기에 열리는 먹을 수 있는 열매.

trái cây, hoa quả

Trái có thể ăn, mọc trên cây hoặc cành cây như táo, lê, nho, hồng v.v...

맛있+는 과일 과일 과일.

맛있다 (Tính từ) : 맛이 좋다.

ngon, có vị

Vị ngon.

-는 : 앞의 말이 관형어의 기능을 하게 만들고 사건이나 동작이 현재 일어남을 나타내는 어미.

mà

Vĩ tố làm cho từ ngữ phía trước có chức năng định ngữ và thể hiện sự kiện hay động tác xảy ra ở hiện tại.

과일 (danh từ) : 사과, 배, 포도, 밤 등과 같이 나뭇가지나 줄기에 열리는 먹을 수 있는 열매.

trái cây, hoa quả

Trái có thể ăn, mọc trên cây hoặc cành cây như táo, lê, nho, hồng v.v...

아삭아삭 과일 과일.

아삭아삭 (phó từ) : 연하고 싱싱한 과일이나 채소를 베어 물 때 나는 소리.

rau ráu

Âm thanh phát ra khi cắn rồi nhai hoa quả hay rau củ mềm và tươi.

과일 (danh từ) : 사과, 배, 포도, 밤 등과 같이 나뭇가지나 줄기에 열리는 먹을 수 있는 열매.

trái cây, hoa quả

Trái có thể ăn, mọc trên cây hoặc cành cây như táo, lê, nho, hồng v.v...

먹+[고 싶]+어, 과일 과일.

먹다 (động từ) : 음식 등을 입을 통하여 배 속에 들여보내다.
ăn
Cho thức ăn… vào trong bụng qua đường miệng.

-고 싶다 : 앞의 말이 나타내는 행동을 하기를 원함을 나타내는 표현.
muốn
Cấu trúc thể hiện muốn thực hiện hành động mà từ ngữ phía trước thể hiện.

-어 : (두루낮춤으로) 어떤 사실을 서술하거나 물음, 명령, 권유를 나타내는 종결 어미.
hả?, đi, ta hãy
(cách nói hạ thấp phổ biến) Vĩ tố kết thúc câu thể hiện sự tường thuật sự việc nào đó, nghi vấn, mệnh lệnh, khuyên nhủ. <sự tường thuật>

과일 (danh từ) : 사과, 배, 포도, 밤 등과 같이 나뭇가지나 줄기에 열리는 먹을 수 있는 열매.
trái cây, hoa quả
Trái có thể ăn, mọc trên cây hoặc cành cây như táo, lê, nho, hồng v.v…

먹+[고 싶]+어, 과일 과일.

먹다 (động từ) : 음식 등을 입을 통하여 배 속에 들여보내다.
ăn
Cho thức ăn… vào trong bụng qua đường miệng.

-고 싶다 : 앞의 말이 나타내는 행동을 하기를 원함을 나타내는 표현.
muốn
Cấu trúc thể hiện muốn thực hiện hành động mà từ ngữ phía trước thể hiện.

-어 : (두루낮춤으로) 어떤 사실을 서술하거나 물음, 명령, 권유를 나타내는 종결 어미.
hả?, đi, ta hãy
(cách nói hạ thấp phổ biến) Vĩ tố kết thúc câu thể hiện sự tường thuật sự việc nào đó, nghi vấn, mệnh lệnh, khuyên nhủ. <sự tường thuật>

과일 (danh từ) : 사과, 배, 포도, 밤 등과 같이 나뭇가지나 줄기에 열리는 먹을 수 있는 열매.
trái cây, hoa quả
Trái có thể ăn, mọc trên cây hoặc cành cây như táo, lê, nho, hồng v.v…

< 3 >

신체송

신체(thân thể) 송(bài hát)

[발음(sự phát âm)]

< 1 절(lời) >

머리, 어깨, 무릎, 발, 무릎, 발, 머리, 어깨, 무릎, 발, 무릎, 발
머리, 어깨, 무릅, 발, 무릅, 발, 머리, 어깨, 무릅, 발, 무릅, 발
meori, eokkae, mureup, bal, mureup, bal, meori, eokkae, mureup, bal, mureup, bal

머리, 어깨, 무릎, 발, 머리, 어깨, 무릎, 발
머리, 어깨, 무릅, 발, 머리, 어깨, 무릅, 발
meori, eokkae, mureup, bal, meori, eokkae, mureup, bal

머리, 어깨, 무릎, 발, 머리, 어깨, 무릎, 발
머리, 어깨, 무릅, 발, 머리, 어깨, 무릅, 발
meori, eokkae, mureup, bal, meori, eokkae, mureup, bal

머리, 머리, 머리카락
머리, 머리, 머리카락
meori, meori, meorikarak

얼굴, 얼굴, 얼굴, 이마
얼굴, 얼굴, 얼굴, 이마
eolgul, eolgul, eolgul, ima

눈, 코, 입, 귀, 눈, 코, 입, 귀
눈, 코, 입, 귀, 눈, 코, 입, 귀
nun, ko, ip, gwi, nun, ko, ip, gwi

머리, 머리, 머리카락
머리, 머리, 머리카락
meori, meori, meorikarak

얼굴, 얼굴, 얼굴, 이마
얼굴, 얼굴, 얼굴, 이마
eolgul, eolgul, eolgul, ima

눈, 코, 입, 귀, 눈, 코, 입, 귀
눈, 코, 입, 귀, 눈, 코, 입, 귀
nun, ko, ip, gwi, nun, ko, ip, gwi

신나게 흔들어요
신나게 흔드러요
sinnage heundeureoyo

다 함께 춤을 춰요
다 함께 추믈 춰요
da hamkke chumeul chwoyo

즐겁게 흔들어요
즐겁께 흔드러요
jeulgeopge heundeureoyo

우리 모두 춤을 춰요
우리 모두 추믈 춰요
uri modu chumeul chwoyo

< 2 절(lời) >

머리, 어깨, 무릎, 발, 무릎, 발, 머리, 어깨, 무릎, 발, 무릎, 발
머리, 어깨, 무릅, 발, 무릅, 발, 머리, 어깨, 무릅, 발, 무릅, 발
meori, eokkae, mureup, bal, mureup, bal, meori, eokkae, mureup, bal, mureup, bal

머리, 어깨, 무릎, 발, 머리, 어깨, 무릎, 발
머리, 어깨, 무릅, 발, 머리, 어깨, 무릅, 발
meori, eokkae, mureup, bal, meori, eokkae, mureup, bal

팔, 팔, 팔, 손
팔, 팔, 팔, 손
pal, pal, pal, son

다리, 다리, 다리, 발
다리, 다리, 다리, 발
dari, dari, dari, bal

가슴, 허리, 엉덩이, 가슴, 허리, 엉덩이
가슴, 허리, 엉덩이, 가슴, 허리, 엉덩이
gaseum, heori, eongdeongi, gaseum, heori, eongdeongi

팔, 팔, 팔, 손
팔, 팔, 팔, 손
pal, pal, pal, son

다리, 다리, 다리, 발
다리, 다리, 다리, 발
dari, dari, dari, bal

가슴, 허리, 엉덩이, 가슴, 허리, 엉덩이
가슴, 허리, 엉덩이, 가슴, 허리, 엉덩이
gaseum, heori, eongdeongi, gaseum, heori, eongdeongi

신나게 흔들어요
신나게 흔드러요
sinnage heundeureoyo

다 함께 춤을 춰요
다 함께 추믈 춰요
da hamkke chumeul chwoyo

즐겁게 흔들어요
즐겁께 흔드러요
jeulgeopge heundeureoyo

우리 모두 춤을 춰요
우리 모두 추믈 춰요
uri modu chumeul chwoyo

< 3 절(lời) >

머리, 어깨, 무릎, 발, 무릎, 발, 머리, 어깨, 무릎, 발, 무릎, 발
머리, 어깨, 무릅, 발, 무릅, 발, 머리, 어깨, 무릅, 발, 무릅, 발
meori, eokkae, mureup, bal, mureup, bal, meori, eokkae, mureup, bal, mureup, bal

머리, 어깨, 무릎, 발, 머리, 어깨, 무릎, 발
머리, 어깨, 무릅, 발, 머리, 어깨, 무릅, 발
meori, eokkae, mureup, bal, meori, eokkae, mureup, bal

< 1 절(lời) >

머리, 어깨, 무릎, 발, 무릎, 발, 머리, 어깨, 무릎, 발, 무릎, 발

머리 (danh từ) : 사람이나 동물의 몸에서 얼굴과 머리털이 있는 부분을 모두 포함한 목 위의 부분.
đầu, thủ
Phần phía trên cổ bao gồm tất cả các phần có tóc và khuôn mặt của người hay động vật.

어깨 (danh từ) : 목의 아래 끝에서 팔의 위 끝에 이르는 몸의 부분.
vai
Bộ phận của cơ thể từ đầu dưới của cổ đến đầu trên của cánh tay.

무릎 (danh từ) : 허벅지와 종아리 사이에 앞쪽으로 둥글게 튀어나온 부분.
đầu gối
Bộ phận nhô tròn ra phía trước, ở giữa đùi và bắp chân.

발 (danh từ) : 사람이나 동물의 다리 맨 끝부분.
bàn chân
Phần cuối cùng ở chân của người hay động vật.

머리, 어깨, 무릎, 발, 머리, 어깨, 무릎, 발

머리 (danh từ) : 사람이나 동물의 몸에서 얼굴과 머리털이 있는 부분을 모두 포함한 목 위의 부분.
đầu, thủ
Phần phía trên cổ bao gồm tất cả các phần có tóc và khuôn mặt của người hay động vật.

어깨 (danh từ) : 목의 아래 끝에서 팔의 위 끝에 이르는 몸의 부분.
vai
Bộ phận của cơ thể từ đầu dưới của cổ đến đầu trên của cánh tay.

무릎 (danh từ) : 허벅지와 종아리 사이에 앞쪽으로 둥글게 튀어나온 부분.
đầu gối
Bộ phận nhô tròn ra phía trước, ở giữa đùi và bắp chân.

발 (danh từ) : 사람이나 동물의 다리 맨 끝부분.
bàn chân
Phần cuối cùng ở chân của người hay động vật.

머리, 어깨, 무릎, 발, 머리, 어깨, 무릎, 발

머리 (danh từ) : 사람이나 동물의 몸에서 얼굴과 머리털이 있는 부분을 모두 포함한 목 위의 부분.
đầu, thủ
Phần phía trên cổ bao gồm tất cả các phần có tóc và khuôn mặt của người hay động vật.

어깨 (danh từ) : 목의 아래 끝에서 팔의 위 끝에 이르는 몸의 부분.
vai
Bộ phận của cơ thể từ đầu dưới của cổ đến đầu trên của cánh tay.

무릎 (danh từ) : 허벅지와 종아리 사이에 앞쪽으로 둥글게 튀어나온 부분.
đầu gối
Bộ phận nhô tròn ra phía trước, ở giữa đùi và bắp chân.

발 (danh từ) : 사람이나 동물의 다리 맨 끝부분.
bàn chân
Phần cuối cùng ở chân của người hay động vật.

머리, 머리, 머리카락

머리 (danh từ) : 사람이나 동물의 몸에서 얼굴과 머리털이 있는 부분을 모두 포함한 목 위의 부분.
đầu, thủ
Phần phía trên cổ bao gồm tất cả các phần có tóc và khuôn mặt của người hay động vật.

머리카락 (danh từ) : 머리털 하나하나.
sợi tóc
Từng sợi, từng sợi tóc.

얼굴, 얼굴, 얼굴, 이마

얼굴 (danh từ) : 눈, 코, 입이 있는 머리의 앞쪽 부분.
mặt
Phần phía trước đầu gồm có mắt, mũi, miệng.

이마 (danh từ) : 얼굴의 눈썹 위부터 머리카락이 난 아래까지의 부분.
trán
Phần từ trên lông mày đến dưới phần có tóc mọc của khuôn mặt.

눈, 코, 입, 귀, 눈, 코, 입, 귀

눈 (danh từ) : 사람이나 동물의 얼굴에 있으며 빛의 자극을 받아 물체를 볼 수 있는 감각 기관.
mắt
Cơ quan cảm giác ở trên mặt con người hoặc động vật, có thể tiếp nhận sự kích thích của ánh sáng và nhìn vật thể.

코 (danh từ) : 숨을 쉬고 냄새를 맡는 몸의 한 부분.
mũi
Một bộ phận của cơ thể để ngửi mùi và thở.

입 (danh từ) : 음식을 먹고 소리를 내는 기관으로 입술에서 목구멍까지의 부분.
miệng
Phần từ môi đến cổ họng, là cơ quan ăn thức ăn và phát ra tiếng.

귀 (danh từ) : 사람이나 동물의 머리 양옆에 있어 소리를 듣는 몸의 한 부분.
tai
Một bộ phận của cơ thể nghe được âm thanh, nằm hai bên đầu của người hay động vật.

머리, 머리, 머리카락

머리 (danh từ) : 사람이나 동물의 몸에서 얼굴과 머리털이 있는 부분을 모두 포함한 목 위의 부분.
đầu, thủ
Phần phía trên cổ bao gồm tất cả các phần có tóc và khuôn mặt của người hay động vật.

머리카락 (danh từ) : 머리털 하나하나.
sợi tóc
Từng sợi, từng sợi tóc.

얼굴, 얼굴, 얼굴, 이마

얼굴 (danh từ) : 눈, 코, 입이 있는 머리의 앞쪽 부분.
mặt
Phần phía trước đầu gồm có mắt, mũi, miệng.

이마 (danh từ) : 얼굴의 눈썹 위부터 머리카락이 난 아래까지의 부분.
trán
Phần từ trên lông mày đến dưới phần có tóc mọc của khuôn mặt.

눈, 코, 입, 귀, 눈, 코, 입, 귀

눈 (danh từ) : 사람이나 동물의 얼굴에 있으며 빛의 자극을 받아 물체를 볼 수 있는 감각 기관.
mắt
Cơ quan cảm giác ở trên mặt con người hoặc động vật, có thể tiếp nhận sự kích thích của ánh sáng và nhìn vật thể.

코 (danh từ) : 숨을 쉬고 냄새를 맡는 몸의 한 부분.
mũi
Một bộ phận của cơ thể để người mùi và thở.

입 (danh từ) : 음식을 먹고 소리를 내는 기관으로 입술에서 목구멍까지의 부분.
miệng
Phần từ môi đến cổ họng, là cơ quan ăn thức ăn và phát ra tiếng.

귀 (danh từ) : 사람이나 동물의 머리 양옆에 있어 소리를 듣는 몸의 한 부분.
tai
Một bộ phận của cơ thể nghe được âm thanh, nằm hai bên đầu của người hay động vật.

신나+게 흔들+어요.

신나다 (động từ) : 흥이 나고 기분이 아주 좋아지다.
hứng khởi, hứng thú
Có hứng và tâm trạng trở nên rất tốt.

-게 : 앞의 말이 뒤에서 가리키는 일의 목적이나 결과, 방식, 정도 등이 됨을 나타내는 연결 어미.
để, nhằm
Vĩ tố liên kết thể hiện vế trước trở thành mục đích hay kết quả, phương thức, mức độ của sự việc chỉ ra ở sau. <phương thức>

흔들다 (động từ) : 무엇을 좌우, 앞뒤로 자꾸 움직이게 하다.
rung, lắc, nhún, vẫy
Làm cho cái gì đó cư di chuyển qua lại, tới lui.

-어요 : (두루높임으로) 어떤 사실을 서술하거나 질문, 명령, 권유함을 나타내는 종결 어미.
không?, hãy, hãy cùng
(cách nói kính trọng phổ biến) Vĩ tố kết thúc câu thể hiện sự tường thuật sự việc nào đó hay nghi vấn, mệnh lệnh, đề nghị. <sự ra lệnh>

다 함께 춤+을 추+어요.
춰요

다 (phó từ) : 남거나 빠진 것이 없이 모두.
hết, tất cả
Mọi thứ không sót hay để lại gì cả.

함께 (phó từ) : 여럿이서 한꺼번에 같이.
cùng
Nhiều người cùng nhau trong một lúc.

춤 (danh từ) : 음악이나 규칙적인 박자에 맞춰 몸을 움직이는 것.
việc nhảy múa
Việc chuyển động cơ thể theo điệu nhịp nhàng có quy tắc hoặc điệu nhạc.

을 : 서술어의 명사형 목적어임을 나타내는 조사.
Không có từ tương ứng
Trợ từ (tiểu từ) thể hiện tân ngữ dạng danh từ của vị ngữ.

추다 (động từ) : 춤 동작을 하다.
nhảy, múa
Thực hiện động tác múa.

-어요 : (두루높임으로) 어떤 사실을 서술하거나 질문, 명령, 권유함을 나타내는 종결 어미.
không?, hãy, hãy cùng
(cách nói kính trọng phổ biến) Vĩ tố kết thúc câu thể hiện sự tường thuật sự việc nào đó hay nghi vấn, mệnh lệnh, đề nghị. <sự ra lệnh>

즐겁+게 흔들+어요.

즐겁다 (Tính từ) : 마음에 들어 흐뭇하고 기쁘다.
vui vẻ
Thỏa mãn và vui mừng vì hài lòng.

-게 : 앞의 말이 뒤에서 가리키는 일의 목적이나 결과, 방식, 정도 등이 됨을 나타내는 연결 어미.
để, nhằm
Vĩ tố liên kết thể hiện vế trước trở thành mục đích hay kết quả, phương thức, mức độ của sự việc chỉ ra ở sau.

흔들다 (động từ) : 무엇을 좌우, 앞뒤로 자꾸 움직이게 하다.
rung, lắc, nhún, vẫy
Làm cho cái gì đó cư di chuyển qua lại, tới lui.

-어요 : (두루높임으로) 어떤 사실을 서술하거나 질문, 명령, 권유함을 나타내는 종결 어미.
không?, hãy, hãy cùng
(cách nói kính trọng phổ biến) Vĩ tố kết thúc câu thể hiện sự tường thuật sự việc nào đó hay nghi vấn, mệnh lệnh, đề nghị. <sự ra lệnh>

우리 모두 춤+을 추+어요.
춰요

우리 (đại từ) : 말하는 사람이 자기와 듣는 사람 또는 이를 포함한 여러 사람들을 가리키는 말.
chúng ta
Từ chỉ nhiều người bao gồm cả người nói và người nghe.

모두 (phó từ) : 빠짐없이 다.
mọi
Tất cả mà không bỏ sót .

춤 (danh từ) : 음악이나 규칙적인 박자에 맞춰 몸을 움직이는 것.
việc nhảy múa
Việc chuyển động cơ thể theo điệu nhịp nhàng có quy tắc hoặc điệu nhạc.

을 : 서술어의 명사형 목적어임을 나타내는 조사.
Không có từ tương ứng
Trợ từ (tiểu từ) thể hiện tân ngữ dạng danh từ của vị ngữ.

추다 (động từ) : 춤 동작을 하다.
nhảy, múa
Thực hiện động tác múa.

-어요 : (두루높임으로) 어떤 사실을 서술하거나 질문, 명령, 권유함을 나타내는 종결 어미.
không?, hãy, hãy cùng
(cách nói kính trọng phổ biến) Vĩ tố kết thúc câu thể hiện sự tường thuật sự việc nào đó hay nghi vấn, mệnh lệnh, đề nghị. <sự ra lệnh>

< 2 절(lời) >

머리, 어깨, 무릎, 발, 무릎, 발, 머리, 어깨, 무릎, 발, 무릎, 발

머리 (danh từ) : 사람이나 동물의 몸에서 얼굴과 머리털이 있는 부분을 모두 포함한 목 위의 부분.
đầu, thủ
Phần phía trên cổ bao gồm tất cả các phần có tóc và khuôn mặt của người hay động vật.

어깨 (danh từ) : 목의 아래 끝에서 팔의 위 끝에 이르는 몸의 부분.
vai
Bộ phận của cơ thể từ đầu dưới của cổ đến đầu trên của cánh tay.

무릎 (danh từ) : 허벅지와 종아리 사이에 앞쪽으로 둥글게 튀어나온 부분.
đầu gối
Bộ phận nhô tròn ra phía trước, ở giữa đùi và bắp chân.

발 (danh từ) : 사람이나 동물의 다리 맨 끝부분.
bàn chân
Phần cuối cùng ở chân của người hay động vật.

머리, 어깨, 무릎, 발, 머리, 어깨, 무릎, 발

머리 (danh từ) : 사람이나 동물의 몸에서 얼굴과 머리털이 있는 부분을 모두 포함한 목 위의 부분.
đầu, thủ
Phần phía trên cổ bao gồm tất cả các phần có tóc và khuôn mặt của người hay động vật.

어깨 (danh từ) : 목의 아래 끝에서 팔의 위 끝에 이르는 몸의 부분.
vai
Bộ phận của cơ thể từ đầu dưới của cổ đến đầu trên của cánh tay.

무릎 (danh từ) : 허벅지와 종아리 사이에 앞쪽으로 둥글게 튀어나온 부분.
đầu gối
Bộ phận nhô tròn ra phía trước, ở giữa đùi và bắp chân.

발 (danh từ) : 사람이나 동물의 다리 맨 끝부분.
bàn chân
Phần cuối cùng ở chân của người hay động vật.

머리, 어깨, 무릎, 발, 머리, 어깨, 무릎, 발

머리 (danh từ) : 사람이나 동물의 몸에서 얼굴과 머리털이 있는 부분을 모두 포함한 목 위의 부분.
đầu, thủ
Phần phía trên cổ bao gồm tất cả các phần có tóc và khuôn mặt của người hay động vật.

어깨 (danh từ) : 목의 아래 끝에서 팔의 위 끝에 이르는 몸의 부분.
vai
Bộ phận của cơ thể từ đầu dưới của cổ đến đầu trên của cánh tay.

무릎 (danh từ) : 허벅지와 종아리 사이에 앞쪽으로 둥글게 튀어나온 부분.
đầu gối
Bộ phận nhô tròn ra phía trước, ở giữa đùi và bắp chân.

발 (danh từ) : 사람이나 동물의 다리 맨 끝부분.
bàn chân
Phần cuối cùng ở chân của người hay động vật.

팔, 팔, 팔, 손

팔 (danh từ) : 어깨에서 손목까지의 신체 부위.
cánh tay
Phần cơ thể từ vai đến cổ tay.

손 (danh từ) : 팔목 끝에 있으며 무엇을 만지거나 잡을 때 쓰는 몸의 부분.
bàn tay
Bộ phận của cơ thể nằm ở cuối cổ tay, dùng khi sờ hay nắm cái gì đó.

다리, 다리, 다리, 발

다리 (danh từ) : 사람이나 동물의 몸통 아래에 붙어, 서고 걷고 뛰는 일을 하는 신체 부위.
chân
Bộ phận gắn ở phần dưới của cơ thể người hay động vật, làm nhiệm vụ đi lại, đứng hoặc nhảy.

발 (danh từ) : 사람이나 동물의 다리 맨 끝부분.
bàn chân
Phần cuối cùng ở chân của người hay động vật.

가슴, 허리, 엉덩이, 가슴, 허리, 엉덩이

가슴 (danh từ) : 인간이나 동물의 목과 배 사이에 있는 몸의 앞 부분.
ngực
Phần trước của cơ thể, giữa cổ và bụng của người hay động vật.

허리 (danh từ) : 사람이나 동물의 신체에서 갈비뼈 아래에서 엉덩이뼈까지의 부분.
eo, chỗ thắt lưng
Vùng từ dưới xương sườn đến xương mông trên cơ thể người hay động vật.

엉덩이 (danh từ) : 허리와 허벅지 사이의 부분으로 앉았을 때 바닥에 닿는, 살이 많은 부위.
mông, đít
Phần nhiều thịt nằm giữa eo và đùi, chạm vào nền khi ngồi.

팔, 팔, 팔, 손

팔 (danh từ) : 어깨에서 손목까지의 신체 부위.
cánh tay
Phần cơ thể từ vai đến cổ tay.

손 (danh từ) : 팔목 끝에 있으며 무엇을 만지거나 잡을 때 쓰는 몸의 부분.
bàn tay
Bộ phận của cơ thể nằm ở cuối cổ tay, dùng khi sờ hay nắm cái gì đó.

다리, 다리, 다리, 발

다리 (danh từ) : 사람이나 동물의 몸통 아래에 붙어, 서고 걷고 뛰는 일을 하는 신체 부위.
chân
Bộ phận gắn ở phần dưới của cơ thể người hay động vật, làm nhiệm vụ đi lại, đứng hoặc nhảy.

발 (danh từ) : 사람이나 동물의 다리 맨 끝부분.
bàn chân
Phần cuối cùng ở chân của người hay động vật.

가슴, 허리, 엉덩이, 가슴, 허리, 엉덩이

가슴 (danh từ) : 인간이나 동물의 목과 배 사이에 있는 몸의 앞 부분.
ngực
Phần trước của cơ thể, giữa cổ và bụng của người hay động vật.

허리 (danh từ) : 사람이나 동물의 신체에서 갈비뼈 아래에서 엉덩이뼈까지의 부분.
eo, chỗ thắt lưng
Vùng từ dưới xương sườn đến xương mông trên cơ thể người hay động vật.

엉덩이 (danh từ) : 허리와 허벅지 사이의 부분으로 앉았을 때 바닥에 닿는, 살이 많은 부위.
mông, đít
Phần nhiều thịt nằm giữa eo và đùi, chạm vào nền khi ngồi.

신나+게 흔들+어요.

신나다 (động từ) : 흥이 나고 기분이 아주 좋아지다.
hứng khởi, hứng thú
Có hứng và tâm trạng trở nên rất tốt.

-게 : 앞의 말이 뒤에서 가리키는 일의 목적이나 결과, 방식, 정도 등이 됨을 나타내는 연결 어미.
để, nhằm
Vĩ tố liên kết thể hiện vế trước trở thành mục đích hay kết quả, phương thức, mức độ của sự việc chỉ ra ở sau.

흔들다 (động từ) : 무엇을 좌우, 앞뒤로 자꾸 움직이게 하다.
rung, lắc, nhún, vẫy
Làm cho cái gì đó cư di chuyển qua lại, tới lui.

-어요 : (두루높임으로) 어떤 사실을 서술하거나 질문, 명령, 권유함을 나타내는 종결 어미.
không?, hãy, hãy cùng
(cách nói kính trọng phổ biến) Vĩ tố kết thúc câu thể hiện sự tường thuật sự việc nào đó hay nghi vấn, mệnh lệnh, đề nghị. <sự ra lệnh>

다 함께 춤+을 <u>추+어요</u>.
춰요

다 (phó từ) : 남거나 빠진 것이 없이 모두.
hết, tất cả
Mọi thứ không sót hay để lại gì cả.

함께 (phó từ) : 여럿이서 한꺼번에 같이.
cùng
Nhiều người cùng nhau trong một lúc.

춤 (danh từ) : 음악이나 규칙적인 박자에 맞춰 몸을 움직이는 것.
việc nhảy múa
Việc chuyển động cơ thể theo điệu nhịp nhàng có quy tắc hoặc điệu nhạc.

을 : 서술어의 명사형 목적어임을 나타내는 조사.
Không có từ tương ứng
Trợ từ (tiểu từ) thể hiện tân ngữ dạng danh từ của vị ngữ.

추다 (động từ) : 춤 동작을 하다.
nhảy, múa
Thực hiện động tác múa.

-어요 : (두루높임으로) 어떤 사실을 서술하거나 질문, 명령, 권유함을 나타내는 종결 어미.
không?, hãy, hãy cùng
(cách nói kính trọng phổ biến) Vĩ tố kết thúc câu thể hiện sự tường thuật sự việc nào đó hay nghi vấn, mệnh lệnh, đề nghị. <sự ra lệnh>

즐겁+게 흔들+어요.

즐겁다 (Tính từ) : 마음에 들어 흐뭇하고 기쁘다.
vui vẻ
Thỏa mãn và vui mừng vì hài lòng.

-게 : 앞의 말이 뒤에서 가리키는 일의 목적이나 결과, 방식, 정도 등이 됨을 나타내는 연결 어미.
để, nhằm
Vĩ tố liên kết thể hiện vế trước trở thành mục đích hay kết quả, phương thức, mức độ của sự việc chỉ ra ở sau.

흔들다 (động từ) : 무엇을 좌우, 앞뒤로 자꾸 움직이게 하다.
rung, lắc, nhún, vẫy
Làm cho cái gì đó cư di chuyển qua lại, tới lui.

-어요 : (두루높임으로) 어떤 사실을 서술하거나 질문, 명령, 권유함을 나타내는 종결 어미.
không?, hãy, hãy cùng
(cách nói kính trọng phổ biến) Vĩ tố kết thúc câu thể hiện sự tường thuật sự việc nào đó hay nghi vấn, mệnh lệnh, đề nghị. <sự ra lệnh>

우리 모두 춤+을 <u>추+어요</u>.

춰요

우리 (đại từ) : 말하는 사람이 자기와 듣는 사람 또는 이를 포함한 여러 사람들을 가리키는 말.

chúng ta

Từ chỉ nhiều người bao gồm cả người nói và người nghe.

모두 (phó từ) : 빠짐없이 다.

mọi

Tất cả mà không bỏ sót .

춤 (danh từ) : 음악이나 규칙적인 박자에 맞춰 몸을 움직이는 것.

việc nhảy múa

Việc chuyển động cơ thể theo điệu nhịp nhàng có quy tắc hoặc điệu nhạc.

을 : 서술어의 명사형 목적어임을 나타내는 조사.

Không có từ tương ứng

Trợ từ (tiểu từ) thể hiện tân ngữ dạng danh từ của vị ngữ.

추다 (động từ) : 춤 동작을 하다.

nhảy, múa

Thực hiện động tác múa.

-어요 : (두루높임으로) 어떤 사실을 서술하거나 질문, 명령, 권유함을 나타내는 종결 어미.

không?, hãy, hãy cùng

(cách nói kính trọng phổ biến) Vĩ tố kết thúc câu thể hiện sự tường thuật sự việc nào đó hay nghi vấn, mệnh lệnh, đề nghị. <sự ra lệnh>

< 3 절(lời) >

머리, 어깨, 무릎, 발, 무릎, 발, 머리, 어깨, 무릎, 발, 무릎, 발

머리 (danh từ) : 사람이나 동물의 몸에서 얼굴과 머리털이 있는 부분을 모두 포함한 목 위의 부분.

đầu, thủ

Phần phía trên cổ bao gồm tất cả các phần có tóc và khuôn mặt của người hay động vật.

어깨 (danh từ) : 목의 아래 끝에서 팔의 위 끝에 이르는 몸의 부분.

vai

Bộ phận của cơ thể từ đầu dưới của cổ đến đầu trên của cánh tay.

무릎 (danh từ) : 허벅지와 종아리 사이에 앞쪽으로 둥글게 튀어나온 부분.
đầu gối
Bộ phận nhô tròn ra phía trước, ở giữa đùi và bắp chân.

발 (danh từ) : 사람이나 동물의 다리 맨 끝부분.
bàn chân
Phần cuối cùng ở chân của người hay động vật.

머리, 어깨, 무릎, 발, 머리, 어깨, 무릎, 발

머리 (danh từ) : 사람이나 동물의 몸에서 얼굴과 머리털이 있는 부분을 모두 포함한 목 위의 부분.
đầu, thủ
Phần phía trên cổ bao gồm tất cả các phần có tóc và khuôn mặt của người hay động vật.

어깨 (danh từ) : 목의 아래 끝에서 팔의 위 끝에 이르는 몸의 부분.
vai
Bộ phận của cơ thể từ đầu dưới của cổ đến đầu trên của cánh tay.

무릎 (danh từ) : 허벅지와 종아리 사이에 앞쪽으로 둥글게 튀어나온 부분.
đầu gối
Bộ phận nhô tròn ra phía trước, ở giữa đùi và bắp chân.

발 (danh từ) : 사람이나 동물의 다리 맨 끝부분.
bàn chân
Phần cuối cùng ở chân của người hay động vật.

머리, 어깨, 무릎, 발, 머리, 어깨, 무릎, 발

머리 (danh từ) : 사람이나 동물의 몸에서 얼굴과 머리털이 있는 부분을 모두 포함한 목 위의 부분.
đầu, thủ
Phần phía trên cổ bao gồm tất cả các phần có tóc và khuôn mặt của người hay động vật.

어깨 (danh từ) : 목의 아래 끝에서 팔의 위 끝에 이르는 몸의 부분.
vai
Bộ phận của cơ thể từ đầu dưới của cổ đến đầu trên của cánh tay.

무릎 (danh từ) : 허벅지와 종아리 사이에 앞쪽으로 둥글게 튀어나온 부분.
đầu gối
Bộ phận nhô tròn ra phía trước, ở giữa đùi và bắp chân.

발 (danh từ) : 사람이나 동물의 다리 맨 끝부분.
bàn chân
Phần cuối cùng ở chân của người hay động vật.

< 4 >

어때요?

나 어때요?
(Trông mình thế nào?)

[발음(sự phát âm)]

< 1 절(lời) >

청바지 입었는데 어때요?
청바지 이번는데 어때요?
cheongbaji ibeonneunde eottaeyo?

치마 입었는데 어때요?
치마 이번는데 어때요?
chima ibeonneunde eottaeyo?

반바지는?
반바지는?
banbajineun?

원피스는?
원피스는?
wonpiseuneun?

어때요? 어때요? 어때요? 어때요? 어때요?
어때요? 어때요? 어때요? 어때요? 어때요?
eottaeyo? eottaeyo? eottaeyo? eottaeyo? eottaeyo?

머리 묶었는데 어때요?
머리 무껀는데 어때요?
meori mukkeonneunde eottaeyo?

머리 풀었는데 어때요?
머리 푸런는데 어때요?
meori pureonneunde eottaeyo?

긴 머리는?
긴 머리는?
gin meorineun?

짧은 머리는?
짤븐 머리는?
jjalbeun meorineun?

어때요? 어때요? 어때요? 어때요? 어때요?
어때요? 어때요? 어때요? 어때요? 어때요?
eottaeyo? eottaeyo? eottaeyo? eottaeyo? eottaeyo?

제 눈과 코와 입술이 얼마나 예뻐 보이나요?
제 눈과 코와 입쑤리 얼마나 예뻐 보이나요?
je nungwa kowa ipsuri eolmana yeppeo boinayo?

나 어때요?
나 어때요?
na eottaeyo?

나 예뻐요?
나 예뻐요?
na yeppeoyo?

어때요? 어때요? 어때요? 어때요? 어때요?
어때요? 어때요? 어때요? 어때요? 어때요?
eottaeyo? eottaeyo? eottaeyo? eottaeyo? eottaeyo?

< 2 절(lời) >

운동화 신었는데 어때요?
운동화 시넌는데 어때요?
undonghwa sineonneunde eottaeyo?

구두 신었는데 어때요?
구두 시넌는데 어때요?
gudu sineonneunde eottaeyo?

검은색은?
거믄새근?
geomeunsaegeun?

흰색은?
힌새근?
hinsaegeun?

어때요? 어때요? 어때요? 어때요? 어때요?
어때요? 어때요? 어때요? 어때요? 어때요?
eottaeyo? eottaeyo? eottaeyo? eottaeyo? eottaeyo?

목걸이 찼는데 어때요?
목꺼리 찬는데 어때요?
mokgeori channeunde eottaeyo?

반지 끼었는데 어때요?
반지 끼언는데 어때요?
banji kkieonneunde eottaeyo?

귀걸이는?
귀거리는?
gwigeorineun?

팔찌는?
팔찌는?
paljjineun?

어때요? 어때요? 어때요? 어때요? 어때요?
어때요? 어때요? 어때요? 어때요? 어때요?
eottaeyo? eottaeyo? eottaeyo? eottaeyo? eottaeyo?

제 눈과 코와 입술이 얼마나 예뻐 보이나요?
제 눈과 코와 입쑤리 얼마나 예뻐 보이나요?
je nungwa kowa ipsuri eolmana yeppeo boinayo?

나 어때요?
나 어때요?
na eottaeyo?

나 예뻐요?
나 예뻐요?
na yeppeoyo?

어때요? 어때요? 어때요? 어때요? 어때요?
어때요? 어때요? 어때요? 어때요? 어때요?
eottaeyo? eottaeyo? eottaeyo? eottaeyo? eottaeyo?

< 1 절(lời) >

청바지 입+었+는데 <u>어떻+어요</u>?
어때요

청바지 (danh từ) : 질긴 무명으로 만든 푸른색 바지.
quần jean, quần bò
Quần màu xanh được làm vải coton bền chắc.

입다 (động từ) : 옷을 몸에 걸치거나 두르다.
mặc
Khoác hoặc che quần áo lên cơ thể.

-었- : 어떤 사건이 과거에 완료되었거나 그 사건의 결과가 현재까지 지속되는 상황을 나타내는 어미.
đã
Vĩ tố thể hiện tình huống mà sự kiện nào đó đã hoàn thành trong quá khứ hoặc kết quả của sự kiện đó được tiếp tục đến hiện tại.

-는데 : 뒤의 말을 하기 위하여 그 대상과 관련이 있는 상황을 미리 말함을 나타내는 연결 어미.
Không có từ tương ứng
Vĩ tố liên kết thể hiện việc nói trước tình huống có liên quan đến đối tượng để nói tiếp lời phía sau.

어떻다 (Tính từ) : 생각, 느낌, 상태, 형편 등이 어찌 되어 있다.
như thế nào
Suy nghĩ, cảm giác, trạng thái, tình hình… đang trở nên thế nào đó.

-어요 : (두루높임으로) 어떤 사실을 서술하거나 질문, 명령, 권유함을 나타내는 종결 어미.
không?, hãy, hãy cùng
(cách nói kính trọng phổ biến) Vĩ tố kết thúc câu thể hiện sự tường thuật sự việc nào đó hay nghi vấn, mệnh lệnh, đề nghị. <việc hỏi>

치마 입+었+는데 <u>어떻+어요</u>?
어때요

치마 (danh từ) : 여자가 입는 아래 겉옷으로 다리가 들어가도록 된 부분이 없는 옷.
váy
Trang phục mà phụ nữ mặc ngoài phần thân dưới, không có phần đáy để hai chân có thể xỏ vào được.

입다 (động từ) : 옷을 몸에 걸치거나 두르다.
mặc
Khoác hoặc che quần áo lên cơ thể.

-었- : 어떤 사건이 과거에 완료되었거나 그 사건의 결과가 현재까지 지속되는 상황을 나타내는 어미.
đã
Vĩ tố thể hiện tình huống mà sự kiện nào đó đã hoàn thành trong quá khứ hoặc kết quả của sự kiện đó được tiếp tục đến hiện tại.

-는데 : 뒤의 말을 하기 위하여 그 대상과 관련이 있는 상황을 미리 말함을 나타내는 연결 어미.
Không có từ tương ứng
Vĩ tố liên kết thể hiện việc nói trước tình huống có liên quan đến đối tượng để nói tiếp lời phía sau.

어떻다 (Tính từ) : 생각, 느낌, 상태, 형편 등이 어찌 되어 있다.
như thế nào
Suy nghĩ, cảm giác, trạng thái, tình hình… đang trở nên thế nào đó.

-어요 : (두루높임으로) 어떤 사실을 서술하거나 질문, 명령, 권유함을 나타내는 종결 어미.
không?, hãy, hãy cùng
(cách nói kính trọng phổ biến) Vĩ tố kết thúc câu thể hiện sự tường thuật sự việc nào đó hay nghi vấn, mệnh lệnh, đề nghị. <việc hỏi>

반바지+는?

반바지 (danh từ) : 길이가 무릎 위나 무릎 정도까지 내려오는 짧은 바지.
quần sooc, quần đùi, quần lửng
Quần ngắn có chiều dài phủ trên đầu gối hoặc đến ngang đầu gối.

는 : 문장 속에서 어떤 대상이 화제임을 나타내는 조사.
Không có từ tương ứng
Trợ từ (tiểu từ) thể hiện việc đối tượng nào đó là chủ đề câu chuyện trong câu.

원피스+는?

원피스 (danh từ) : 윗옷과 치마가 하나로 붙어 있는 여자 겉옷.
áo đầm dài, áo đầm liền
Váy của phụ nữ được nối liền phần trên và dưới với nhau thành một.

는 : 문장 속에서 어떤 대상이 화제임을 나타내는 조사.
Không có từ tương ứng
Trợ từ (tiểu từ) thể hiện việc đối tượng nào đó là chủ đề câu chuyện trong câu.

어떻+어요?
어때요

어떻다 (Tính từ) : 생각, 느낌, 상태, 형편 등이 어찌 되어 있다.
như thế nào
Suy nghĩ, cảm giác, trạng thái, tình hình… đang trở nên thế nào đó.

-어요 : (두루높임으로) 어떤 사실을 서술하거나 질문, 명령, 권유함을 나타내는 종결 어미.
không?, hãy, hãy cùng
(cách nói kính trọng phổ biến) Vĩ tố kết thúc câu thể hiện sự tường thuật sự việc nào đó hay nghi vấn, mệnh lệnh, đề nghị. <việc hỏi>

머리 묶+었+는데 어떻+어요?
어때요

머리 (danh từ) : 머리에 난 털.
tóc, đầu tóc
Lông mọc ở đầu.

묶다 (động từ) : 끈 등으로 물건을 잡아매다.
cột, buộc
Cột đồ vật lại bằng dây buộc...

-었- : 어떤 사건이 과거에 완료되었거나 그 사건의 결과가 현재까지 지속되는 상황을 나타내는 어미.
đã
Vĩ tố thể hiện tình huống mà sự kiện nào đó đã hoàn thành trong quá khứ hoặc kết quả của sự kiện đó được tiếp tục đến hiện tại.

-는데 : 뒤의 말을 하기 위하여 그 대상과 관련이 있는 상황을 미리 말함을 나타내는 연결 어미.
Không có từ tương ứng
Vĩ tố liên kết thể hiện việc nói trước tình huống có liên quan đến đối tượng để nói tiếp lời phía sau.

어떻다 (Tính từ) : 생각, 느낌, 상태, 형편 등이 어찌 되어 있다.
như thế nào
Suy nghĩ, cảm giác, trạng thái, tình hình⋯ đang trở nên thế nào đó.

-어요 : (두루높임으로) 어떤 사실을 서술하거나 질문, 명령, 권유함을 나타내는 종결 어미.
không?, hãy, hãy cùng
(cách nói kính trọng phổ biến) Vĩ tố kết thúc câu thể hiện sự tường thuật sự việc nào đó hay nghi vấn, mệnh lệnh, đề nghị. <việc hỏi>

머리 풀+었+는데 어떻+어요?
어때요

머리 (danh từ) : 머리에 난 털.
tóc, đầu tóc
Lông mọc ở đầu.

풀다 (động từ) : 매이거나 묶이거나 얽힌 것을 원래의 상태로 되게 하다.
cởi, tháo, mở
Làm cho thứ bị treo, bị cột hay bị quấn trở về trạng thái vốn có.

-었- : 어떤 사건이 과거에 완료되었거나 그 사건의 결과가 현재까지 지속되는 상황을 나타내는 어미.
đã
Vĩ tố thể hiện tình huống mà sự kiện nào đó đã hoàn thành trong quá khứ hoặc kết quả của sự kiện đó được tiếp tục đến hiện tại.

-는데 : 뒤의 말을 하기 위하여 그 대상과 관련이 있는 상황을 미리 말함을 나타내는 연결 어미.
Không có từ tương ứng
Vĩ tố liên kết thể hiện việc nói trước tình huống có liên quan đến đối tượng để nói tiếp lời phía sau.

어떻다 (Tính từ) : 생각, 느낌, 상태, 형편 등이 어찌 되어 있다.
như thế nào
Suy nghĩ, cảm giác, trạng thái, tình hình⋯ đang trở nên thế nào đó.

-어요 : (두루높임으로) 어떤 사실을 서술하거나 질문, 명령, 권유함을 나타내는 종결 어미.
không?, hãy, hãy cùng
(cách nói kính trọng phổ biến) Vĩ tố kết thúc câu thể hiện sự tường thuật sự việc nào đó hay nghi vấn, mệnh lệnh, đề nghị. <việc hỏi>

길(기)+ㄴ 머리+는?
긴

길다 (Tính từ) : 물체의 한쪽 끝에서 다른 쪽 끝까지 두 끝이 멀리 떨어져 있다.
dài
Khoảng cách giữa hai đầu mút của một vật thể cách xa nhau.

-ㄴ : 앞의 말이 관형어의 기능을 하게 만들고 현재의 상태를 나타내는 어미.
mà
Vĩ tố khiến cho từ ngữ phía trước có chức năng định ngữ và thể hiện sự kiện hay động tác được hoàn thành thì trạng thái đó vẫn đang được duy trì.

머리 (danh từ) : 머리에 난 털.
tóc, đầu tóc
Lông mọc ở đầu.

는 : 문장 속에서 어떤 대상이 화제임을 나타내는 조사.
Không có từ tương ứng
Trợ từ (tiểu từ) thể hiện việc đối tượng nào đó là chủ đề câu chuyện trong câu.

짧+은 머리+는?

짧다 (Tính từ) : 공간이나 물체의 양 끝 사이가 가깝다.
ngắn
Khoảng cách giữa hai đầu của không gian hay vật thể là gần nhau.

-은 : 앞의 말이 관형어의 기능을 하게 만들고 현재의 상태를 나타내는 어미.
đã
Vĩ tố làm cho từ ngữ phía trước có chức năng định ngữ và thể hiện trạng thái hiện tại.

머리 (danh từ) : 머리에 난 털.
tóc, đầu tóc
Lông mọc ở đầu.

는 : 문장 속에서 어떤 대상이 화제임을 나타내는 조사.
Không có từ tương ứng
Trợ từ (tiểu từ) thể hiện việc đối tượng nào đó là chủ đề câu chuyện trong câu.

어떻+어요?
어때요

어떻다 (Tính từ) : 생각, 느낌, 상태, 형편 등이 어찌 되어 있다.
như thế nào
Suy nghĩ, cảm giác, trạng thái, tình hình… đang trở nên thế nào đó.

-어요 : (두루높임으로) 어떤 사실을 서술하거나 질문, 명령, 권유함을 나타내는 종결 어미.
không?, hãy, hãy cùng
(cách nói kính trọng phổ biến) Vĩ tố kết thúc câu thể hiện sự tường thuật sự việc nào đó hay nghi vấn, mệnh lệnh, đề nghị. <việc hỏi>

저+의 눈+과 코+와 입술+이 얼마나 예쁘(예뻐)+[어 보이]+나요?
제   예뻐 보이나요

저 (đại từ) : 말하는 사람이 듣는 사람에게 자신을 낮추어 가리키는 말.
em, con, cháu
Cách người nói hạ mình để xưng hô với người nghe.

의 : 앞의 말이 뒤의 말에 대하여 소유, 소속, 소재, 관계, 기원, 주체의 관계를 가짐을 나타내는 조사.
của
Trợ từ thể hiện từ ngữ phía trước có quan hệ về sở hữu, nơi trực thuộc, chất liệu, quan hệ, nguồn gốc, chủ thể đối với từ ngữ phía sau.

눈 (danh từ) : 사람이나 동물의 얼굴에 있으며 빛의 자극을 받아 물체를 볼 수 있는 감각 기관.
mắt
Cơ quan cảm giác ở trên mặt con người hoặc động vật, có thể tiếp nhận sự kích thích của ánh sáng và nhìn vật thể.

과 : 앞과 뒤의 명사를 같은 자격으로 이어 줄 때 쓰는 조사.
và
Trợ từ dùng khi liên kết danh từ trước và sau theo cùng tư cách.

코 (danh từ) : 숨을 쉬고 냄새를 맡는 몸의 한 부분.
mũi
Một bộ phận của cơ thể để ngửi mùi và thở.

와 : 앞과 뒤의 명사를 같은 자격으로 이어주는 조사.
và, với
Trợ từ liên kết danh từ gắn ở đằng trước và đằng sau bằng quan hệ bình đẳng.

입술 (danh từ) : 사람의 입 주위를 둘러싸고 있는 붉고 부드러운 살.
môi
Phần thịt mềm và có màu đỏ bao xung quanh miệng của con người.

이 : 어떤 상태나 상황의 대상이나 동작의 주체를 나타내는 조사.
Không có từ tương ứng
Trợ từ (tiểu từ) thể hiện chủ thể của động tác hoặc đối tượng của trạng thái hay tình huống nào đó.

얼마나 (phó từ) : 어느 정도나.
bao nhiêu, bao lâu, bao xa
Mức độ nào đó.

예쁘다 (Tính từ) : 생긴 모양이 눈으로 보기에 좋을 만큼 아름답다.
xinh đẹp, xinh xắn
Hình dạng đẹp ở mức nhìn thấy thích bằng mắt thường.

-어 보이다 : 겉으로 볼 때 앞의 말이 나타내는 것처럼 느껴지거나 추측됨을 나타내는 표현.
trông..., trông có vẻ…
Cấu trúc thể hiện việc được suy đoán hay được cảm thấy như điều mà từ ngữ phía trước thể hiện khi quan sát bề ngoài.

-나요 : (두루높임으로) 앞의 내용에 대해 상대방에게 물어볼 때 쓰는 표현.
à
(cách nói kính trọng phổ biến) Cấu trúc dùng khi hỏi đối phương về nội dung ở trước.

나 <u>어떻+어요</u>?
어때요

나 (đại từ) : 말하는 사람이 친구나 아랫사람에게 자기를 가리키는 말.
tôi, mình, anh, chị...
Từ mà người nói dùng để chỉ bản thân mình khi nói với người dưới hoặc bạn bè.

어떻다 (Tính từ) : 생각, 느낌, 상태, 형편 등이 어찌 되어 있다.
như thế nào
Suy nghĩ, cảm giác, trạng thái, tình hình… đang trở nên thế nào đó.

-어요 : (두루높임으로) 어떤 사실을 서술하거나 질문, 명령, 권유함을 나타내는 종결 어미.
không?, hãy, hãy cùng
(cách nói kính trọng phổ biến) Vĩ tố kết thúc câu thể hiện sự tường thuật sự việc nào đó hay nghi vấn, mệnh lệnh, đề nghị. <việc hỏi>

나 <u>예쁘(예쁘)+어요</u>?
예뻐요

나 (đại từ) : 말하는 사람이 친구나 아랫사람에게 자기를 가리키는 말.

tôi, mình, anh, chị...

Từ mà người nói dùng để chỉ bản thân mình khi nói với người dưới hoặc bạn bè.

예쁘다 (Tính từ) : 생긴 모양이 눈으로 보기에 좋을 만큼 아름답다.

xinh đẹp, xinh xắn

Hình dạng đẹp ở mức nhìn thấy thích bằng mắt thường.

-어요 : (두루높임으로) 어떤 사실을 서술하거나 질문, 명령, 권유함을 나타내는 종결 어미.

không?, hãy, hãy cùng

(cách nói kính trọng phổ biến) Vĩ tố kết thúc câu thể hiện sự tường thuật sự việc nào đó hay nghi vấn, mệnh lệnh, đề nghị. <việc hỏi>

어떻+어요?
어때요

어떻다 (Tính từ) : 생각, 느낌, 상태, 형편 등이 어찌 되어 있다.

như thế nào

Suy nghĩ, cảm giác, trạng thái, tình hình… đang trở nên thế nào đó.

-어요 : (두루높임으로) 어떤 사실을 서술하거나 질문, 명령, 권유함을 나타내는 종결 어미.

không?, hãy, hãy cùng

(cách nói kính trọng phổ biến) Vĩ tố kết thúc câu thể hiện sự tường thuật sự việc nào đó hay nghi vấn, mệnh lệnh, đề nghị. <việc hỏi>

< 2 절(lời) >

운동화 신+었+는데 어떻+어요?
어때요

운동화 (danh từ) : 운동을 할 때 신도록 만든 신발.

giày thể thao

Giày làm để mang khi chơi thể thao.

신다 (động từ) : 신발이나 양말 등의 속으로 발을 넣어 발의 전부나 일부를 덮다.

mang

Cho chân vào trong giày dép hay tất... rồi che phủ toàn bộ hay một phần bàn chân.

-었- : 어떤 사건이 과거에 완료되었거나 그 사건의 결과가 현재까지 지속되는 상황을 나타내는 어미.
đã
Vĩ tố thể hiện tình huống mà sự kiện nào đó đã hoàn thành trong quá khứ hoặc kết quả của sự kiện đó được tiếp tục đến hiện tại.

-는데 : 뒤의 말을 하기 위하여 그 대상과 관련이 있는 상황을 미리 말함을 나타내는 연결 어미.
Không có từ tương ứng
Vĩ tố liên kết thể hiện việc nói trước tình huống có liên quan đến đối tượng để nói tiếp lời phía sau.

어떻다 (Tính từ) : 생각, 느낌, 상태, 형편 등이 어찌 되어 있다.
như thế nào
Suy nghĩ, cảm giác, trạng thái, tình hình… đang trở nên thế nào đó.

-어요 : (두루높임으로) 어떤 사실을 서술하거나 질문, 명령, 권유함을 나타내는 종결 어미.
không?, hãy, hãy cùng
(cách nói kính trọng phổ biến) Vĩ tố kết thúc câu thể hiện sự tường thuật sự việc nào đó hay nghi vấn, mệnh lệnh, đề nghị. <việc hỏi>

구두 신+었+는데 어떻+어요?
어때요

구두 (danh từ) : 정장을 입었을 때 신는 가죽, 비닐 등으로 만든 신발.
giày
Giày được làm bằng da, ni-lông sử dụng khi mặc âu phục.

신다 (động từ) : 신발이나 양말 등의 속으로 발을 넣어 발의 전부나 일부를 덮다.
mang
Cho chân vào trong giày dép hay tất... rồi che phủ toàn bộ hay một phần bàn chân.

-었- : 어떤 사건이 과거에 완료되었거나 그 사건의 결과가 현재까지 지속되는 상황을 나타내는 어미.
đã
Vĩ tố thể hiện tình huống mà sự kiện nào đó đã hoàn thành trong quá khứ hoặc kết quả của sự kiện đó được tiếp tục đến hiện tại.

-는데 : 뒤의 말을 하기 위하여 그 대상과 관련이 있는 상황을 미리 말함을 나타내는 연결 어미.
Không có từ tương ứng
Vĩ tố liên kết thể hiện việc nói trước tình huống có liên quan đến đối tượng để nói tiếp lời phía sau.

어떻다 (Tính từ) : 생각, 느낌, 상태, 형편 등이 어찌 되어 있다.
như thế nào
Suy nghĩ, cảm giác, trạng thái, tình hình… đang trở nên thế nào đó.

-어요 : (두루높임으로) 어떤 사실을 서술하거나 질문, 명령, 권유함을 나타내는 종결 어미.

không?, hãy, hãy cùng

(cách nói kính trọng phổ biến) Vĩ tố kết thúc câu thể hiện sự tường thuật sự việc nào đó hay nghi vấn, mệnh lệnh, đề nghị. <việc hỏi>

검은색+은?

검은색 (danh từ) : 빛이 없을 때의 밤하늘과 같이 매우 어둡고 짙은 색.

màu đen, màu mun

Màu rất tối và đậm giống như bầu trời đêm không có ánh sáng.

은 : 문장 속에서 어떤 대상이 화제임을 나타내는 조사.

Không có từ tương ứng

Trợ từ (tiểu từ) thể hiện việc đối tượng nào đó là chủ đề câu chuyện trong câu.

흰색+은?

흰색 (danh từ) : 눈이나 우유와 같은 밝은 색.

màu trắng

Màu sáng giống như sữa hay tuyết.

은 : 문장 속에서 어떤 대상이 화제임을 나타내는 조사.

Không có từ tương ứng

Trợ từ (tiểu từ) thể hiện việc đối tượng nào đó là chủ đề câu chuyện trong câu.

어떻+어요?
어때요

어떻다 (Tính từ) : 생각, 느낌, 상태, 형편 등이 어찌 되어 있다.

như thế nào

Suy nghĩ, cảm giác, trạng thái, tình hình… đang trở nên thế nào đó.

-어요 : (두루높임으로) 어떤 사실을 서술하거나 질문, 명령, 권유함을 나타내는 종결 어미.

không?, hãy, hãy cùng

(cách nói kính trọng phổ biến) Vĩ tố kết thúc câu thể hiện sự tường thuật sự việc nào đó hay nghi vấn, mệnh lệnh, đề nghị. <việc hỏi>

목걸이 <u>차+았+는데</u> <u>어떻+어요</u>?
찼는데   어때요

목걸이 (danh từ) : 보석 등을 줄에 꿰어서 목에 거는 장식품.
dây chuyền
Đồ trang sức đeo trên cổ, chủ yếu được xỏ đá quý vào dây.

차다 (động từ) : 물건을 허리나 팔목, 발목 등에 매어 달거나 걸거나 끼우다.
mặc, mang, đeo, thắt
Đeo hay mang hay gắn vào vào eo, cổ tay, cổ chân.

-았- : 어떤 사건이 과거에 완료되었거나 그 사건의 결과가 현재까지 지속되는 상황을 나타내는 어미.
đã
Vĩ tố thể hiện tình huống mà sự kiện nào đó đã hoàn thành trong quá khứ hoặc kết quả của sự kiện đó được tiếp tục đến hiện tại.

-는데 : 뒤의 말을 하기 위하여 그 대상과 관련이 있는 상황을 미리 말함을 나타내는 연결 어미.
Không có từ tương ứng
Vĩ tố liên kết thể hiện việc nói trước tình huống có liên quan đến đối tượng để nói tiếp lời phía sau.

어떻다 (Tính từ) : 생각, 느낌, 상태, 형편 등이 어찌 되어 있다.
như thế nào
Suy nghĩ, cảm giác, trạng thái, tình hình… đang trở nên thế nào đó.

-어요 : (두루높임으로) 어떤 사실을 서술하거나 질문, 명령, 권유함을 나타내는 종결 어미.
không?, hãy, hãy cùng
(cách nói kính trọng phổ biến) Vĩ tố kết thúc câu thể hiện sự tường thuật sự việc nào đó hay nghi vấn, mệnh lệnh, đề nghị. <việc hỏi>

반지 <u>끼+었+는데</u> <u>어떻+어요</u>?
어때요

반지 (danh từ) : 손가락에 끼는 동그란 장신구.
nhẫn
Đồ trang sức hình tròn, được đeo vào ngón tay.

끼다 (động từ) : 무엇에 걸려 빠지지 않도록 꿰거나 꽂다.
đeo
Treo vào cái gì đó rồi xỏ hay cắm vào để không rơi ra.

-었- : 어떤 사건이 과거에 완료되었거나 그 사건의 결과가 현재까지 지속되는 상황을 나타내는 어미.
đã
Vĩ tố thể hiện tình huống mà sự kiện nào đó đã hoàn thành trong quá khứ hoặc kết quả của sự kiện đó được tiếp tục đến hiện tại.

-는데 : 뒤의 말을 하기 위하여 그 대상과 관련이 있는 상황을 미리 말함을 나타내는 연결 어미.
Không có từ tương ứng
Vĩ tố liên kết thể hiện việc nói trước tình huống có liên quan đến đối tượng để nói tiếp lời phía sau.

어떻다 (Tính từ) : 생각, 느낌, 상태, 형편 등이 어찌 되어 있다.
như thế nào
Suy nghĩ, cảm giác, trạng thái, tình hình… đang trở nên thế nào đó.

-어요 : (두루높임으로) 어떤 사실을 서술하거나 질문, 명령, 권유함을 나타내는 종결 어미.
không?, hãy, hãy cùng
(cách nói kính trọng phổ biến) Vĩ tố kết thúc câu thể hiện sự tường thuật sự việc nào đó hay nghi vấn, mệnh lệnh, đề nghị. <việc hỏi>

귀걸이+는?

귀걸이 (danh từ) : 귀에 다는 장식품.
hoa tai, bông tai, khuyên tai, vòng tai
Vật trang sức đeo ở tai.

는 : 문장 속에서 어떤 대상이 화제임을 나타내는 조사.
Không có từ tương ứng
Trợ từ (tiểu từ) thể hiện việc đối tượng nào đó là chủ đề câu chuyện trong câu.

팔찌+는?

팔찌 (danh từ) : 팔목에 끼는, 금, 은, 가죽 등으로 만든 장식품.
vòng tay, lắc
Đồ trang sức làm bằng vàng, bạc, da...đeo ở cổ tay.

는 : 문장 속에서 어떤 대상이 화제임을 나타내는 조사.
Không có từ tương ứng
Trợ từ (tiểu từ) thể hiện việc đối tượng nào đó là chủ đề câu chuyện trong câu.

어떻+어요?
어때요

어떻다 (Tính từ) : 생각, 느낌, 상태, 형편 등이 어찌 되어 있다.
như thế nào
Suy nghĩ, cảm giác, trạng thái, tình hình… đang trở nên thế nào đó.

-어요 : (두루높임으로) 어떤 사실을 서술하거나 질문, 명령, 권유함을 나타내는 종결 어미.
không?, hãy, hãy cùng
(cách nói kính trọng phổ biến) Vĩ tố kết thúc câu thể hiện sự tường thuật sự việc nào đó hay nghi vấn, mệnh lệnh, đề nghị. <việc hỏi>

저+의 눈+과 코+와 입술+이 얼마나 예쁘(예뻐)+[어 보이]+나요?
제   예뻐 보이나요

저 (đại từ) : 말하는 사람이 듣는 사람에게 자신을 낮추어 가리키는 말.
em, con, cháu
Cách người nói hạ mình để xưng hô với người nghe.

의 : 앞의 말이 뒤의 말에 대하여 소유, 소속, 소재, 관계, 기원, 주체의 관계를 가짐을 나타내는 조사.
của
Trợ từ thể hiện từ ngữ phía trước có quan hệ về sở hữu, nơi trực thuộc, chất liệu, quan hệ, nguồn gốc, chủ thể đối với từ ngữ phía sau.

눈 (danh từ) : 사람이나 동물의 얼굴에 있으며 빛의 자극을 받아 물체를 볼 수 있는 감각 기관.
mắt
Cơ quan cảm giác ở trên mặt con người hoặc động vật, có thể tiếp nhận sự kích thích của ánh sáng và nhìn vật thể.

과 : 앞과 뒤의 명사를 같은 자격으로 이어 줄 때 쓰는 조사.
và
Trợ từ dùng khi liên kết danh từ trước và sau theo cùng tư cách.

코 (danh từ) : 숨을 쉬고 냄새를 맡는 몸의 한 부분.
mũi
Một bộ phận của cơ thể để ngửi mùi và thở.

와 : 앞과 뒤의 명사를 같은 자격으로 이어주는 조사.
và, với
Trợ từ liên kết danh từ gắn ở đằng trước và đằng sau bằng quan hệ bình đẳng.

입술 (danh từ) : 사람의 입 주위를 둘러싸고 있는 붉고 부드러운 살.
môi
Phần thịt mềm và có màu đỏ bao xung quanh miệng của con người.

이 : 어떤 상태나 상황의 대상이나 동작의 주체를 나타내는 조사.
Không có từ tương ứng
Trợ từ (tiểu từ) thể hiện chủ thể của động tác hoặc đối tượng của trạng thái hay tình huống nào đó.

얼마나 (phó từ) : 어느 정도나.
bao nhiêu, bao lâu, bao xa
Mức độ nào đó.

예쁘다 (Tính từ) : 생긴 모양이 눈으로 보기에 좋을 만큼 아름답다.
xinh đẹp, xinh xắn
Hình dạng đẹp ở mức nhìn thấy thích bằng mắt thường.

-어 보이다 : 겉으로 볼 때 앞의 말이 나타내는 것처럼 느껴지거나 추측됨을 나타내는 표현.
trông..., trông có vẻ…
Cấu trúc thể hiện việc được suy đoán hay được cảm thấy như điều mà từ ngữ phía trước thể hiện khi quan sát bề ngoài.

-나요 : (두루높임으로) 앞의 내용에 대해 상대방에게 물어볼 때 쓰는 표현.
à
(cách nói kính trọng phổ biến) Cấu trúc dùng khi hỏi đối phương về nội dung ở trước.

나 <u>어떻</u>+<u>어요</u>?
어때요

나 (đại từ) : 말하는 사람이 친구나 아랫사람에게 자기를 가리키는 말.
tôi, mình, anh, chị...
Từ mà người nói dùng để chỉ bản thân mình khi nói với người dưới hoặc bạn bè.

어떻다 (Tính từ) : 생각, 느낌, 상태, 형편 등이 어찌 되어 있다.
như thế nào
Suy nghĩ, cảm giác, trạng thái, tình hình… đang trở nên thế nào đó.

-어요 : (두루높임으로) 어떤 사실을 서술하거나 질문, 명령, 권유함을 나타내는 종결 어미.
không?, hãy, hãy cùng
(cách nói kính trọng phổ biến) Vĩ tố kết thúc câu thể hiện sự tường thuật sự việc nào đó hay nghi vấn, mệnh lệnh, đề nghị. <việc hỏi>

나 <u>예쁘(예쁘)+어요</u>?
예뻐요

나 (đại từ) : 말하는 사람이 친구나 아랫사람에게 자기를 가리키는 말.
tôi, mình, anh, chị...
Từ mà người nói dùng để chỉ bản thân mình khi nói với người dưới hoặc bạn bè.

예쁘다 (Tính từ) : 생긴 모양이 눈으로 보기에 좋을 만큼 아름답다.
xinh đẹp, xinh xắn
Hình dạng đẹp ở mức nhìn thấy thích bằng mắt thường.

-어요 : (두루높임으로) 어떤 사실을 서술하거나 질문, 명령, 권유함을 나타내는 종결 어미.
không?, hãy, hãy cùng
(cách nói kính trọng phổ biến) Vĩ tố kết thúc câu thể hiện sự tường thuật sự việc nào đó hay nghi vấn, mệnh lệnh, đề nghị. <việc hỏi>

<u>어떻+어요</u>?
어때요

어떻다 (Tính từ) : 생각, 느낌, 상태, 형편 등이 어찌 되어 있다.
như thế nào
Suy nghĩ, cảm giác, trạng thái, tình hình··· đang trở nên thế nào đó.

-어요 : (두루높임으로) 어떤 사실을 서술하거나 질문, 명령, 권유함을 나타내는 종결 어미.
không?, hãy, hãy cùng
(cách nói kính trọng phổ biến) Vĩ tố kết thúc câu thể hiện sự tường thuật sự việc nào đó hay nghi vấn, mệnh lệnh, đề nghị. <việc hỏi>

< 5 >

하늘, 땅, 사람
(trời)
(đất)
(con người)

[발음(sự phát âm)]

< 1 절(lời) >

하늘에서 비가 내린다고 하는 걸 보니 하늘은 위인가요?
하느레서 비가 내린다고 하는 걸 보니 하느른 위인가요?
haneureseo biga naerindago haneun geol boni haneureun wiingayo?

그 비가 땅을 적신다고 하는 걸 보니 그럼 땅은 아래인가 보네요.
그 비가 땅을 적씬다고 하는 걸 보니 그럼 땅은 아래인가 보네요.
geu biga ttangeul jeoksindago haneun geol boni geureom ttangeun araeinga boneyo.

땅을 밟고 서서 하늘을 바라보는 사람은 하늘과 땅 사이에 있는 거겠군요.
땅을 밥꼬 서서 하느를 바라보는 사라믄 하늘과 땅 사이에 인는 거겓꾸뇨.
ttangeul bapgo seoseo haneureul baraboneun sarameun haneulgwa ttang saie inneun geogetgunyo.

그 사이에 갇혀 지지고 볶으며 오늘도 나는 살아가고 있네요.
그 사이에 가처 지지고 보끄며 오늘도 나는 사라가고 인네요.
geu saie gacheo jijigo bokkeumyeo oneuldo naneun saragago inneyo.

땅에 갇혀 사는 것은 이제 너무 지겨워요.
땅에 가처 사는 거슨 이제 너무 지겨워요.
ttange gacheo saneun geoseun ije neomu jigyeowoyo.

움츠린 가슴을 펴고 하늘 끝까지 날아올라 봐요.
움츠린 가스믈 펴고 하늘 끝까지 나라올라 봐요.
umcheurin gaseumeul pyeogo haneul kkeutkkaji naraolla bwayo.

우리 모두 거기서 행복하게 살아 봐요.
우리 모두 거기서 행보카게 사라 봐요.
uri modu geogiseo haengbokage sara bwayo.

< 후렴(đoạn điệp khúc) >

이제부터는 지금부터는
이제부터는 지금부터는
ijebuteoneun jigeumbuteoneun

가슴이 시키는 대로 살아 봐요.
가스미 시키는 대로 사라 봐요.
gaseumi sikineun daero sara bwayo.

이제부터는 지금부터는
이제부터는 지금부터는
ijebuteoneun jigeumbuteoneun

가슴이 느끼는 대로 자유롭게
가스미 느끼는 대로 자유롭께
gaseumi neukkineun daero jayuropge

아무것도 신경 쓰지 마요.
아무걷또 신경 쓰지 마요.
amugeotdo singyeong sseuji mayo.

< 2 절(lời) >

아직까지 해가 뜨고 진 적은 한 번도 없었어요.
아직까지 해가 뜨고 진 저근 한 번도 업써써요.
ajikkkaji haega tteugo jin jeogeun han beondo eopseosseoyo.

이 땅에 사는 우리들만 어제도 오늘도 쉼 없이 돌고 돌고 또 돌아요.
이 땅에 사는 우리들만 어제도 오늘도 쉼 업씨 돌고 돌고 또 도라요.
i ttange saneun urideulman eojedo oneuldo swim eopsi dolgo dolgo tto dorayo.

배운 대로 남들이 시키는 대로 그렇게 사람들 사이에 숨어 살아가고 있죠.
배운 대로 남드리 시키는 대로 그러케 사람들 사이에 수머 사라가고 일쬬.
baeun daero namdeuri sikineun daero geureoke saramdeul saie sumeo saragago itjyo.

그 사이에 갇혀 지지고 볶으며 오늘도 나는 살아가고 있네요.
그 사이에 가처 지지고 보끄며 오늘도 나는 사라가고 인네요.
geu saie gacheo jijigo bokkeumyeo oneuldo naneun saragago inneyo.

누가 시키는 대로 사는 것은 이제 너무 짜증이 나요.
누가 시키는 대로 사는 거슨 이제 너무 짜증이 나요.
nuga sikineun daero saneun geoseun ije neomu jjajeungi nayo.

바라고 원하는 생각들을 하늘 너머로 떠나보내요.
바라고 원하는 생각뜨를 하늘 너머로 떠나보내요.
barago wonhaneun saenggakdeureul haneul neomeoro tteonabonaeyo.

우리 모두 거기서 자유롭게 살아 봐요.
우리 모두 거기서 자유롭께 사라 봐요.
uri modu geogiseo jayuropge sara bwayo.

< 후렴(đoạn điệp khúc) >

우- 워- 이제부터는 지금부터는
우- 워- 이제부터는 지금부터는
u- wo- ijebuteoneun jigeumbuteoneun

이제부터는 지금부터는
이제부터는 지금부터는
ijebuteoneun jigeumbuteoneun

가슴이 시키는 대로 살아 봐요.
가스미 시키는 대로 사라 봐요.
gaseumi sikineun daero sara bwayo.

이제부터는 지금부터는
이제부터는 지금부터는
ijebuteoneun jigeumbuteoneun

가슴이 느끼는 대로 자유롭게
가스미 느끼는 대로 자유롭께
gaseumi neukkineun daero jayuropge

이제부터는 지금부터는
이제부터는 지금부터는
ijebuteoneun jigeumbuteoneun

(우리 모두 거기서)
(우리 모두 거기서)
(uri modu geogiseo)

가슴이 시키는 대로 살아 봐요.
가스미 시키는 대로 사라 봐요.
gaseumi sikineun daero sara bwayo.

(자유롭게 살아요)
(자유롭께 사라요)
(jayuropge sarayo)

이제부터는 지금부터는
이제부터는 지금부터는
ijebuteoneun jigeumbuteoneun

(우리 모두 거기서)
(우리 모두 거기서)
(uri modu geogiseo)

가슴이 느끼는 대로 자유롭게
가스미 느끼는 대로 자유롭께
gaseumi neukkineun daero jayuropge

(자유롭게)
(자유롭께)
(jayuropge)

그런 사람이었어요.
그런 사라미어써요.
geureon saramieosseoyo.

그런 인생이었어요.
그런 인생이어써요.
geureon insaengieosseoyo.

그렇게 기억해 줘요.
그러케 기어캐 줘요.
geureoke gieokae jwoyo.

< 1 절(lời) >

하늘+에서 비+가 <u>내리+ㄴ다고</u> <u>하+[는 것(거)]</u>+을 보+니
내린다고 **하는 걸**

하늘 (danh từ) : 땅 위로 펼쳐진 무한히 넓은 공간.
trời, bầu trời
Không gian rộng lớn bao la bao trùm trên mặt đất.

에서 : 앞말이 출발점의 뜻을 나타내는 조사.
từ
Trợ từ thể hiện từ trước đó là một xuất phát điểm.

비 (danh từ) : 높은 곳에서 구름을 이루고 있던 수증기가 식어서 뭉쳐 떨어지는 물방울.
hạt mưa
Giọt nước rơi từ trên cao do hơi nước tạo thành mây, nguội đi ngưng tụ lại.

가 : 어떤 상태나 상황에 놓인 대상이나 동작의 주체를 나타내는 조사.
Không có từ tương ứng
Trợ từ (tiểu từ) thể hiện chủ thể của động tác hoặc đối tượng được đặt trong trạng thái hay tình huống nào đó.

내리다 (động từ) : 눈이나 비 등이 오다.
rơi, rơi xuống
Tuyết hay mưa đến.

-ㄴ다고 : 다른 사람에게서 들은 내용을 간접적으로 전달하거나 주어의 생각, 의견 등을 나타내는 표현.
nghe nói, cho rằng
Cấu trúc truyền đạt một cách gián tiếp nội dung đã nghe từ người khác hoặc thể hiện suy nghĩ, ý kiến của... chủ ngữ.

하다 (động từ) : 무엇에 대해 말하다.
Không có từ tương ứng
Nói về điều gì đó.

-는 것 : 명사가 아닌 것을 문장에서 명사처럼 쓰이게 하거나 '이다' 앞에 쓰일 수 있게 할 때 쓰는 표현.
cái, thứ, điều, việc
Cấu trúc dùng khi làm cho yếu tố không phải là danh từ được dùng như danh từ trong câu, hoặc làm cho có thể được dùng trước "이다".

을 : 동작이 직접적으로 영향을 미치는 대상을 나타내는 조사.
Không có từ tương ứng
Trợ từ (tiểu từ) thể hiện đối tượng mà động tác trực tiếp ảnh hưởng đến.

보다 (động từ) : 무엇을 근거로 판단하다.
nhìn vào, căn cứ vào
Phán đoán căn cứ vào cái gì đó.

-니 : 뒤에 오는 말에 대하여 앞에 오는 말이 원인이나 근거, 전제가 됨을 나타내는 연결 어미.
vì
Vĩ tố liên kết thể hiện vế trước trở thành nguyên nhân, căn cứ hay tiền đề đối với vế sau.

하늘+은 <u>위+이+ㄴ가요</u>?
위인가요

하늘 (danh từ) : 땅 위로 펼쳐진 무한히 넓은 공간.
trời, bầu trời
Không gian rộng lớn bao la bao trùm trên mặt đất.

은 : 문장 속에서 어떤 대상이 화제임을 나타내는 조사.
Không có từ tương ứng
Trợ từ (tiểu từ) thể hiện việc đối tượng nào đó là chủ đề câu chuyện trong câu.

위 (danh từ) : 어떤 기준보다 더 높은 쪽. 또는 중간보다 더 높은 쪽.
trên
Phía cao hơn so với tiêu chuẩn nào đó. Hoặc phía cao hơn so với mức trung bình.

이다 : 주어가 지시하는 대상의 속성이나 부류를 지정하는 뜻을 나타내는 서술격 조사.
nào là
Trợ từ vị cách thể hiện sự liệt kê các sự vật đồng thời liên kết theo quan hệ đẳng lập.

-ㄴ가요 : (두루높임으로) 현재의 사실에 대한 물음을 나타내는 종결 어미.
à?, … không?
(cách nói kính trọng phổ biến) Vĩ tố kết thúc câu thể hiện việc hỏi về sự việc hiện tại.

그 비+가 땅+을 <u>적시+ㄴ다고</u> <u>하+[는 것(거)]+을</u> 보+니
적신다고   하는 걸

그 (định từ) : 앞에서 이미 이야기한 대상을 가리킬 때 쓰는 말.
đó, ấy, đấy
Từ dùng khi chỉ đối tượng đã nói đến ở phía trước.

비 (danh từ) : 높은 곳에서 구름을 이루고 있던 수증기가 식어서 뭉쳐 떨어지는 물방울.
hạt mưa
Giọt nước rơi từ trên cao do hơi nước tạo thành mây, nguội đi ngưng tụ lại.

가 : 어떤 상태나 상황에 놓인 대상이나 동작의 주체를 나타내는 조사.
Không có từ tương ứng
Trợ từ (tiểu từ) thể hiện chủ thể của động tác hoặc đối tượng được đặt trong trạng thái hay tình huống nào đó.

땅 (danh từ) : 지구에서 물로 된 부분이 아닌 흙이나 돌로 된 부분.
đất, đất liền
Phần trên trái đất được tạo thành bởi đất hay đá chứ không phải là phần được tạo thành bởi nước.

을 : 동작이 직접적으로 영향을 미치는 대상을 나타내는 조사.
Không có từ tương ứng
Trợ từ (tiểu từ) thể hiện đối tượng mà động tác trực tiếp ảnh hưởng đến.

적시다 (động từ) : 물 등의 액체를 묻혀 젖게 하다.
làm ướt, làm ẩm, dấp nước
Vấy lên chất lỏng như nước..., làm cho ướt.

-ㄴ다고 : 다른 사람에게서 들은 내용을 간접적으로 전달하거나 주어의 생각, 의견 등을 나타내는 표현.
nghe nói, cho rằng
Cấu trúc truyền đạt một cách gián tiếp nội dung đã nghe từ người khác hoặc thể hiện suy nghĩ, ý kiến của... chủ ngữ.

하다 (động từ) : 무엇에 대해 말하다.
Không có từ tương ứng
Nói về điều gì đó.

-는 것 : 명사가 아닌 것을 문장에서 명사처럼 쓰이게 하거나 '이다' 앞에 쓰일 수 있게 할 때 쓰는 표현.
cái, thứ, điều, việc
Cấu trúc dùng khi làm cho yếu tố không phải là danh từ được dùng như danh từ trong câu, hoặc làm cho có thể được dùng trước "이다".

을 : 동작이 직접적으로 영향을 미치는 대상을 나타내는 조사.
Không có từ tương ứng
Trợ từ (tiểu từ) thể hiện đối tượng mà động tác trực tiếp ảnh hưởng đến.

보다 (động từ) : 무엇을 근거로 판단하다.
nhìn vào, căn cứ vào
Phán đoán căn cứ vào cái gì đó.

-니 : 뒤에 오는 말에 대하여 앞에 오는 말이 원인이나 근거, 전제가 됨을 나타내는 연결 어미.
vì
Vĩ tố liên kết thể hiện vế trước trở thành nguyên nhân, căn cứ hay tiền đề đối với vế sau.

그럼 땅+은 아래+이+[ㄴ가 보]+네요.
아래인가 보네요

그럼 (phó từ) : 앞의 내용이 뒤의 내용의 조건이 될 때 쓰는 말.
nếu vậy thì
Từ dùng khi nội dung phía trước trở thành điều kiện của nội dung phía sau.

땅 (danh từ) : 지구에서 물로 된 부분이 아닌 흙이나 돌로 된 부분.
đất, đất liền
Phần trên trái đất được tạo thành bởi đất hay đá chứ không phải là phần được tạo thành bởi nước.

은 : 문장 속에서 어떤 대상이 화제임을 나타내는 조사.
Không có từ tương ứng
Trợ từ (tiểu từ) thể hiện việc đối tượng nào đó là chủ đề câu chuyện trong câu.

아래 (danh từ) : 일정한 기준보다 낮은 위치.
dưới
Vị trí thấp hơn tiêu chuẩn nhất định.

이다 : 주어가 지시하는 대상의 속성이나 부류를 지정하는 뜻을 나타내는 서술격 조사.
nào là
Trợ từ vị cách thể hiện sự liệt kê các sự vật đồng thời liên kết theo quan hệ đẳng lập.

-ㄴ가 보다 : 앞의 말이 나타내는 사실을 추측함을 나타내는 표현.
hình như, dường như, có vẻ
Cấu trúc thể hiện sự suy đoán sự việc mà từ ngữ phía trước thể hiện.

-네요 : (두루높임으로) 말하는 사람이 직접 경험하여 새롭게 알게 된 사실에 대해 감탄함을 나타낼 때 쓰는 표현.
đấy, lắm, quá
(cách nói kính trọng phổ biến) Cấu trúc dùng khi thể hiện sự cảm thán đối với sự việc mà người nói mới biết được do trực tiếp trải nghiệm.

땅+을 밟+고 <u>서+(어)서</u> 하늘+을 바라보+는 사람+은
서서

땅 (danh từ) : 지구에서 물로 된 부분이 아닌 흙이나 돌로 된 부분.
đất, đất liền
Phần trên trái đất được tạo thành bởi đất hay đá chứ không phải là phần được tạo thành bởi nước.

을 : 동작이 직접적으로 영향을 미치는 대상을 나타내는 조사.
Không có từ tương ứng
Trợ từ (tiểu từ) thể hiện đối tượng mà động tác trực tiếp ảnh hưởng đến.

밟다 (động từ) : 어떤 대상에 발을 올려놓고 서거나 올려놓으면서 걷다.
giẫm lên, đạp lên
Người có sức mạnh làm phiền người không có sức mạnh.

-고 : 앞의 말이 나타내는 행동이나 그 결과가 뒤에 오는 행동이 일어나는 동안에 그대로 지속됨을 나타내는 연결 어미.
mà, rồi
Vĩ tố liên kết thể hiện hành động mà vế trước thể hiện hay kết quả đó được liên tục như thế trong suốt thời gian hành động ở sau xảy ra.

서다 (động từ) : 사람이나 동물이 바닥에 발을 대고 몸을 곧게 하다.
đứng
Người hay động vật đặt chân trên nền và làm cơ thể thẳng đứng.

-어서 : 앞의 말과 뒤의 말이 순차적으로 일어남을 나타내는 연결 어미.
rồi
Vĩ tố liên kết thể hiện vế trước và vế sau lần lượt xảy ra.

하늘 (danh từ) : 땅 위로 펼쳐진 무한히 넓은 공간.
trời, bầu trời
Không gian rộng lớn bao la bao trùm trên mặt đất.

을 : 동작이 직접적으로 영향을 미치는 대상을 나타내는 조사.
Không có từ tương ứng
Trợ từ (tiểu từ) thể hiện đối tượng mà động tác trực tiếp ảnh hưởng đến.

바라보다 (động từ) : 바로 향해 보다.
nhìn thẳng
Nhìn theo hướng thẳng.

-는 : 앞의 말이 관형어의 기능을 하게 만들고 사건이나 동작이 현재 일어남을 나타내는 어미.
mà
Vĩ tố làm cho từ ngữ phía trước có chức năng định ngữ và thể hiện sự kiện hay động tác xảy ra ở hiện tại.

사람 (danh từ) : 생각할 수 있으며 언어와 도구를 만들어 사용하고 사회를 이루어 사는 존재.
con người
Thực thể có thể suy nghĩ, làm ra ngôn ngữ và công cụ, sống tạo nên xã hội.

은 : 문장 속에서 어떤 대상이 화제임을 나타내는 조사.
Không có từ tương ứng
Trợ từ (tiểu từ) thể hiện việc đối tượng nào đó là chủ đề câu chuyện trong câu.

하늘+과 땅 사이+에 있+[는 것(거)]+(이)+겠+군요.
있는 거겠군요

하늘 (danh từ) : 땅 위로 펼쳐진 무한히 넓은 공간.
trời, bầu trời
Không gian rộng lớn bao la bao trùm trên mặt đất.

과 : 앞과 뒤의 명사를 같은 자격으로 이어 줄 때 쓰는 조사.
và
Trợ từ dùng khi liên kết danh từ trước và sau theo cùng tư cách.

땅 (danh từ) : 지구에서 물로 된 부분이 아닌 흙이나 돌로 된 부분.
đất, đất liền
Phần trên trái đất được tạo thành bởi đất hay đá chứ không phải là phần được tạo thành bởi nước.

사이 (danh từ) : 한 물체에서 다른 물체까지 또는 한곳에서 다른 곳까지의 거리나 공간.
khoảng cách, cự li
Cự li hay không gian từ một vật thể đến vật thể khác, hoặc từ một nơi tới nơi khác.

에 : 앞말이 어떤 장소나 자리임을 나타내는 조사.
ở, tại
Trợ từ (tiểu từ) thể hiện từ ngữ phía trước là địa điểm hay chỗ nào đó.

있다 (Tính từ) : 사람이나 동물이 어느 곳에 머무르거나 사는 상태이다.
ở, có ở, sống ở
Trạng thái con người hay động vật sống hoặc lưu lại ở nơi nào đó.

-는 것 : 명사가 아닌 것을 문장에서 명사처럼 쓰이게 하거나 '이다' 앞에 쓰일 수 있게 할 때 쓰는 표현.
cái, thứ, điều, việc
Cấu trúc dùng khi làm cho yếu tố không phải là danh từ được dùng như danh từ trong câu, hoặc làm cho có thể được dùng trước "이다".

이다 : 주어가 지시하는 대상의 속성이나 부류를 지정하는 뜻을 나타내는 서술격 조사.
nào là
Trợ từ vị cách thể hiện sự liệt kê các sự vật đồng thời liên kết theo quan hệ đẳng lập.

-겠- : 미래의 일이나 추측을 나타내는 어미.
sẽ, chắc là
Vĩ tố thể hiện sự việc tương lai hay suy đoán.

-군요 : (두루높임으로) 새롭게 알게 된 사실에 주목하거나 감탄함을 나타내는 표현.
thì ra, quá, thật đấy
(cách nói kính trọng phổ biến) Cấu trúc thể hiện sự chú ý hay cảm thán về sự việc mới biết được.

그 사이+에 갇히+어 [지지고 볶]+으며 오늘+도 나+는 살아가+[고 있]+네요.
갇혀

그 (định từ) : 앞에서 이미 이야기한 대상을 가리킬 때 쓰는 말.
đó, ấy, đấy
Từ dùng khi chỉ đối tượng đã nói đến ở phía trước.

사이 (danh từ) : 한 물체에서 다른 물체까지 또는 한곳에서 다른 곳까지의 거리나 공간.
khoảng cách, cự li
Cự li hay không gian từ một vật thể đến vật thể khác, hoặc từ một nơi tới nơi khác.

에 : 앞말이 어떤 장소나 자리임을 나타내는 조사.
ở, tại
Trợ từ (tiểu từ) thể hiện từ ngữ phía trước là địa điểm hay chỗ nào đó.

갇히다 (động từ) : 어떤 공간이나 상황에서 나가지 못하게 되다.
bị nhốt, bị giam, bị trói buộc
Trở nên không thể ra khỏi không gian hay tình huống nào đó.

-어 : 앞의 말이 뒤의 말보다 먼저 일어났거나 뒤의 말에 대한 방법이나 수단이 됨을 나타내는 연결 어미.
rồi
Vĩ tố liên kết thể hiện vế trước xảy ra trước vế sau hoặc trở thành phương pháp hay phương tiện đối với vế sau.

지지고 볶다 (quán dụng ngữ) : 온갖 것을 겪으며 함께 살아가다.
Không có từ tương ứng
Cùng nhau trải qua mọi sự trong cuộc sống.

-으며 : 두 가지 이상의 동작이나 상태가 함께 일어남을 나타내는 연결 어미.
vừa··· vừa···, đồng thời
Vĩ tố liên kết thể hiện hai động tác hay trạng thái trở lên cùng xảy ra.

오늘 (danh từ) : 지금 지나가고 있는 이날.
ngày hôm nay, hôm nay
Ngày đang trải qua bây giờ.

도 : 이미 있는 어떤 것에 다른 것을 더하거나 포함함을 나타내는 조사.
cũng
Trợ từ thể hiện sự thêm vào hoặc bao gồm cái khác vào cái nào đó đã có sẵn.

나 (đại từ) : 말하는 사람이 친구나 아랫사람에게 자기를 가리키는 말.
tôi, mình, anh, chị...
Từ mà người nói dùng để chỉ bản thân mình khi nói với người dưới hoặc bạn bè.

는 : 문장 속에서 어떤 대상이 화제임을 나타내는 조사.
Không có từ tương ứng
Trợ từ (tiểu từ) thể hiện việc đối tượng nào đó là chủ đề câu chuyện trong câu.

살아가다 (động từ) : 어떤 종류의 삶이나 시대 등을 견디며 생활해 나가다.
cố sống, sống qua ngày
Chịu đựng kiểu sống hay thời đại nào đó... mà sống tiếp.

-고 있다 : 앞의 말이 나타내는 행동이 계속 진행됨을 나타내는 표현.
đang
Cấu trúc thể hiện hành động mà từ ngữ phía trước diễn đạt được tiếp tục tiến hành.

-네요 : (두루높임으로) 말하는 사람이 직접 경험하여 새롭게 알게 된 사실에 대해 감탄함을 나타낼 때 쓰
는 표현.
đấy, lắm, quá
(cách nói kính trọng phổ biến) Cấu trúc dùng khi thể hiện sự cảm thán đối với sự việc mà người nói mới biết được do trực tiếp trải nghiệm.

땅+에 갈히+어 살(사)+[는 것]+은 이제 너무 지겹(지겨우)+어요.
　　　　갈혀　　　　사는 것은　　　　　　　　　　지겨워요

땅 (danh từ) : 지구에서 물로 된 부분이 아닌 흙이나 돌로 된 부분.
đất, đất liền
Phần trên trái đất được tạo thành bởi đất hay đá chứ không phải là phần được tạo thành bởi nước.

에 : 앞말이 어떤 장소나 자리임을 나타내는 조사.
ở, tại
Trợ từ (tiểu từ) thể hiện từ ngữ phía trước là địa điểm hay chỗ nào đó.

갇히다 (động từ) : 어떤 공간이나 상황에서 나가지 못하게 되다.
bị nhốt, bị giam, bị trói buộc
Trở nên không thể ra khỏi không gian hay tình huống nào đó.

-어 : 앞의 말이 뒤의 말보다 먼저 일어났거나 뒤의 말에 대한 방법이나 수단이 됨을 나타내는 연결 어미.
rồi
Vĩ tố liên kết thể hiện vế trước xảy ra trước vế sau hoặc trở thành phương pháp hay phương tiện đối với vế sau.

살다 (động từ) : 사람이 생활을 하다.
sống, sinh hoạt
Con người sinh sống.

-는 것 : 명사가 아닌 것을 문장에서 명사처럼 쓰이게 하거나 '이다' 앞에 쓰일 수 있게 할 때 쓰는 표현.
cái, thứ, điều, việc
Cấu trúc dùng khi làm cho yếu tố không phải là danh từ được dùng như danh từ trong câu, hoặc làm cho có thể được dùng trước "이다".

은 : 문장 속에서 어떤 대상이 화제임을 나타내는 조사.
Không có từ tương ứng
Trợ từ (tiểu từ) thể hiện việc đối tượng nào đó là chủ đề câu chuyện trong câu.

이제 (phó từ) : 지금의 시기가 되어.
hiện giờ
Đến thời gian bây giờ.

너무 (phó từ) : 일정한 정도나 한계를 훨씬 넘어선 상태로.
quá
Ở trạng thái vượt giới hạn hay mức độ nhất định rất nhiều.

지겹다 (Tính từ) : 같은 상태나 일이 반복되어 재미가 없고 지루하고 싫다.
chán ngắt, buồn tẻ
Chán ngắt, buồn tẻ, chẳng có gì thú vị vì cùng một việc hay một trạng thái cứ lặp đi lặp lại.

-어요 : (두루높임으로) 어떤 사실을 서술하거나 질문, 명령, 권유함을 나타내는 종결 어미.
không?, hãy, hãy cùng
(cách nói kính trọng phổ biến) Vĩ tố kết thúc câu thể hiện sự tường thuật sự việc nào đó hay nghi vấn, mệnh lệnh, đề nghị. <sự tường thuật>

움츠리+ㄴ 가슴+을 펴+고 하늘 끝+까지 날아오르(날아올ㄹ)+[아 보]+아요.
움츠린   날아올라 봐요

움츠리다 (động từ) : 몸이나 몸의 일부를 오그려 작아지게 하다.
thu mình, co mình, rúm lại
Làm cho cơ thể hoặc một phần của cơ thể co vào và nhỏ đi.

-ㄴ : 앞의 말이 관형어의 기능을 하게 만들고 사건이나 동작이 완료되어 그 상태가 유지되고 있음을 나타내는 어미.
Không có từ tương ứng
Vĩ tố làm cho từ ngữ phía trước có chức năng định ngữ và thể hiện sự kiện hay động tác đã hoàn thành và trạng thái đó đang được duy trì.

가슴 (danh từ) : 인간이나 동물의 목과 배 사이에 있는 몸의 앞 부분.
ngực
Phần trước của cơ thể, giữa cổ và bụng của người hay động vật.

을 : 동작이 직접적으로 영향을 미치는 대상을 나타내는 조사.
Không có từ tương ứng
Trợ từ (tiểu từ) thể hiện đối tượng mà động tác trực tiếp ảnh hưởng đến.

펴다 (động từ) : 굽은 것을 곧게 하다. 또는 움츠리거나 오므라든 것을 벌리다.
duỗi
Làm cho cái đang gập vào mở thẳng ra. Hoặc mở cái đang co hay quắp lại ra.

-고 : 앞의 말이 나타내는 행동이나 그 결과가 뒤에 오는 행동이 일어나는 동안에 그대로 지속됨을 나타내는 연결 어미.
mà, rồi
Vĩ tố liên kết thể hiện hành động mà vế trước thể hiện hay kết quả đó được liên tục như thế trong suốt thời gian hành động ở sau xảy ra.

하늘 (danh từ) : 땅 위로 펼쳐진 무한히 넓은 공간.
trời, bầu trời
Không gian rộng lớn bao la bao trùm trên mặt đất.

끝 (danh từ) : 공간에서의 마지막 장소.
cuối
Nơi cuối cùng trong một không gian.

까지 : 어떤 범위의 끝임을 나타내는 조사.
tới
Trợ từ thể hiện sự kết thúc của phạm vi nào đó.

날아오르다 (động từ) : 날아서 위로 높이 올라가다.
bay lên
Bay lên trên cao.

-아 보다 : 앞의 말이 나타내는 행동을 시험 삼아 함을 나타내는 표현.
thử
Cấu trúc thể hiện việc lấy hành động mà từ ngữ phía trước thể hiện làm thí điểm.

-아요 : (두루높임으로) 어떤 사실을 서술하거나 질문, 명령, 권유함을 나타내는 종결 어미.
không?, hãy, hãy cùng
(cách nói kính trọng phổ biến) Vĩ tố kết thúc câu thể hiện sự tường thuật sự việc nào đó hoặc nghi vấn, mệnh lệnh, khuyến nghị. <sự khuyên nhủ>

우리 모두 거기+서 행복하+게 살+[아 보]+아요.
살아 봐요

우리 (đại từ) : 말하는 사람이 자기와 듣는 사람 또는 이를 포함한 여러 사람들을 가리키는 말.
chúng ta
Từ chỉ nhiều người bao gồm cả người nói và người nghe.

모두 (phó từ) : 빠짐없이 다.
mọi
Tất cả mà không bỏ sót .

거기 (đại từ) : 앞에서 이미 이야기한 곳을 가리키는 말.
chỗ đó
Từ chỉ địa điểm đã nói đến trước đó.

서 : 앞말이 행동이 이루어지고 있는 장소임을 나타내는 조사.
ở
Trợ từ (tiểu từ) thể hiện từ ngữ phía trước là địa điểm mà hành động nào đó được thực hiện.

행복하다 (Tính từ) : 삶에서 충분한 만족과 기쁨을 느껴 흐뭇하다.
hạnh phúc
Hài lòng, cảm thấy niềm vui và thỏa mãn đầy đủ trong cuộc sống.

-게 : 앞의 말이 뒤에서 가리키는 일의 목적이나 결과, 방식, 정도 등이 됨을 나타내는 연결 어미.
để, nhằm
Vĩ tố liên kết thể hiện vế trước trở thành mục đích hay kết quả, phương thức, mức độ của sự việc chỉ ra ở sau. **<phương thức>**

살다 (động từ) : 사람이 생활을 하다.
sống, sinh hoạt
Con người sinh sống.

-아 보다 : 앞의 말이 나타내는 행동을 시험 삼아 함을 나타내는 표현.
thử
Cấu trúc thể hiện việc lấy hành động mà từ ngữ phía trước thể hiện làm thí điểm.

-아요 : (두루높임으로) 어떤 사실을 서술하거나 질문, 명령, 권유함을 나타내는 종결 어미.
không?, hãy, hãy cùng
(cách nói kính trọng phổ biến) Vĩ tố kết thúc câu thể hiện sự tường thuật sự việc nào đó hoặc nghi vấn, mệnh lệnh, khuyến nghị. **<sự khuyên nhủ>**

< 후렴(đoạn điệp khúc) >

이제+부터+는 지금+부터+는

이제 (danh từ) : 지금의 시기.
hiện giờ
Thời gian bây giờ.

부터 : 어떤 일의 시작이나 처음을 나타내는 조사.
từ
Trợ từ thể hiện sự bắt đầu hay khởi đầu của một việc nào đó.

는 : 어떤 대상이 다른 것과 대조됨을 나타내는 조사.
Không có từ tương ứng
Trợ từ (tiểu từ) thể hiện việc đối tượng nào đó được đối chiếu với đối tượng khác.

지금 (danh từ) : 말을 하고 있는 바로 이때.
bây giờ
Chính lúc đang nói.

부터 : 어떤 일의 시작이나 처음을 나타내는 조사.
từ
Trợ từ thể hiện sự bắt đầu hay khởi đầu của một việc nào đó.

는 : 어떤 대상이 다른 것과 대조됨을 나타내는 조사.
Không có từ tương ứng
Trợ từ (tiểu từ) thể hiện việc đối tượng nào đó được đối chiếu với đối tượng khác.

가슴+이 시키+[는 대로] 살+[아 보]+아요.
살아 봐요

가슴 (danh từ) : 마음이나 느낌.
lòng
Lòng dạ hay cảm xúc.

이 : 어떤 상태나 상황의 대상이나 동작의 주체를 나타내는 조사.
Không có từ tương ứng
Trợ từ (tiểu từ) thể hiện chủ thể của động tác hoặc đối tượng của trạng thái hay tình huống nào đó.

시키다 (động từ) : 어떤 일이나 행동을 하게 하다.
bắt, sai khiến, sai bảo
Bắt làm việc hay hành động nào đó.

-는 대로 : 앞에 오는 말이 뜻하는 현재의 행동이나 상황과 같음을 나타내는 표현.
như, theo
Cấu trúc thể hiện giống như hành động hay tình huống hiện tại mà vế trước ngụ ý.

살다 (động từ) : 사람이 생활을 하다.
sống, sinh hoạt
Con người sinh sống.

-아 보다 : 앞의 말이 나타내는 행동을 시험 삼아 함을 나타내는 표현.
thử
Cấu trúc thể hiện việc lấy hành động mà từ ngữ phía trước thể hiện làm thí điểm.

-아요 : (두루높임으로) 어떤 사실을 서술하거나 질문, 명령, 권유함을 나타내는 종결 어미.
không?, hãy, hãy cùng
(cách nói kính trọng phổ biến) Vĩ tố kết thúc câu thể hiện sự tường thuật sự việc nào đó hoặc nghi vấn, mệnh lệnh, khuyến nghị. <sự khuyên nhủ>

이제+부터+는 지금+부터+는

이제 (danh từ) : 지금의 시기.
hiện giờ
Thời gian bây giờ.

부터 : 어떤 일의 시작이나 처음을 나타내는 조사.
từ
Trợ từ thể hiện sự bắt đầu hay khởi đầu của một việc nào đó.

는 : 어떤 대상이 다른 것과 대조됨을 나타내는 조사.
Không có từ tương ứng
Trợ từ (tiểu từ) thể hiện việc đối tượng nào đó được đối chiếu với đôi tượng khác.

지금 (danh từ) : 말을 하고 있는 바로 이때.
bây giờ
Chính lúc đang nói.

부터 : 어떤 일의 시작이나 처음을 나타내는 조사.
từ
Trợ từ thể hiện sự bắt đầu hay khởi đầu của một việc nào đó.

는 : 어떤 대상이 다른 것과 대조됨을 나타내는 조사.
Không có từ tương ứng
Trợ từ (tiểu từ) thể hiện việc đối tượng nào đó được đối chiếu với đôi tượng khác.

가슴+이 느끼+[는 대로] 자유롭+게

가슴 (danh từ) : 마음이나 느낌.
lòng
Lòng dạ hay cảm xúc.

이 : 어떤 상태나 상황의 대상이나 동작의 주체를 나타내는 조사.
Không có từ tương ứng
Trợ từ (tiểu từ) thể hiện chủ thể của động tác hoặc đối tượng của trạng thái hay tình huống nào đó.

느끼다 (động từ) : 특정한 대상이나 상황을 어떻다고 생각하거나 인식하다.
nhận thức
Nhận thức hay suy nghĩ một tình huống hay đối tượng nhất định như thế nào đó.

-는 대로 : 앞에 오는 말이 뜻하는 현재의 행동이나 상황과 같음을 나타내는 표현.
như, theo
Cấu trúc thể hiện giống như hành động hay tình huống hiện tại mà vế trước ngụ ý.

자유롭다 (Tính từ) : 무엇에 얽매이거나 구속되지 않고 자기 생각과 의지대로 할 수 있다.

tự do

Có thể làm theo suy nghĩ và ý chí của mình mà không bị hạn chế hay trói buộc bởi điều gì.

-게 : 앞의 말이 뒤에서 가리키는 일의 목적이나 결과, 방식, 정도 등이 됨을 나타내는 연결 어미.

để, nhằm

Vĩ tố liên kết thể hiện vế trước trở thành mục đích hay kết quả, phương thức, mức độ của sự việc chỉ ra ở sau. <phương thức>

아무것+도 [신경 쓰]+[지 말(마)]+(아)요.
신경 쓰지 마요

아무것 (danh từ) : 어떤 것의 조금이나 일부분.

bất cứ tí nào, bất kì phần nào

Một chút hay một phần của cái nào đó.

도 : 극단적인 경우를 들어 다른 경우는 말할 것도 없음을 나타내는 조사.

(ngay cả, thậm chí) cũng

Trợ từ thể hiện việc nêu lên trường hợp mang tính cực đoan, không cần phải nói tới trường hợp khác.

신경 쓰다 (quán dụng ngữ) : 사소한 일까지 세심하게 생각하다.

lo lắng, để ý

Suy nghĩ một cách kỹ lưỡng đến cả việc nhỏ nhặt.

-지 말다 : 앞의 말이 나타내는 행동을 하지 못하게 함을 나타내는 표현.

đừng

Cấu trúc thể hiện việc không cho thực hiện hành động mà từ ngữ phía trước thể hiện.

-아요 : (두루높임으로) 어떤 사실을 서술하거나 질문, 명령, 권유함을 나타내는 종결 어미.

không?, hãy, hãy cùng

(cách nói kính trọng phổ biến) Vĩ tố kết thúc câu thể hiện sự tường thuật sự việc nào đó hoặc nghi vấn, mệnh lệnh, khuyến nghị. <sự ra lệnh>

< 2 절(lời) >

아직+까지 해+가 뜨+고 지+[ㄴ 적+은 한 번+도 없]+었+어요.
진 적은 한 번도 없었어요

아직 (phó từ) : 어떤 일이나 상태 또는 어떻게 되기까지 시간이 더 지나야 함을 나타내거나, 어떤 일이나 상태가 끝나지 않고 계속 이어지고 있음을 나타내는 말.
chưa, vẫn
Từ biểu thị việc phải thêm thời gian cho tới khi công việc hay trạng thái nào đó hoặc thành ra thế nào đó, hoặc công việc hay trạng thái nào đó chưa kết thúc mà vẫn được tiếp nối.

까지 : 어떤 범위의 끝임을 나타내는 조사.
tới
Trợ từ thể hiện sự kết thúc của phạm vi nào đó.

해 (danh từ) : 태양계의 중심에 있으며 온도가 매우 높고 스스로 빛을 내는 항성.
mặt trời
Hành tinh tự phát ra ánh sáng, ở trung tâm hệ thái dương và nhiệt độ rất cao.

가 : 어떤 상태나 상황에 놓인 대상이나 동작의 주체를 나타내는 조사.
Không có từ tương ứng
Trợ từ (tiểu từ) thể hiện chủ thể của động tác hoặc đối tượng được đặt trong trạng thái hay tình huống nào đó.

뜨다 (động từ) : 물 위나 공중에 있거나 위쪽으로 솟아오르다.
nổi, mọc, vọt lên
Ở trên mặt nước hay không trung hoặc phụt lên phía trên.

-고 : 두 가지 이상의 대등한 사실을 나열할 때 쓰는 연결 어미.
và
Vĩ tố liên kết dùng khi liệt kê hai sự việc đồng đẳng trở lên.

지다 (động từ) : 해나 달이 서쪽으로 넘어가다.
lặn
Mặt trời hay mặt trăng ngả về phía tây.

-ㄴ 적 없다 : 앞의 말이 나타내는 동작이 일어나거나 그 상태가 나타난 때가 없음을 나타내는 표현.
chưa bao giờ, chưa từng
Cấu trúc thể hiện động tác mà vế trước diễn đạt chưa từng xảy ra hoặc trạng thái đó chưa từng xuất hiện.

은 : 문장 속에서 어떤 대상이 화제임을 나타내는 조사.
Không có từ tương ứng
Trợ từ (tiểu từ) thể hiện việc đối tượng nào đó là chủ đề câu chuyện trong câu.

한 (định từ) : 하나의.
một
Thuộc một.

번 (danh từ) : 일의 횟수를 세는 단위.
lần
Đơn vị đếm số lần của công việc.

도 : 극단적인 경우를 들어 다른 경우는 말할 것도 없음을 나타내는 조사.
(ngay cả, thậm chí) cũng
Trợ từ thể hiện việc nêu lên trường hợp mang tính cực đoan, không cần phải nói tới trường hợp khác.

-었- : 어떤 사건이 과거에 완료되었거나 그 사건의 결과가 현재까지 지속되는 상황을 나타내는 어미.
đã
Vĩ tố thể hiện tình huống mà sự kiện nào đó đã hoàn thành trong quá khứ hoặc kết quả của sự kiện đó được tiếp tục đến hiện tại.

-어요 : (두루높임으로) 어떤 사실을 서술하거나 질문, 명령, 권유함을 나타내는 종결 어미.
không?, hãy, hãy cùng
(cách nói kính trọng phổ biến) Vĩ tố kết thúc câu thể hiện sự tường thuật sự việc nào đó hay nghi vấn, mệnh lệnh, đề nghị. <sự tường thuật>

이 땅+에 살(사)+는 우리+들+만 어제+도 오늘+도
사는

이 (định từ) : 바로 앞에서 이야기한 대상을 가리킬 때 쓰는 말.
này
Từ dùng khi chỉ đối tượng vừa nói ở ngay phía trước.

땅 (danh từ) : 지구에서 물로 된 부분이 아닌 흙이나 돌로 된 부분.
đất, đất liền
Phần trên trái đất được tạo thành bởi đất hay đá chứ không phải là phần được tạo thành bởi nước.

에 : 앞말이 어떤 장소나 자리임을 나타내는 조사.
ở, tại
Trợ từ (tiểu từ) thể hiện từ ngữ phía trước là địa điểm hay chỗ nào đó.

살다 (động từ) : 사람이 생활을 하다.
sống, sinh hoạt
Con người sinh sống.

-는 : 앞의 말이 관형어의 기능을 하게 만들고 사건이나 동작이 현재 일어남을 나타내는 어미.
mà
Vĩ tố làm cho từ ngữ phía trước có chức năng định ngữ và thể hiện sự kiện hay động tác xảy ra ở hiện tại.

우리 (đại từ) : 말하는 사람이 자기와 듣는 사람 또는 이를 포함한 여러 사람들을 가리키는 말.
chúng ta
Từ chỉ nhiều người bao gồm cả người nói và người nghe.

들 : '복수'의 뜻을 더하는 접미사.
những, các
Hậu tố thêm nghĩa 'số nhiều'.

만 : 다른 것은 제외하고 어느 것을 한정함을 나타내는 조사.
chỉ
Trợ từ thể hiện sự loại trừ cái khác và hạn định cái nào đó.

어제 (danh từ) : 오늘의 하루 전날.
hôm qua
Ngày trước của ngày hôm nay.

도 : 둘 이상의 것을 나열함을 나타내는 조사.
cũng
Trợ từ thể hiện sự liệt kê hai thứ trở lên.

오늘 (danh từ) : 지금 지나가고 있는 이날.
ngày hôm nay, hôm nay
Ngày đang trải qua bây giờ.

도 : 둘 이상의 것을 나열함을 나타내는 조사.
cũng
Trợ từ thể hiện sự liệt kê hai thứ trở lên.

쉬+ㅁ 없이 돌+고 돌+고 또 돌+아요.
쉼

쉬다 (động từ) : 하던 일이나 활동 등을 잠시 멈추다. 또는 그렇게 하다.
nghỉ (làm, hoạt động)
Tạm thời dừng công việc hay hoạt động... đang thực hiện. Hoặc làm như vậy.

-ㅁ : 앞의 말이 명사의 기능을 하게 하는 어미.
việc, sự
Vĩ tố làm cho từ ngữ ở trước có chức năng danh từ.

없이 (phó từ) : 어떤 일이나 증상 등이 나타나지 않게.
không có
Sự việc hay triệu chứng··· nào đó không xuất hiện nữa.

돌다 (động từ) : 무엇을 중심으로 원을 그리면서 움직이다.
xoay quanh
Di chuyển theo hình tròn với tâm là cái gì đó. .

-고 : 두 가지 이상의 대등한 사실을 나열할 때 쓰는 연결 어미.
và
Vĩ tố liên kết dùng khi liệt kê hai sự việc đồng đẳng trở lên.

돌다 (động từ) : 무엇을 중심으로 원을 그리면서 움직이다.
xoay quanh
Di chuyển theo hình tròn với tâm là cái gì đó. .

-고 : 두 가지 이상의 대등한 사실을 나열할 때 쓰는 연결 어미.
và
Vĩ tố liên kết dùng khi liệt kê hai sự việc đồng đẳng trở lên.

또 (phó từ) : 어떤 일이나 행동이 다시.
lại
Sự việc hay hành động nào đó lại (như thế nào đó)

돌다 (động từ) : 무엇을 중심으로 원을 그리면서 움직이다.
xoay quanh
Di chuyển theo hình tròn với tâm là cái gì đó. .

-아요 : (두루높임으로) 어떤 사실을 서술하거나 질문, 명령, 권유함을 나타내는 종결 어미.
không?, hãy, hãy cùng
(cách nói kính trọng phổ biến) Vĩ tố kết thúc câu thể hiện sự tường thuật sự việc nào đó hoặc nghi vấn, mệnh lệnh, khuyến nghị. <sự tường thuật>

배우+[ㄴ 대로] 남+들+이 시키+[는 대로]
배운 대로

배우다 (động từ) : 남의 행동이나 태도를 그대로 따르다.
học theo
Theo y nguyên hành động hay thái độ của người khác.

-ㄴ 대로 : 앞에 오는 말이 뜻하는 과거의 행동이나 상황과 같음을 나타내는 표현.
như
Cấu trúc thể hiện giống như hành động hay tình huống mà từ ngữ phía trước hàm ý.

남 (danh từ) : 내가 아닌 다른 사람.
người khác
Người khác không phải mình.

들 : '복수'의 뜻을 더하는 접미사.
những, các
Hậu tố thêm nghĩa 'số nhiều'.

이 : 어떤 상태나 상황의 대상이나 동작의 주체를 나타내는 조사.
Không có từ tương ứng
Trợ từ (tiểu từ) thể hiện chủ thể của động tác hoặc đối tượng của trạng thái hay tình huống nào đó.

시키다 (động từ) : 어떤 일이나 행동을 하게 하다.
bắt, sai khiến, sai bảo
Bắt làm việc hay hành động nào đó.

-는 대로 : 앞에 오는 말이 뜻하는 현재의 행동이나 상황과 같음을 나타내는 표현.
như, theo
Cấu trúc thể hiện giống như hành động hay tình huống hiện tại mà vế trước ngụ ý.

그렇+게 사람+들 사이+에 숨+어 살아가+[고 있]+죠.

그렇다 (Tính từ) : 상태, 모양, 성질 등이 그와 같다.
cũng vậy, cũng thế, như vậy, như thế
Trạng thái, hình dạng, tính chất... giống như thế.

-게 : 앞의 말이 뒤에서 가리키는 일의 목적이나 결과, 방식, 정도 등이 됨을 나타내는 연결 어미.
để, nhằm
Vĩ tố liên kết thể hiện vế trước trở thành mục đích hay kết quả, phương thức, mức độ của sự việc chỉ ra ở sau. <phương thức>

사람 (danh từ) : 특별히 정해지지 않은 자기 외의 남을 가리키는 말.
mọi người, người ta
Từ chỉ người khác ngoài bản thân mình mà không xác định riêng biệt.

들 : '복수'의 뜻을 더하는 접미사.
những, các
Hậu tố thêm nghĩa 'số nhiều'.

사이 (danh từ) : 한 물체에서 다른 물체까지 또는 한곳에서 다른 곳까지의 거리나 공간.
khoảng cách, cự li
Cự li hay không gian từ một vật thể đến vật thể khác, hoặc từ một nơi tới nơi khác.

에 : 앞말이 어떤 장소나 자리임을 나타내는 조사.
ở, tại
Trợ từ (tiểu từ) thể hiện từ ngữ phía trước là địa điểm hay chỗ nào đó.

숨다 (động từ) : 남이 볼 수 없게 몸을 감추다.
náu, nấp, núp
Giấu mình để người khác không thể thấy.

-어 : 앞의 말이 뒤의 말보다 먼저 일어났거나 뒤의 말에 대한 방법이나 수단이 됨을 나타내는 연결 어미.
rồi
Vĩ tố liên kết thể hiện vế trước xảy ra trước vế sau hoặc trở thành phương pháp hay phương tiện đối với vế sau.

살아가다 (động từ) : 어떤 종류의 삶이나 시대 등을 견디며 생활해 나가다.
cố sống, sống qua ngày
Chịu đựng kiểu sống hay thời đại nào đó... mà sống tiếp.

-고 있다 : 앞의 말이 나타내는 행동이 계속 진행됨을 나타내는 표현.
đang
Cấu trúc thể hiện hành động mà từ ngữ phía trước diễn đạt được tiếp tục tiến hành.

-죠 : (두루높임으로) 말하는 사람이 자신에 대한 이야기나 자신의 생각을 친근하게 말할 때 쓰는 종결 어미.
đấy
(cách nói kính trọng phổ biến) Vĩ tố kết thúc câu dùng khi người nói kể về mình hoặc nói ra suy nghĩ của mình một cách thân mật.

그 사이+에 갇히+어 [지지고 볶]+으며 오늘+도 나+는 살아가+[고 있]+네요.
갇혀

그 (định từ) : 앞에서 이미 이야기한 대상을 가리킬 때 쓰는 말.
đó, ấy, đấy
Từ dùng khi chỉ đối tượng đã nói đến ở phía trước.

사이 (danh từ) : 한 물체에서 다른 물체까지 또는 한곳에서 다른 곳까지의 거리나 공간.
khoảng cách, cự li
Cự li hay không gian từ một vật thể đến vật thể khác, hoặc từ một nơi tới nơi khác.

에 : 앞말이 어떤 장소나 자리임을 나타내는 조사.
ở, tại
Trợ từ (tiểu từ) thể hiện từ ngữ phía trước là địa điểm hay chỗ nào đó.

갇히다 (động từ) : 어떤 공간이나 상황에서 나가지 못하게 되다.
bị nhốt, bị giam, bị trói buộc
Trở nên không thể ra khỏi không gian hay tình huống nào đó.

-어 : 앞의 말이 뒤의 말보다 먼저 일어났거나 뒤의 말에 대한 방법이나 수단이 됨을 나타내는 연결 어미.
rồi
Vĩ tố liên kết thể hiện vế trước xảy ra trước vế sau hoặc trở thành phương pháp hay phương tiện đối với vế sau.

지지고 볶다 (quán dụng ngữ) : 온갖 것을 겪으며 함께 살아가다.
Không có từ tương ứng
Cùng nhau trải qua mọi sự trong cuộc sống.

-으며 : 두 가지 이상의 동작이나 상태가 함께 일어남을 나타내는 연결 어미.
vừa··· vừa···, đồng thời
Vĩ tố liên kết thể hiện hai động tác hay trạng thái trở lên cùng xảy ra.

오늘 (danh từ) : 지금 지나가고 있는 이날.
ngày hôm nay, hôm nay
Ngày đang trải qua bây giờ.

도 : 이미 있는 어떤 것에 다른 것을 더하거나 포함함을 나타내는 조사.
cũng
Trợ từ thể hiện sự thêm vào hoặc bao gồm cái khác vào cái nào đó đã có sẵn.

나 (đại từ) : 말하는 사람이 친구나 아랫사람에게 자기를 가리키는 말.
tôi, mình, anh, chị...
Từ mà người nói dùng để chỉ bản thân mình khi nói với người dưới hoặc bạn bè.

는 : 문장 속에서 어떤 대상이 화제임을 나타내는 조사.
Không có từ tương ứng
Trợ từ (tiểu từ) thể hiện việc đối tượng nào đó là chủ đề câu chuyện trong câu.

살아가다 (động từ) : 어떤 종류의 삶이나 시대 등을 견디며 생활해 나가다.
cố sống, sống qua ngày
Chịu đựng kiểu sống hay thời đại nào đó... mà sống tiếp.

-고 있다 : 앞의 말이 나타내는 행동이 계속 진행됨을 나타내는 표현.
đang
Cấu trúc thể hiện hành động mà từ ngữ phía trước diễn đạt được tiếp tục tiến hành.

-네요 : (두루높임으로) 말하는 사람이 직접 경험하여 새롭게 알게 된 사실에 대해 감탄함을 나타낼 때 쓰
     는 표현.
đấy, lắm, quá
(cách nói kính trọng phổ biến) Cấu trúc dùng khi thể hiện sự cảm thán đối với sự việc mà người nói mới biết được do trực tiếp trải nghiệm.

누(구)+가 시키+[는 대로] 살(사)+[는 것]+은 이제 너무 짜증+이 나+(아)요.
누가   사는 것은   나요

누구 (đại từ) : 굳이 이름을 밝힐 필요가 없는 사람을 가리키는 말.
ai đó
Từ chỉ người không nhất thiết phải làm rõ tên tuổi.

가 : 어떤 상태나 상황에 놓인 대상이나 동작의 주체를 나타내는 조사.
Không có từ tương ứng
Trợ từ (tiểu từ) thể hiện chủ thể của động tác hoặc đối tượng được đặt trong trạng thái hay tình huống nào đó.

시키다 (động từ) : 어떤 일이나 행동을 하게 하다.
bắt, sai khiến, sai bảo
Bắt làm việc hay hành động nào đó.

-는 대로 : 앞에 오는 말이 뜻하는 현재의 행동이나 상황과 같음을 나타내는 표현.
như, theo
Cấu trúc thể hiện giống như hành động hay tình huống hiện tại mà vế trước ngụ ý.

살다 (động từ) : 사람이 생활을 하다.
sống, sinh hoạt
Con người sinh sống.

-는 것 : 명사가 아닌 것을 문장에서 명사처럼 쓰이게 하거나 '이다' 앞에 쓰일 수 있게 할 때 쓰는 표현.
cái, thứ, điều, việc
Cấu trúc dùng khi làm cho yếu tố không phải là danh từ được dùng như danh từ trong câu, hoặc làm cho có thể được dùng trước "이다".

은 : 문장 속에서 어떤 대상이 화제임을 나타내는 조사.
Không có từ tương ứng
Trợ từ (tiểu từ) thể hiện việc đối tượng nào đó là chủ đề câu chuyện trong câu.

이제 (phó từ) : 지금의 시기가 되어.
hiện giờ
Đến thời gian bây giờ.

너무 (phó từ) : 일정한 정도나 한계를 훨씬 넘어선 상태로.
quá
Ở trạng thái vượt giới hạn hay mức độ nhất định rất nhiều.

짜증 (danh từ) : 마음에 들지 않아서 화를 내거나 싫은 느낌을 겉으로 드러내는 일. 또는 그런 성미.
sự nổi giận, sự nổi khùng, sự bực tức, sự bực bội
Việc để lộ ra bên ngoài cảm giác ghét hay nổi cáu vì không vừa lòng. Hoặc tính chất như vậy.

이 : 어떤 상태나 상황의 대상이나 동작의 주체를 나타내는 조사.
Không có từ tương ứng
Trợ từ (tiểu từ) thể hiện chủ thể của động tác hoặc đối tượng của trạng thái hay tình huống nào đó.

나다 (động từ) : 어떤 감정이나 느낌이 생기다.
phát
Cảm xúc hay tình cảm nào đó nảy sinh.

-아요 : (두루높임으로) 어떤 사실을 서술하거나 질문, 명령, 권유함을 나타내는 종결 어미.
không?, hãy, hãy cùng
(cách nói kính trọng phổ biến) Vĩ tố kết thúc câu thể hiện sự tường thuật sự việc nào đó hoặc nghi vấn, mệnh lệnh, khuyến nghị. <sự tường thuật>

바라+고 원하+는 생각+들+을 하늘 너머+로 <u>떠나보내+(어)요</u>.
떠나보내요

바라다 (động từ) : 생각이나 희망대로 어떤 일이 이루어지기를 기대하다.
mong, mong cầu
Kì vọng việc gì đó được thực hiện như hy vọng hay suy nghĩ.

-고 : 두 가지 이상의 대등한 사실을 나열할 때 쓰는 연결 어미.
và
Vĩ tố liên kết dùng khi liệt kê hai sự việc đồng đẳng trở lên.

원하다 (động từ) : 무엇을 바라거나 하고자 하다.
muốn
Mong hay định làm cái gì.

-는 : 앞의 말이 관형어의 기능을 하게 만들고 사건이나 동작이 현재 일어남을 나타내는 어미.
mà
Vĩ tố làm cho từ ngữ phía trước có chức năng định ngữ và thể hiện sự kiện hay động tác xảy ra ở hiện tại.

생각 (danh từ) : 사람이 머리를 써서 판단하거나 인식하는 것.
sự suy nghĩ
Việc con người dùng đầu óc để phán đoán hoặc nhận thức.

들 : '복수'의 뜻을 더하는 접미사.
những, các
Hậu tố thêm nghĩa 'số nhiều'.

을 : 동작이 직접적으로 영향을 미치는 대상을 나타내는 조사.
Không có từ tương ứng
Trợ từ (tiểu từ) thể hiện đối tượng mà động tác trực tiếp ảnh hưởng đến.

하늘 (danh từ) : 땅 위로 펼쳐진 무한히 넓은 공간.
trời, bầu trời
Không gian rộng lớn bao la bao trùm trên mặt đất.

너머 (danh từ) : 경계나 가로막은 것을 넘어선 건너편.
phía bên kia, bên kia
Phía đối diện vượt qua ranh giới hoặc dụng cụ chắn ngang.

로 : 움직임의 방향을 나타내는 조사.
sang
Trợ từ thể hiện phương hướng của chuyển động.

떠나보내다 (động từ) : 있던 곳을 떠나 다른 곳으로 가게 하다.
tống tiễn, tống đi, tiễn đi
Khiến cho rời khỏi nơi đang ở mà đi đến nơi khác.

-어요 : (두루높임으로) 어떤 사실을 서술하거나 질문, 명령, 권유함을 나타내는 종결 어미.
không?, hãy, hãy cùng
(cách nói kính trọng phổ biến) Vĩ tố kết thúc câu thể hiện sự tường thuật sự việc nào đó hay nghi vấn, mệnh lệnh, đề nghị. <sự khuyên nhủ>

우리 모두 거기+서 자유롭+게 살+[아 보]+아요.
살아 봐요

우리 (đại từ) : 말하는 사람이 자기와 듣는 사람 또는 이를 포함한 여러 사람들을 가리키는 말.
chúng ta
Từ chỉ nhiều người bao gồm cả người nói và người nghe.

모두 (phó từ) : 빠짐없이 다.
mọi
Tất cả mà không bỏ sót .

거기 (đại từ) : 앞에서 이미 이야기한 곳을 가리키는 말.
chỗ đó
Từ chỉ địa điểm đã nói đến trước đó.

서 : 앞말이 행동이 이루어지고 있는 장소임을 나타내는 조사.
ở
Trợ từ (tiểu từ) thể hiện từ ngữ phía trước là địa điểm mà hành động nào đó được thực hiện.

자유롭다 (Tính từ) : 무엇에 얽매이거나 구속되지 않고 자기 생각과 의지대로 할 수 있다.
tự do
Có thể làm theo suy nghĩ và ý chí của mình mà không bị hạn chế hay trói buộc bởi điều gì.

-게 : 앞의 말이 뒤에서 가리키는 일의 목적이나 결과, 방식, 정도 등이 됨을 나타내는 연결 어미.
để, nhằm
Vĩ tố liên kết thể hiện vế trước trở thành mục đích hay kết quả, phương thức, mức độ của sự việc chỉ ra ở sau. <phương thức>

살다 (động từ) : 사람이 생활을 하다.
sống, sinh hoạt
Con người sinh sống.

-아 보다 : 앞의 말이 나타내는 행동을 시험 삼아 함을 나타내는 표현.
thử
Cấu trúc thể hiện việc lấy hành động mà từ ngữ phía trước thể hiện làm thí điểm.

-아요 : (두루높임으로) 어떤 사실을 서술하거나 질문, 명령, 권유함을 나타내는 종결 어미.
không?, hãy, hãy cùng
(cách nói kính trọng phổ biến) Vĩ tố kết thúc câu thể hiện sự tường thuật sự việc nào đó hoặc nghi vấn, mệnh lệnh, khuyến nghị. <sự khuyên nhủ>

< 후렴(đoạn điệp khúc) >

이제+부터+는 지금+부터+는

이제 (danh từ) : 지금의 시기.
hiện giờ
Thời gian bây giờ.

부터 : 어떤 일의 시작이나 처음을 나타내는 조사.
từ
Trợ từ thể hiện sự bắt đầu hay khởi đầu của một việc nào đó.

는 : 어떤 대상이 다른 것과 대조됨을 나타내는 조사.
Không có từ tương ứng
Trợ từ (tiểu từ) thể hiện việc đối tượng nào đó được đối chiếu với đôi tượng khác.

지금 (danh từ) : 말을 하고 있는 바로 이때.
bây giờ
Chính lúc đang nói.

부터 : 어떤 일의 시작이나 처음을 나타내는 조사.
từ
Trợ từ thể hiện sự bắt đầu hay khởi đầu của một việc nào đó.

는 : 어떤 대상이 다른 것과 대조됨을 나타내는 조사.
Không có từ tương ứng
Trợ từ (tiểu từ) thể hiện việc đối tượng nào đó được đối chiếu với đôi tượng khác.

이제+부터+는 지금+부터+는

이제 (danh từ) : 지금의 시기.
hiện giờ
Thời gian bây giờ.

부터 : 어떤 일의 시작이나 처음을 나타내는 조사.
từ
Trợ từ thể hiện sự bắt đầu hay khởi đầu của một việc nào đó.

는 : 어떤 대상이 다른 것과 대조됨을 나타내는 조사.
Không có từ tương ứng
Trợ từ (tiểu từ) thể hiện việc đối tượng nào đó được đối chiếu với đôi tượng khác.

지금 (danh từ) : 말을 하고 있는 바로 이때.
bây giờ
Chính lúc đang nói.

부터 : 어떤 일의 시작이나 처음을 나타내는 조사.
từ
Trợ từ thể hiện sự bắt đầu hay khởi đầu của một việc nào đó.

는 : 어떤 대상이 다른 것과 대조됨을 나타내는 조사.
Không có từ tương ứng
Trợ từ (tiểu từ) thể hiện việc đối tượng nào đó được đối chiếu với đôi tượng khác.

가슴+이 시키+[는 대로] 살+[아 보]+아요.
살아 봐요

가슴 (danh từ) : 마음이나 느낌.
lòng
Lòng dạ hay cảm xúc.

이 : 어떤 상태나 상황의 대상이나 동작의 주체를 나타내는 조사.
Không có từ tương ứng
Trợ từ (tiểu từ) thể hiện chủ thể của động tác hoặc đối tượng của trạng thái hay tình huống nào đó.

시키다 (động từ) : 어떤 일이나 행동을 하게 하다.
bắt, sai khiến, sai bảo
Bắt làm việc hay hành động nào đó.

-는 대로 : 앞에 오는 말이 뜻하는 현재의 행동이나 상황과 같음을 나타내는 표현.
như, theo
Cấu trúc thể hiện giống như hành động hay tình huống hiện tại mà vế trước ngụ ý.

살다 (động từ) : 사람이 생활을 하다.
sống, sinh hoạt
Con người sinh sống.

-아 보다 : 앞의 말이 나타내는 행동을 시험 삼아 함을 나타내는 표현.
thử
Cấu trúc thể hiện việc lấy hành động mà từ ngữ phía trước thể hiện làm thí điểm.

-아요 : (두루높임으로) 어떤 사실을 서술하거나 질문, 명령, 권유함을 나타내는 종결 어미.
không?, hãy, hãy cùng
(cách nói kính trọng phổ biến) Vĩ tố kết thúc câu thể hiện sự tường thuật sự việc nào đó hoặc nghi vấn, mệnh lệnh, khuyến nghị. <sự khuyên nhủ>

이제+부터+는 지금+부터+는

이제 (danh từ) : 지금의 시기.
hiện giờ
Thời gian bây giờ.

부터 : 어떤 일의 시작이나 처음을 나타내는 조사.
từ
Trợ từ thể hiện sự bắt đầu hay khởi đầu của một việc nào đó.

는 : 어떤 대상이 다른 것과 대조됨을 나타내는 조사.
Không có từ tương ứng
Trợ từ (tiểu từ) thể hiện việc đối tượng nào đó được đối chiếu với đối tượng khác.

지금 (danh từ) : 말을 하고 있는 바로 이때.
bây giờ
Chính lúc đang nói.

부터 : 어떤 일의 시작이나 처음을 나타내는 조사.
từ
Trợ từ thể hiện sự bắt đầu hay khởi đầu của một việc nào đó.

는 : 어떤 대상이 다른 것과 대조됨을 나타내는 조사.
Không có từ tương ứng
Trợ từ (tiểu từ) thể hiện việc đối tượng nào đó được đối chiếu với đối tượng khác.

가슴+이 느끼+[는 대로] 자유롭+게

가슴 (danh từ) : 마음이나 느낌.
lòng
Lòng dạ hay cảm xúc.

이 : 어떤 상태나 상황의 대상이나 동작의 주체를 나타내는 조사.
Không có từ tương ứng
Trợ từ (tiểu từ) thể hiện chủ thể của động tác hoặc đối tượng của trạng thái hay tình huống nào đó.

느끼다 (động từ) : 특정한 대상이나 상황을 어떻다고 생각하거나 인식하다.
nhận thức
Nhận thức hay suy nghĩ một tình huống hay đối tượng nhất định như thế nào đó.

-는 대로 : 앞에 오는 말이 뜻하는 현재의 행동이나 상황과 같음을 나타내는 표현.
như, theo
Cấu trúc thể hiện giống như hành động hay tình huống hiện tại mà vế trước ngụ ý.

자유롭다 (Tính từ) : 무엇에 얽매이거나 구속되지 않고 자기 생각과 의지대로 할 수 있다.
tự do
Có thể làm theo suy nghĩ và ý chí của mình mà không bị hạn chế hay trói buộc bởi điều gì.

-게 : 앞의 말이 뒤에서 가리키는 일의 목적이나 결과, 방식, 정도 등이 됨을 나타내는 연결 어미.
để, nhằm
Vĩ tố liên kết thể hiện vế trước trở thành mục đích hay kết quả, phương thức, mức độ của sự việc chỉ ra ở sau. <phương thức>

이제+부터+는 지금+부터+는

이제 (danh từ) : 지금의 시기.
hiện giờ
Thời gian bây giờ.

부터 : 어떤 일의 시작이나 처음을 나타내는 조사.
từ
Trợ từ thể hiện sự bắt đầu hay khởi đầu của một việc nào đó.

는 : 어떤 대상이 다른 것과 대조됨을 나타내는 조사.
Không có từ tương ứng
Trợ từ (tiểu từ) thể hiện việc đối tượng nào đó được đối chiếu với đôi tượng khác.

지금 (danh từ) : 말을 하고 있는 바로 이때.
bây giờ
Chính lúc đang nói.

부터 : 어떤 일의 시작이나 처음을 나타내는 조사.
từ
Trợ từ thể hiện sự bắt đầu hay khởi đầu của một việc nào đó.

는 : 어떤 대상이 다른 것과 대조됨을 나타내는 조사.
Không có từ tương ứng
Trợ từ (tiểu từ) thể hiện việc đối tượng nào đó được đối chiếu với đôi tượng khác.

(우리 모두 거기+서)

우리 (đại từ) : 말하는 사람이 자기와 듣는 사람 또는 이를 포함한 여러 사람들을 가리키는 말.
chúng ta
Từ chỉ nhiều người bao gồm cả người nói và người nghe.

모두 (phó từ) : 빠짐없이 다.
mọi
Tất cả mà không bỏ sót .

거기 (대명사) : 앞에서 이미 이야기한 곳을 가리키는 말.
chỗ đó
Từ chỉ địa điểm đã nói đến trước đó.

서 : 앞말이 행동이 이루어지고 있는 장소임을 나타내는 조사.
ở
Trợ từ (tiểu từ) thể hiện từ ngữ phía trước là địa điểm mà hành động nào đó được thực hiện.

가슴+이 시키+[는 대로] 살+[아 보]+아요.
살아 봐요

가슴 (danh từ) : 마음이나 느낌.
lòng
Lòng dạ hay cảm xúc.

이 : 어떤 상태나 상황의 대상이나 동작의 주체를 나타내는 조사.
Không có từ tương ứng
Trợ từ (tiểu từ) thể hiện chủ thể của động tác hoặc đối tượng của trạng thái hay tình huống nào đó.

시키다 (động từ) : 어떤 일이나 행동을 하게 하다.
bắt, sai khiến, sai bảo
Bắt làm việc hay hành động nào đó.

-는 대로 : 앞에 오는 말이 뜻하는 현재의 행동이나 상황과 같음을 나타내는 표현.
như, theo
Cấu trúc thể hiện giống như hành động hay tình huống hiện tại mà vế trước ngụ ý.

살다 (động từ) : 사람이 생활을 하다.
sống, sinh hoạt
Con người sinh sống.

-아 보다 : 앞의 말이 나타내는 행동을 시험 삼아 함을 나타내는 표현.
thử
Cấu trúc thể hiện việc lấy hành động mà từ ngữ phía trước thể hiện làm thí điểm.

-아요 : (두루높임으로) 어떤 사실을 서술하거나 질문, 명령, 권유함을 나타내는 종결 어미.
không?, hãy, hãy cùng
(cách nói kính trọng phổ biến) Vĩ tố kết thúc câu thể hiện sự tường thuật sự việc nào đó hoặc nghi vấn, mệnh lệnh, khuyến nghị. <sự khuyên nhủ>

(자유롭+게 살+아요)

자유롭다 (Tính từ) : 무엇에 얽매이거나 구속되지 않고 자기 생각과 의지대로 할 수 있다.
tự do
Có thể làm theo suy nghĩ và ý chí của mình mà không bị hạn chế hay trói buộc bởi điều gì.

-게 : 앞의 말이 뒤에서 가리키는 일의 목적이나 결과, 방식, 정도 등이 됨을 나타내는 연결 어미.
để, nhằm
Vĩ tố liên kết thể hiện vế trước trở thành mục đích hay kết quả, phương thức, mức độ của sự việc chỉ ra ở sau. <phương thức>

살다 (động từ) : 사람이 생활을 하다.
sống, sinh hoạt
Con người sinh sống.

-아요 : (두루높임으로) 어떤 사실을 서술하거나 질문, 명령, 권유함을 나타내는 종결 어미.
không?, hãy, hãy cùng
(cách nói kính trọng phổ biến) Vĩ tố kết thúc câu thể hiện sự tường thuật sự việc nào đó hoặc nghi vấn, mệnh lệnh, khuyến nghị. <sự khuyên nhủ>

이제+부터+는 지금+부터+는

이제 (danh từ) : 지금의 시기.
hiện giờ
Thời gian bây giờ.

부터 : 어떤 일의 시작이나 처음을 나타내는 조사.
từ
Trợ từ thể hiện sự bắt đầu hay khởi đầu của một việc nào đó.

는 : 어떤 대상이 다른 것과 대조됨을 나타내는 조사.
Không có từ tương ứng
Trợ từ (tiểu từ) thể hiện việc đối tượng nào đó được đối chiếu với đối tượng khác.

지금 (danh từ) : 말을 하고 있는 바로 이때.
bây giờ
Chính lúc đang nói.

부터 : 어떤 일의 시작이나 처음을 나타내는 조사.
từ
Trợ từ thể hiện sự bắt đầu hay khởi đầu của một việc nào đó.

는 : 어떤 대상이 다른 것과 대조됨을 나타내는 조사.
Không có từ tương ứng
Trợ từ (tiểu từ) thể hiện việc đối tượng nào đó được đối chiếu với đôi tượng khác.

(우리 모두 거기+서)

우리 (đại từ) : 말하는 사람이 자기와 듣는 사람 또는 이를 포함한 여러 사람들을 가리키는 말.
chúng ta
Từ chỉ nhiều người bao gồm cả người nói và người nghe.

모두 (phó từ) : 빠짐없이 다.
mọi
Tất cả mà không bỏ sót .

거기 (đại từ) : 앞에서 이미 이야기한 곳을 가리키는 말.
chỗ đó
Từ chỉ địa điểm đã nói đến trước đó.

서 : 앞말이 행동이 이루어지고 있는 장소임을 나타내는 조사.
ở
Trợ từ (tiểu từ) thể hiện từ ngữ phía trước là địa điểm mà hành động nào đó được thực hiện.

가슴+이 느끼+[는 대로] 자유롭+게

가슴 (danh từ) : 마음이나 느낌.
lòng
Lòng dạ hay cảm xúc.

이 : 어떤 상태나 상황의 대상이나 동작의 주체를 나타내는 조사.
Không có từ tương ứng
Trợ từ (tiểu từ) thể hiện chủ thể của động tác hoặc đối tượng của trạng thái hay tình huống nào đó.

느끼다 (động từ) : 특정한 대상이나 상황을 어떻다고 생각하거나 인식하다.
nhận thức
Nhận thức hay suy nghĩ một tình huống hay đối tượng nhất định như thế nào đó.

-는 대로 : 앞에 오는 말이 뜻하는 현재의 행동이나 상황과 같음을 나타내는 표현.
như, theo
Cấu trúc thể hiện giống như hành động hay tình huống hiện tại mà vế trước ngụ ý.

자유롭다 (Tính từ) : 무엇에 얽매이거나 구속되지 않고 자기 생각과 의지대로 할 수 있다.
tự do
Có thể làm theo suy nghĩ và ý chí của mình mà không bị hạn chế hay trói buộc bởi điều gì.

-게 : 앞의 말이 뒤에서 가리키는 일의 목적이나 결과, 방식, 정도 등이 됨을 나타내는 연결 어미.
để, nhằm
Vĩ tố liên kết thể hiện vế trước trở thành mục đích hay kết quả, phương thức, mức độ của sự việc chỉ ra ở sau. <phương thức>

(자유롭+게)

자유롭다 (Tính từ) : 무엇에 얽매이거나 구속되지 않고 자기 생각과 의지대로 할 수 있다.
tự do
Có thể làm theo suy nghĩ và ý chí của mình mà không bị hạn chế hay trói buộc bởi điều gì.

-게 : 앞의 말이 뒤에서 가리키는 일의 목적이나 결과, 방식, 정도 등이 됨을 나타내는 연결 어미.
để, nhằm
Vĩ tố liên kết thể hiện vế trước trở thành mục đích hay kết quả, phương thức, mức độ của sự việc chỉ ra ở sau. <phương thức>

그런 사람+이+었+어요.

그런 (định từ) : 상태, 모양, 성질 등이 그러한.
như vậy
Trạng thái, hình dạng, tính chất giống như thế.

사람 (danh từ) : 생각할 수 있으며 언어와 도구를 만들어 사용하고 사회를 이루어 사는 존재.
con người
Thực thể có thể suy nghĩ, làm ra ngôn ngữ và công cụ, sống tạo nên xã hội.

이다 : 주어가 지시하는 대상의 속성이나 부류를 지정하는 뜻을 나타내는 서술격 조사.
nào là
Trợ từ vị cách thể hiện sự liệt kê các sự vật đồng thời liên kết theo quan hệ đẳng lập.

-었- : 어떤 사건이 과거에 완료되었거나 그 사건의 결과가 현재까지 지속되는 상황을 나타내는 어미.
đã
Vĩ tố thể hiện tình huống mà sự kiện nào đó đã hoàn thành trong quá khứ hoặc kết quả của sự kiện đó được tiếp tục đến hiện tại.

-어요 : (두루높임으로) 어떤 사실을 서술하거나 질문, 명령, 권유함을 나타내는 종결 어미.
không?, hãy, hãy cùng
(cách nói kính trọng phổ biến) Vĩ tố kết thúc câu thể hiện sự tường thuật sự việc nào đó hay nghi vấn, mệnh lệnh, đề nghị. <sự tường thuật>

그런 인생+이+었+어요.

그런 (định từ) : 상태, 모양, 성질 등이 그러한.
như vậy
Trạng thái, hình dạng, tính chất giống như thế.

인생 (danh từ) : 사람이 세상을 살아가는 일.
nhân sinh
Việc con người sống trên đời.

이다 : 주어가 지시하는 대상의 속성이나 부류를 지정하는 뜻을 나타내는 서술격 조사.
nào là
Trợ từ vị cách thể hiện sự liệt kê các sự vật đồng thời liên kết theo quan hệ đẳng lập.

-었- : 어떤 사건이 과거에 완료되었거나 그 사건의 결과가 현재까지 지속되는 상황을 나타내는 어미.
đã
Vĩ tố thể hiện tình huống mà sự kiện nào đó đã hoàn thành trong quá khứ hoặc kết quả của sự kiện đó được tiếp tục đến hiện tại.

-어요 : (두루높임으로) 어떤 사실을 서술하거나 질문, 명령, 권유함을 나타내는 종결 어미.
không?, hãy, hãy cùng
(cách nói kính trọng phổ biến) Vĩ tố kết thúc câu thể hiện sự tường thuật sự việc nào đó hay nghi vấn, mệnh lệnh, đề nghị. <sự tường thuật>

그렇+게 기억하+[여 주]+어요.
기억해 줘요

그렇다 (Tính từ) : 상태, 모양, 성질 등이 그와 같다.
cũng vậy, cũng thế, như vậy, như thế
Trạng thái, hình dạng, tính chất... giống như thế.

-게 : 앞의 말이 뒤에서 가리키는 일의 목적이나 결과, 방식, 정도 등이 됨을 나타내는 연결 어미.
để, nhằm
Vĩ tố liên kết thể hiện vế trước trở thành mục đích hay kết quả, phương thức, mức độ của sự việc chỉ ra ở sau. <phương thức>

기억하다 (động từ) : 이전의 모습, 사실, 지식, 경험 등을 잊지 않거나 다시 생각해 내다.
nhớ, nhớ lại, ghi nhớ
Không quên hay nhớ lại hình ảnh, sự thật, kiến thức, kinh nghiệm trước đây...

-여 주다 : 남을 위해 앞의 말이 나타내는 행동을 함을 나타내는 표현.
giúp, hộ, giùm
Cấu trúc thể hiện việc thực hiện hành động mà từ ngữ phía trước thể hiện vì người khác.

-어요 : (두루높임으로) 어떤 사실을 서술하거나 질문, 명령, 권유함을 나타내는 종결 어미.
không?, hãy, hãy cùng
(cách nói kính trọng phổ biến) Vĩ tố kết thúc câu thể hiện sự tường thuật sự việc nào đó hay nghi vấn, mệnh lệnh, đề nghị. **<sự ra lệnh>**

< 6 >

독주
(rượu mạnh)

[발음(sự phát âm)]

< 1 절(lời) >

누구라도 한 잔 술을 따라 줘요
누구라도 한 잔 수를 따라 줘요
nugurado han jan sureul ttara jwoyo

비우고 싶은 것이 많아서
비우고 시픈 거시 마나서
biugo sipeun geosi manaseo

이 한 잔 마시고 나면 잊을 수 있을까요?
이 한 잔 마시고 나면 이즐 쑤 이쓸까요?
i han jan masigo namyeon ijeul su isseulkkayo?

버리고 싶은 것이 가득해서
버리고 시픈 거시 가드캐서
beorigo sipeun geosi gadeukaeseo

뜨거웠던 가슴, 마지막 온기가 사라지기 전에
뜨거월떤 가슴, 마지막 온기가 사라지기 저네
tteugeowotdeon gaseum, majimak ongiga sarajigi jeone

누구라도 독한 술 한 잔 따라 줘요.
누구라도 도칸 술 한 잔 따라 줘요.
nugurado dokan sul han jan ttara jwoyo.

< 후렴(đoạn điệp khúc) >

이제부터 하얀 여백에 가득 찬
이제부터 하얀 여배게 가득 찬
ijebuteo hayan yeobaege gadeuk chan

내가 모르는 나를 지울 거예요
내가 모르는 나를 지울 꺼예요
naega moreuneun nareul jiul geoyeyo

오늘은 꼭 당신이 따라 준
오느른 꼭 당시니 따라 준
oneureun kkok dangsini ttara jun

한 잔의 가득한 독주를 비울 거예요.
한 자네 가드칸 독쭈를 비울 꺼예요.
han jane gadeukan dokjureul biul geoyeyo.

< 2 절(lời) >

누구라도 술 한 잔 따라 줘요
누구라도 술 한 잔 따라 줘요
nugurado sul han jan ttara jwoyo

추억에 취해 비틀거리기 전에
추어게 취해 비틀거리기 저네
chueoge chwihae biteulgeorigi jeone

이 한 잔 마시고 나면 지울 수 있을까요?
이 한 잔 마시고 나면 지울 쑤 이쓸까요?
i han jan masigo namyeon jiul su isseulkkayo?

그리움에 취해 잠들기 전에
그리우메 취해 잠들기 저네
geuriume chwihae jamdeulgi jeone

아직 어제를 살고 있는 이 꿈속에서 깨지 않도록
아직 어제를 살고 인는 이 꿈쏘게서 깨지 안토록
ajik eojereul salgo inneun i kkumsogeseo kkaeji antorok

누구라도 지독한 술 한 잔 따라 줘요.
누구라도 지도칸 술 한 잔 따라 줘요.
nugurado jidokan sul han jan ttara jwoyo.

< 후렴(đoạn điệp khúc) >

이제부터 하얀 여백에 가득 찬
이제부터 하얀 여배게 가득 찬
ijebuteo hayan yeobaege gadeuk chan

내가 모르는 나를 지울 거예요
내가 모르는 나를 지울 꺼예요
naega moreuneun nareul jiul geoyeyo

오늘은 꼭 당신이 따라 준
오느른 꼭 당시니 따라 준
oneureun kkok dangsini ttara jun

한 잔의 가득한 독주를 비울 거예요.
한 자네 가드칸 독쭈를 비울 꺼예요.
han jane gadeukan dokjureul biul geoyeyo.

이제부터 하얀 여백에 가득 찬
이제부터 하얀 여배게 가득 찬
ijebuteo hayan yeobaege gadeuk chan

내가 모르는 나를 지울 거예요
내가 모르는 나를 지울 꺼예요
naega moreuneun nareul jiul geoyeyo

오늘은 꼭 당신이 따라 준
오느른 꼭 당시니 따라 준
oneureun kkok dangsini ttara jun

한 잔의 가득한 독주를 비울 거예요.
한 자네 가드칸 독쭈를 비울 꺼예요.
han jane gadeukan dokjureul biul geoyeyo.

< 1 절(lời) >

누구+라도 한 잔 술+을 <u>따르(따르)</u>+[아 주]+어요.
따라 줘요

누구 (đại từ) : 정해지지 않은 어떤 사람을 가리키는 말.
ai đó
Từ chỉ người nào đó không xác định.

라도 : 그것이 최선은 아니나 여럿 중에서는 그런대로 괜찮음을 나타내는 조사.
dù là, mặc dù là
Trợ từ thể hiện cái đó không phải là tối ưu nhưng tạm được trong số đó.

한 (định từ) : 하나의.
một
Thuộc một.

잔 (danh từ) : 음료나 술 등을 담은 그릇을 기준으로 그 분량을 세는 단위.
chén, tách, chung, ly
Đơn vị đếm phân lượng (số lượng) theo chuẩn dụng cụ đựng thức uống hay rượu...

술 (danh từ) : 맥주나 소주 등과 같이 알코올 성분이 들어 있어서 마시면 취하는 음료.
rượu
Đồ uống có chứa cồn như bia hoặc soju nên nếu uống thì có thể say.

을 : 동작이 직접적으로 영향을 미치는 대상을 나타내는 조사.
Không có từ tương ứng
Trợ từ (tiểu từ) thể hiện đối tượng mà động tác trực tiếp ảnh hưởng đến.

따르다 (động từ) : 액체가 담긴 물건을 기울여 액체를 밖으로 조금씩 흐르게 하다.
rót
Nghiêng đồ vật chứa chất lỏng làm cho chất lỏng chảy ra ngoài từng chút một.

-아 주다 : 남을 위해 앞의 말이 나타내는 행동을 함을 나타내는 표현.
giúp, hộ, giùm
Cấu trúc thể hiện việc thực hiện hành động mà từ ngữ phía trước thể hiện vì người khác.

-어요 : (두루높임으로) 어떤 사실을 서술하거나 질문, 명령, 권유함을 나타내는 종결 어미.
không?, hãy, hãy cùng
(cách nói kính trọng phổ biến) Vĩ tố kết thúc câu thể hiện sự tường thuật sự việc nào đó hay nghi vấn, mệnh lệnh, đề nghị. **<sự ra lệnh>**

비우+[고 싶]+[은 것]+이 많+아서

비우다 (động từ) : 욕심이나 집착을 버리다.
trút bỏ, từ bỏ
Từ bỏ tham vọng hay sự quyến luyến.

-고 싶다 : 앞의 말이 나타내는 행동을 하기를 원함을 나타내는 표현.
muốn
Cấu trúc thể hiện muốn thực hiện hành động mà từ ngữ phía trước thể hiện.

-은 것 : 명사가 아닌 것을 문장에서 명사처럼 쓰이게 하거나 '이다' 앞에 쓰일 수 있게 할 때 쓰는 표현.
sự, điều, việc
Cấu trúc dùng khi làm cho yếu tố không phải là danh từ được dùng như danh từ trong câu, hoặc làm cho có thể được dùng trước ""이다""."

이 : 어떤 상태나 상황의 대상이나 동작의 주체를 나타내는 조사.
Không có từ tương ứng
Trợ từ (tiểu từ) thể hiện chủ thể của động tác hoặc đối tượng của trạng thái hay tình huống nào đó.

많다 (Tính từ) : 수나 양, 정도 등이 일정한 기준을 넘다.
nhiều
Số, lượng hay mức độ vượt quá tiêu chuẩn nhất định.

-아서 : 이유나 근거를 나타내는 연결 어미.
nên
Vĩ tố liên kết thể hiện lý do hay căn cứ.

이 한 잔 마시+[고 나]+면 잊+[을 수 있]+을까요?

이 (định từ) : 바로 앞에서 이야기한 대상을 가리킬 때 쓰는 말.
này
Từ dùng khi chỉ đối tượng vừa nói ở ngay phía trước.

한 (định từ) : 하나의.
một
Thuộc một.

잔 (danh từ) : 음료나 술 등을 담은 그릇을 기준으로 그 분량을 세는 단위.
chén, tách, chung, ly
Đơn vị đếm phân lượng (số lượng) theo chuẩn dụng cụ đựng thức uống hay rượu...

마시다 (động từ) : 물 등의 액체를 목구멍으로 넘어가게 하다.
uống
Làm cho chất lỏng như nước... đi qua cổ họng

-고 나다 : 앞에 오는 말이 나타내는 행동이 끝났음을 나타내는 표현.
xong, rồi
Cấu trúc thể hiện hành động mà từ ngữ phía trước thể hiện đã kết thúc.

-면 : 뒤에 오는 말에 대한 근거나 조건이 됨을 나타내는 연결 어미.
nếu...thì
Vĩ tố liên kết thể hiện việc trở thành điều kiện hay căn cứ đối với vế sau.

잊다 (động từ) : 어려움이나 고통, 또는 좋지 않은 지난 일을 마음속에 두지 않거나 신경 쓰지 않다.
quên, không nghĩ tới
Không để tâm hoặc để trong lòng sự khó khăn hay vất vả, hoặc việc không tốt.

-을 수 있다 : 어떤 행동이나 상태가 가능함을 나타내는 표현.
Không có từ tương ứng
Cụm ngữ pháp thể hiện hành động hoặc trạng thái nào đó có thể xảy ra.

-을까요 : (두루높임으로) 아직 일어나지 않았거나 모르는 일에 대해서 말하는 사람이 추측하며 질문할 때
쓰는 표현.
liệu…không?
(cách nói kính trọng phổ biến) Cấu trúc dùng khi người nói suy đoán và hỏi về việc chưa xảy ra hoặc không biết.

버리+[고 싶]+[은 것]+이 가득하+여서
가득해서

버리다 (động từ) : 마음속에 가졌던 생각을 스스로 잊다.
từ bỏ, bỏ đi
Tự quên đi suy nghĩ trong lòng.

-고 싶다 : 앞의 말이 나타내는 행동을 하기를 원함을 나타내는 표현.
muốn
Cấu trúc thể hiện muốn thực hiện hành động mà từ ngữ phía trước thể hiện.

-은 것 : 명사가 아닌 것을 문장에서 명사처럼 쓰이게 하거나 '이다' 앞에 쓰일 수 있게 할 때 쓰는 표현.
sự, điều, việc
Cấu trúc dùng khi làm cho yếu tố không phải là danh từ được dùng như danh từ trong câu, hoặc làm cho có thể được dùng trước ""이다""."

이 : 어떤 상태나 상황의 대상이나 동작의 주체를 나타내는 조사.
Không có từ tương ứng
Trợ từ (tiểu từ) thể hiện chủ thể của động tác hoặc đối tượng của trạng thái hay tình huống nào đó.

가득하다 (Tính từ) : 어떤 감정이나 생각이 강하다.
đầy, chan chứa
Tình cảm hay suy nghĩ nào đó mạnh mẽ.

-여서 : 이유나 근거를 나타내는 연결 어미.
nên
Vĩ tố liên kết thể hiện lý do hay căn cứ.

뜨겁(뜨거우)+었던 가슴, 마지막 온기+가 사라지+[기 전에]
뜨거웠던

뜨겁다 (Tính từ) : (비유적으로) 감정이나 열정 등이 격렬하고 강하다.
nóng bỏng, sốt sắng
(cách nói ẩn dụ) Tình cảm hay nhiệt huyết mãnh liệt và mạnh mẽ.

-었던 : 과거의 사건이나 상태를 다시 떠올리거나 그 사건이나 상태가 완료되지 않고 중단되었다는 의미
    를 나타내는 표현.
đã, từng, vốn
Cấu trúc thể hiện nghĩa nhớ lại sự kiện hay trạng thái trong quá khứ hoặc sự kiện hay trạng thái đó không được hoàn thành và bị chấm dứt giữa chừng.

가슴 (danh từ) : 마음이나 느낌.
lòng
Lòng dạ hay cảm xúc.

마지막 (danh từ) : 시간이나 순서의 맨 끝.
cuối cùng
Sau cuối của thứ tự hay thời gian.

온기 (danh từ) : (비유적으로) 다정하거나 따뜻하게 베푸는 분위기나 마음.
hơi ấm, sự ấm áp
(cách nói ẩn dụ) Bầu không khí hay tình cảm quan tâm một cách nồng ấm hoặc thắm thiết.

가 : 어떤 상태나 상황에 놓인 대상이나 동작의 주체를 나타내는 조사.
Không có từ tương ứng
Trợ từ (tiểu từ) thể hiện chủ thể của động tác hoặc đối tượng được đặt trong trạng thái hay tình huống nào đó.

사라지다 (động từ) : 생각이나 감정 등이 없어지다.

tiêu tan, tan biến

Suy nghĩ hay tình cảm... không còn.

-기 전에 : 뒤에 오는 말이 나타내는 행동이 앞에 오는 말이 나타내는 행동보다 앞서는 것을 나타내는 표현.

trước khi

Cấu trúc thể hiện hành động mà vế sau diễn tả xảy ra trước hành động mà vế trước diễn tả.

누구+라도 독하+ㄴ 술 한 잔 따르(따르)+[아 주]+어요.
              독한   따라 줘요

누구 (đại từ) : 정해지지 않은 어떤 사람을 가리키는 말.

ai đó

Từ chỉ người nào đó không xác định.

라도 : 그것이 최선은 아니나 여럿 중에서는 그런대로 괜찮음을 나타내는 조사.

dù là, mặc dù là

Trợ từ thể hiện cái đó không phải là tối ưu nhưng tạm được trong số đó.

독하다 (Tính từ) : 맛이나 냄새 등이 지나치게 자극적이다.

độc hại, nặng

Mùi hoặc vị quá kích thích.

-ㄴ : 앞의 말이 관형어의 기능을 하게 만들고 현재의 상태를 나타내는 어미.

mà

Vĩ tố khiến cho từ ngữ phía trước có chức năng định ngữ và thể hiện sự kiện hay động tác được hoàn thành thì trạng thái đó vẫn đang được duy trì.

술 (danh từ) : 맥주나 소주 등과 같이 알코올 성분이 들어 있어서 마시면 취하는 음료.

rượu

Đồ uống có chứa cồn như bia hoặc soju nên nếu uống thì có thể say.

한 (định từ) : 하나의.

một

Thuộc một.

잔 (danh từ) : 음료나 술 등을 담은 그릇을 기준으로 그 분량을 세는 단위.

chén, tách, chung, ly

Đơn vị đếm phân lượng (số lượng) theo chuẩn dụng cụ đựng thức uống hay rượu...

따르다 (동사) : 액체가 담긴 물건을 기울여 액체를 밖으로 조금씩 흐르게 하다.
rót
Nghiêng đồ vật chứa chất lỏng làm cho chất lỏng chảy ra ngoài từng chút một.

-아 주다 : 남을 위해 앞의 말이 나타내는 행동을 함을 나타내는 표현.
giúp, hộ, giùm
Cấu trúc thể hiện việc thực hiện hành động mà từ ngữ phía trước thể hiện vì người khác.

-어요 : (두루높임으로) 어떤 사실을 서술하거나 질문, 명령, 권유함을 나타내는 종결 어미.
không?, hãy, hãy cùng
(cách nói kính trọng phổ biến) Vĩ tố kết thúc câu thể hiện sự tường thuật sự việc nào đó hay nghi vấn, mệnh lệnh, đề nghị. <sự ra lệnh>

< 후렴(đoạn điệp khúc) >

이제+부터 <u>하얗(하야)+ㄴ</u> 여백+에 가득 <u>차+ㄴ</u>
　　　　　하얀　　　　　　　　　　**찬**

이제 (danh từ) : 말하고 있는 바로 이때.
bây giờ
Ngay lúc đang nói.

부터 : 어떤 일의 시작이나 처음을 나타내는 조사.
từ
Trợ từ thể hiện sự bắt đầu hay khởi đầu của một việc nào đó.

하얗다 (Tính từ) : 눈이나 우유의 빛깔과 같이 밝고 선명하게 희다.
trắng tinh, trắng ngần
Trắng sáng rõ như màu của tuyết hay sữa.

-ㄴ : 앞의 말이 관형어의 기능을 하게 만들고 현재의 상태를 나타내는 어미.
mà
Vĩ tố khiến cho từ ngữ phía trước có chức năng định ngữ và thể hiện sự kiện hay động tác được hoàn thành thì trạng thái đó vẫn đang được duy trì.

여백 (danh từ) : 종이 등에 글씨를 쓰거나 그림을 그리고 남은 빈 자리.
khoảng trống
Chỗ còn trống lại trên giấy khi viết chữ hay vẽ tranh.

에 : 앞말이 어떤 장소나 자리임을 나타내는 조사.
ở, tại
Trợ từ (tiểu từ) thể hiện từ ngữ phía trước là địa điểm hay chỗ nào đó.

가득 (phó từ) : 어떤 감정이나 생각이 강한 모양.
đầy, chan chứa
Hình ảnh tình cảm hay suy nghĩ nào đó mạnh mẽ.

차다 (động từ) : 감정이나 느낌 등이 가득하게 되다.
tràn đầy
Tình cảm hay cảm giác... trở nên đầy ắp.

-ㄴ : 앞의 말이 관형어의 기능을 하게 만들고 사건이나 동작이 완료되어 그 상태가 유지되고 있음을 나타내는 어미.
Không có từ tương ứng
Vĩ tố làm cho từ ngữ phía trước có chức năng định ngữ và thể hiện sự kiện hay động tác đã hoàn thành và trạng thái đó đang được duy trì.

내+가 모르+는 나+를 지우+[ㄹ 것(거)]+이+에요.
지울 거예요

내 (đại từ) : '나'에 조사 '가'가 붙을 때의 형태.
tôi
Hình thái khi gắn trợ từ 가 vào 나.

가 : 어떤 상태나 상황에 놓인 대상이나 동작의 주체를 나타내는 조사.
Không có từ tương ứng
Trợ từ (tiểu từ) thể hiện chủ thể của động tác hoặc đối tượng được đặt trong trạng thái hay tình huống nào đó.

모르다 (động từ) : 사람이나 사물, 사실 등을 알지 못하거나 이해하지 못하다.
không biết
Không biết được hoặc không hiểu được người, sự vật hay sự việc...

-는 : 앞의 말이 관형어의 기능을 하게 만들고 사건이나 동작이 현재 일어남을 나타내는 어미.
mà
Vĩ tố làm cho từ ngữ phía trước có chức năng định ngữ và thể hiện sự kiện hay động tác xảy ra ở hiện tại.

나 (đại từ) : 말하는 사람이 친구나 아랫사람에게 자기를 가리키는 말.
tôi, mình, anh, chị...
Từ mà người nói dùng để chỉ bản thân mình khi nói với người dưới hoặc bạn bè.

를 : 동작이 직접적으로 영향을 미치는 대상을 나타내는 조사.
Không có từ tương ứng
Trợ từ (tiểu từ) thể hiện đối tượng mà động tác gây ảnh hưởng trực tiếp.

지우다 (động từ) : 생각이나 기억을 없애거나 잊다.
xóa bỏ, loại bỏ
Xóa bỏ hoặc quên đi suy nghĩ hay kí ức.

-ㄹ 것 : 명사가 아닌 것을 문장에서 명사처럼 쓰이게 하거나 '이다' 앞에 쓰일 수 있게 할 때 쓰는 표현.
Không có từ tương ứng
Cấu trúc dùng khi làm cho yếu tố không phải là danh từ được dùng như danh từ trong câu, hoặc làm cho có thể được dùng trước "이다

이다 : 주어가 지시하는 대상의 속성이나 부류를 지정하는 뜻을 나타내는 서술격 조사.
nào là
Trợ từ vị cách thể hiện sự liệt kê các sự vật đồng thời liên kết theo quan hệ đẳng lập.

-에요 : (두루높임으로) 어떤 사실을 서술하거나 질문함을 나타내는 종결 어미.
phải không?, là
(cách nói kính trọng phổ biến) Vĩ tố kết thúc câu diễn đạt sự nghi vấn hay trần thuật sự việc nào đó. <sự tường thuật>

오늘+은 꼭 당신+이 따르(따르)+[아 주]+ㄴ
따라 준

오늘 (danh từ) : 지금 지나가고 있는 이날.
ngày hôm nay, hôm nay
Ngày đang trải qua bây giờ.

은 : 문장 속에서 어떤 대상이 화제임을 나타내는 조사.
Không có từ tương ứng
Trợ từ (tiểu từ) thể hiện việc đối tượng nào đó là chủ đề câu chuyện trong câu.

꼭 (phó từ) : 어떤 일이 있어도 반드시.
nhất định
Dù có việc gì cũng nhất định.

당신 (đại từ) : (조금 높이는 말로) 듣는 사람을 가리키는 말.
ông, bà, anh, chị
(cách nói hơi kính trọng) Từ chỉ người nghe.

이 : 어떤 상태나 상황의 대상이나 동작의 주체를 나타내는 조사.
Không có từ tương ứng
Trợ từ (tiểu từ) thể hiện chủ thể của động tác hoặc đối tượng của trạng thái hay tình huống nào đó.

따르다 (động từ) : 액체가 담긴 물건을 기울여 액체를 밖으로 조금씩 흐르게 하다.
rót
Nghiêng đồ vật chứa chất lỏng làm cho chất lỏng chảy ra ngoài từng chút một.

-아 주다 : 남을 위해 앞의 말이 나타내는 행동을 함을 나타내는 표현.
giúp, hộ, giùm
Cấu trúc thể hiện việc thực hiện hành động mà từ ngữ phía trước thể hiện vì người khác.

-ㄴ : 앞의 말이 관형어의 기능을 하게 만들고 사건이나 동작이 완료되어 그 상태가 유지되고 있음을 나타내는 어미.
Không có từ tương ứng
Vĩ tố làm cho từ ngữ phía trước có chức năng định ngữ và thể hiện sự kiện hay động tác đã hoàn thành và trạng thái đó đang được duy trì.

한 잔+의 <u>가득하+ㄴ</u> 독주+를 <u>비우+[ㄹ 것(거)]</u>+이+에요.
가득한   비울 거예요

한 (định từ) : 하나의.
một
Thuộc một.

잔 (danh từ) : 음료나 술 등을 담은 그릇을 기준으로 그 분량을 세는 단위.
chén, tách, chung, ly
Đơn vị đếm phân lượng (số lượng) theo chuẩn dụng cụ đựng thức uống hay rượu...

의 : 앞의 말이 뒤의 말에 대하여 속성이나 수량을 한정하거나 같은 자격임을 나타내는 조사.
Không có từ tương ứng
Trợ từ thể hiện từ ngữ phía trước hạn định thuộc tính hay số lượng hoặc cùng tư cách đối với từ ngữ phía sau.

가득하다 (Tính từ) : 양이나 수가 정해진 범위에 꽉 차 있다.
đầy
Lượng hay số chiếm hết phạm vi đã định.

-ㄴ : 앞의 말이 관형어의 기능을 하게 만들고 현재의 상태를 나타내는 어미.
mà
Vĩ tố khiến cho từ ngữ phía trước có chức năng định ngữ và thể hiện sự kiện hay động tác được hoàn thành thì trạng thái đó vẫn đang được duy trì.

독주 (danh từ) : 매우 독한 술.
rượu mạnh
Rượu rất mạnh.

를 : 동작이 직접적으로 영향을 미치는 대상을 나타내는 조사.
Không có từ tương ứng
Trợ từ (tiểu từ) thể hiện đối tượng mà động tác gây ảnh hưởng trực tiếp.

비우다 (động từ) : 안에 든 것을 없애 속을 비게 하다.
làm trống
Bỏ đi thứ ở bên trong làm trống phần trong.

-ㄹ 것 : 명사가 아닌 것을 문장에서 명사처럼 쓰이게 하거나 '이다' 앞에 쓰일 수 있게 할 때 쓰는 표현.
Không có từ tương ứng
Cấu trúc dùng khi làm cho yếu tố không phải là danh từ được dùng như danh từ trong câu, hoặc làm cho có thể được dùng trước "이다

이다 : 주어가 지시하는 대상의 속성이나 부류를 지정하는 뜻을 나타내는 서술격 조사.
nào là
Trợ từ vị cách thể hiện sự liệt kê các sự vật đồng thời liên kết theo quan hệ đẳng lập.

-에요 : (두루높임으로) 어떤 사실을 서술하거나 질문함을 나타내는 종결 어미.
phải không?, là
(cách nói kính trọng phổ biến) Vĩ tố kết thúc câu diễn đạt sự nghi vấn hay trần thuật sự việc nào đó. <sự tường thuật>

< 2 절(lời) >

누구+라도 술 한 잔 **따르(따ㄹ)+[아 주]+어요**.
따라 줘요

누구 (đại từ) : 정해지지 않은 어떤 사람을 가리키는 말.
ai đó
Từ chỉ người nào đó không xác định.

라도 : 그것이 최선은 아니나 여럿 중에서는 그런대로 괜찮음을 나타내는 조사.
dù là, mặc dù là
Trợ từ thể hiện cái đó không phải là tối ưu nhưng tạm được trong số đó.

술 (danh từ) : 맥주나 소주 등과 같이 알코올 성분이 들어 있어서 마시면 취하는 음료.

rượu

Đồ uống có chứa cồn như bia hoặc soju nên nếu uống thì có thể say.

한 (định từ) : 하나의.

một

Thuộc một.

잔 (danh từ) : 음료나 술 등을 담은 그릇을 기준으로 그 분량을 세는 단위.

chén, tách, chung, ly

Đơn vị đếm phân lượng (số lượng) theo chuẩn dụng cụ đựng thức uống hay rượu...

따르다 (động từ) : 액체가 담긴 물건을 기울여 액체를 밖으로 조금씩 흐르게 하다.

rót

Nghiêng đồ vật chứa chất lỏng làm cho chất lỏng chảy ra ngoài từng chút một.

-아 주다 : 남을 위해 앞의 말이 나타내는 행동을 함을 나타내는 표현.

giúp, hộ, giùm

Cấu trúc thể hiện việc thực hiện hành động mà từ ngữ phía trước thể hiện vì người khác.

-어요 : (두루높임으로) 어떤 사실을 서술하거나 질문, 명령, 권유함을 나타내는 종결 어미.

không?, hãy, hãy cùng

(cách nói kính trọng phổ biến) Vĩ tố kết thúc câu thể hiện sự tường thuật sự việc nào đó hay nghi vấn, mệnh lệnh, đề nghị. <sự ra lệnh>

추억+에 <u>취하+여</u> 비틀거리+[기 전에]
취해

추억 (danh từ) : 지나간 일을 생각함. 또는 그런 생각이나 일.

hồi ức, kí ức

Sự nghĩ đến việc đã qua. Hoặc suy nghĩ hay việc như vậy.

에 : 앞말이 어떤 행위나 감정 등의 대상임을 나타내는 조사.

đối với, về

Trợ từ (tiểu từ) thể hiện từ ngữ phía trước là đối tượng của hành vi hay tình cảm... nào đó.

취하다 (động từ) : 무엇에 매우 깊이 빠져 마음을 빼앗기다.

say, say mê

Chìm đắm vào cái gì đó nên mất hết cả tinh thần.

-여 : 앞에 오는 말이 뒤에 오는 말에 대한 원인이나 이유임을 나타내는 연결 어미.

nên

Vĩ tố liên kết thể hiện vế trước là nguyên nhân hay lí do đối với vế sau.

비틀거리다 (động từ) : 몸을 가누지 못하고 계속 이리저리 쓰러질 듯이 걷다.
lảo đảo, đi xiêu vẹo, loạng choạng
Không thể giữ thăng bằng và liên tục bước đi như sắp ngã bên này bên kia.

-기 전에 : 뒤에 오는 말이 나타내는 행동이 앞에 오는 말이 나타내는 행동보다 앞서는 것을 나타내는 표현.
trước khi
Cấu trúc thể hiện hành động mà vế sau diễn tả xảy ra trước hành động mà vế trước diễn tả.

이 한 잔 마시+[고 나]+면 지우+[ㄹ 수 있]+을까요?
지울 수 있을까요

이 (định từ) : 바로 앞에서 이야기한 대상을 가리킬 때 쓰는 말.
này
Từ dùng khi chỉ đối tượng vừa nói ở ngay phía trước.

한 (định từ) : 하나의.
một
Thuộc một.

잔 (danh từ) : 음료나 술 등을 담은 그릇을 기준으로 그 분량을 세는 단위.
chén, tách, chung, ly
Đơn vị đếm phân lượng (số lượng) theo chuẩn dụng cụ đựng thức uống hay rượu...

마시다 (động từ) : 물 등의 액체를 목구멍으로 넘어가게 하다.
uống
Làm cho chất lỏng như nước... đi qua cổ họng

-고 나다 : 앞에 오는 말이 나타내는 행동이 끝났음을 나타내는 표현.
xong, rồi
Cấu trúc thể hiện hành động mà từ ngữ phía trước thể hiện đã kết thúc.

-면 : 뒤에 오는 말에 대한 근거나 조건이 됨을 나타내는 연결 어미.
nếu...thì
Vĩ tố liên kết thể hiện việc trở thành điều kiện hay căn cứ đối với vế sau.

지우다 (động từ) : 생각이나 기억을 없애거나 잊다.
xóa bỏ, loại bỏ
Xóa bỏ hoặc quên đi suy nghĩ hay kí ức.

-ㄹ 수 있다 : 어떤 행동이나 상태가 가능함을 나타내는 표현.

Không có từ tương ứng

Cụm ngữ pháp thể hiện hành động hoặc trạng thái nào đó có thể xảy ra.

-을까요 : (두루높임으로) 아직 일어나지 않았거나 모르는 일에 대해서 말하는 사람이 추측하며 질문할 때
쓰는 표현.

liệu…không?

(cách nói kính trọng phổ biến) Cấu trúc dùng khi người nói suy đoán và hỏi về việc chưa
xảy ra hoặc không biết.

그리움+에 취하+여 잠들+[기 전에]
취해

그리움 (danh từ) : 어떤 대상을 몹시 보고 싶어 하는 안타까운 마음.

sự nhớ nhung

Tâm trạng muốn gặp hoặc muốn nhìn.

에 : 앞말이 어떤 행위나 감정 등의 대상임을 나타내는 조사.

đối với, về

Trợ từ (tiểu từ) thể hiện từ ngữ phía trước là đối tượng của hành vi hay tình cảm... nào đó.

취하다 (động từ) : 무엇에 매우 깊이 빠져 마음을 빼앗기다.

say, say mê

Chìm đắm vào cái gì đó nên mất hết cả tinh thần.

-여 : 앞에 오는 말이 뒤에 오는 말에 대한 원인이나 이유임을 나타내는 연결 어미.

nên

Vĩ tố liên kết thể hiện vế trước là nguyên nhân hay lí do đối với vế sau.

잠들다 (động từ) : 잠을 자는 상태가 되다.

ngủ thiếp

Ở trong trạng thái ngủ.

-기 전에 : 뒤에 오는 말이 나타내는 행동이 앞에 오는 말이 나타내는 행동보다 앞서는 것을 나타내는 표
현.

trước khi

Cấu trúc thể hiện hành động mà vế sau diễn tả xảy ra trước hành động mà vế trước diễn
tả.

아직 어제+를 살+[고 있]+는 이 꿈속+에서 깨+[지 않]+도록

아직 (phó từ) : 어떤 일이나 상태 또는 어떻게 되기까지 시간이 더 지나야 함을 나타내거나, 어떤 일이나
상태가 끝나지 않고 계속 이어지고 있음을 나타내는 말.
chưa, vẫn
Từ biểu thị việc phải thêm thời gian cho tới khi công việc hay trạng thái nào đó hoặc thành
ra thế nào đó, hoặc công việc hay trạng thái nào đó chưa kết thúc mà vẫn được tiếp nối.

어제 (danh từ) : 지나간 때.
ngày nào
Thời gian đã qua.

를 : 동작이 직접적으로 영향을 미치는 대상을 나타내는 조사.
Không có từ tương ứng
Trợ từ (tiểu từ) thể hiện đối tượng mà động tác gây ảnh hưởng trực tiếp.

살다 (động từ) : 사람이 생활을 하다.
sống, sinh hoạt
Con người sinh sống.

-고 있다 : 앞의 말이 나타내는 행동이 계속 진행됨을 나타내는 표현.
đang
Cấu trúc thể hiện hành động mà từ ngữ phía trước diễn đạt được tiếp tục tiến hành.

-는 : 앞의 말이 관형어의 기능을 하게 만들고 사건이나 동작이 현재 일어남을 나타내는 어미.
mà
Vĩ tố làm cho từ ngữ phía trước có chức năng định ngữ và thể hiện sự kiện hay động tác
xảy ra ở hiện tại.

이 (định từ) : 말하는 사람에게 가까이 있거나 말하는 사람이 생각하고 있는 대상을 가리킬 때 쓰는 말.
này
Từ dùng khi chỉ đối tượng ở gần người nói hoặc đối tượng người nói đang nghĩ đến.

꿈속 (danh từ) : 현실과 동떨어진 환상 속.
trong ảo tưởng
Trong sự hoang tưởng xa rời hiện thực.

에서 : 앞말이 행동이 이루어지고 있는 장소임을 나타내는 조사.
ở, tại
Trợ từ thể hiện lời phía trước là địa điểm mà hành động nào đó được diễn ra.

깨다 (động từ) : 잠이 든 상태에서 벗어나 정신을 차리다. 또는 그렇게 하다.
thức tỉnh, thức dậy, tỉnh dậy
Tập trung tinh thần hay thoát ra khỏi trạng thái ngủ. Hoặc làm như vậy.

-지 않다 : 앞의 말이 나타내는 행위나 상태를 부정하는 뜻을 나타내는 표현.

không, chẳng

Cấu trúc thể hiện nghĩa phủ định trạng thái hay hành vi mà từ ngữ phía trước diễn đạt.

-도록 : 앞에 오는 말이 뒤에 오는 말에 대한 목적이나 결과, 방식, 정도임을 나타내는 연결 어미.

để, đến mức, sao cho

Vĩ tố liên kết thể hiện vế trước là mục đích hay kết quả, phương thức, mức độ đối với vế sau. <mục đích>

누구+라도 지독하+ㄴ 술 한 잔 따르(따르)+[아 주]+어요.
지독한   따라 줘요

누구 (đại từ) : 정해지지 않은 어떤 사람을 가리키는 말.

ai đó

Từ chỉ người nào đó không xác định.

라도 : 그것이 최선은 아니나 여럿 중에서는 그런대로 괜찮음을 나타내는 조사.

dù là, mặc dù là

Trợ từ thể hiện cái đó không phải là tối ưu nhưng tạm được trong số đó.

지독하다 (Tính từ) : 맛이나 냄새 등이 해롭거나 참기 어려울 정도로 심하다.

khắm, thủm

Vị hay mùi... nghiêm trọng đến độ khó chịu hoặc gây hại.

-ㄴ : 앞의 말이 관형어의 기능을 하게 만들고 현재의 상태를 나타내는 어미.

mà

Vĩ tố khiến cho từ ngữ phía trước có chức năng định ngữ và thể hiện sự kiện hay động tác được hoàn thành thì trạng thái đó vẫn đang được duy trì.

술 (danh từ) : 맥주나 소주 등과 같이 알코올 성분이 들어 있어서 마시면 취하는 음료.

rượu

Đồ uống có chứa cồn như bia hoặc soju nên nếu uống thì có thể say.

한 (định từ) : 하나의.

một

Thuộc một.

잔 (danh từ) : 음료나 술 등을 담은 그릇을 기준으로 그 분량을 세는 단위.

chén, tách, chung, ly

Đơn vị đếm phân lượng (số lượng) theo chuẩn dụng cụ đựng thức uống hay rượu...

따르다 (động từ) : 액체가 담긴 물건을 기울여 액체를 밖으로 조금씩 흐르게 하다.
rót
Nghiêng đồ vật chứa chất lỏng làm cho chất lỏng chảy ra ngoài từng chút một.

-아 주다 : 남을 위해 앞의 말이 나타내는 행동을 함을 나타내는 표현.
giúp, hộ, giùm
Cấu trúc thể hiện việc thực hiện hành động mà từ ngữ phía trước thể hiện vì người khác.

-어요 : (두루높임으로) 어떤 사실을 서술하거나 질문, 명령, 권유함을 나타내는 종결 어미.
không?, hãy, hãy cùng
(cách nói kính trọng phổ biến) Vĩ tố kết thúc câu thể hiện sự tường thuật sự việc nào đó hay nghi vấn, mệnh lệnh, đề nghị. <sự ra lệnh>

< 후렴(đoạn điệp khúc) >

이제+부터 하얗(하야)+ㄴ 여백+에 가득 차+ㄴ
　　　　　 하얀　　　　　　　　　찬

이제 (danh từ) : 말하고 있는 바로 이때.
bây giờ
Ngay lúc đang nói.

부터 : 어떤 일의 시작이나 처음을 나타내는 조사.
từ
Trợ từ thể hiện sự bắt đầu hay khởi đầu của một việc nào đó.

하얗다 (Tính từ) : 눈이나 우유의 빛깔과 같이 밝고 선명하게 희다.
trắng tinh, trắng ngần
Trắng sáng rõ như màu của tuyết hay sữa.

-ㄴ : 앞의 말이 관형어의 기능을 하게 만들고 현재의 상태를 나타내는 어미.
mà
Vĩ tố khiến cho từ ngữ phía trước có chức năng định ngữ và thể hiện sự kiện hay động tác được hoàn thành thì trạng thái đó vẫn đang được duy trì.

여백 (danh từ) : 종이 등에 글씨를 쓰거나 그림을 그리고 남은 빈 자리.
khoảng trống
Chỗ còn trống lại trên giấy khi viết chữ hay vẽ tranh.

에 : 앞말이 어떤 장소나 자리임을 나타내는 조사.
ở, tại
Trợ từ (tiểu từ) thể hiện từ ngữ phía trước là địa điểm hay chỗ nào đó.

가득 (phó từ) : 어떤 감정이나 생각이 강한 모양.
đầy, chan chứa
Hình ảnh tình cảm hay suy nghĩ nào đó mạnh mẽ.

차다 (động từ) : 감정이나 느낌 등이 가득하게 되다.
tràn đầy
Tình cảm hay cảm giác... trở nên đầy ắp.

-ㄴ : 앞의 말이 관형어의 기능을 하게 만들고 사건이나 동작이 완료되어 그 상태가 유지되고 있음을 나타내는 어미.
Không có từ tương ứng
Vĩ tố làm cho từ ngữ phía trước có chức năng định ngữ và thể hiện sự kiện hay động tác đã hoàn thành và trạng thái đó đang được duy trì.

내+가 모르+는 나+를 지우+[ㄹ 것(거)]+이+에요.
지울 거예요

내 (đại từ) : '나'에 조사 '가'가 붙을 때의 형태.
tôi
Hình thái khi gắn trợ từ 가 vào 나.

가 : 어떤 상태나 상황에 놓인 대상이나 동작의 주체를 나타내는 조사.
Không có từ tương ứng
Trợ từ (tiểu từ) thể hiện chủ thể của động tác hoặc đối tượng được đặt trong trạng thái hay tình huống nào đó.

모르다 (động từ) : 사람이나 사물, 사실 등을 알지 못하거나 이해하지 못하다.
không biết
Không biết được hoặc không hiểu được người, sự vật hay sự việc...

-는 : 앞의 말이 관형어의 기능을 하게 만들고 사건이나 동작이 현재 일어남을 나타내는 어미.
mà
Vĩ tố làm cho từ ngữ phía trước có chức năng định ngữ và thể hiện sự kiện hay động tác xảy ra ở hiện tại.

나 (đại từ) : 말하는 사람이 친구나 아랫사람에게 자기를 가리키는 말.
tôi, mình, anh, chị...
Từ mà người nói dùng để chỉ bản thân mình khi nói với người dưới hoặc bạn bè.

를 : 동작이 직접적으로 영향을 미치는 대상을 나타내는 조사.
Không có từ tương ứng
Trợ từ (tiểu từ) thể hiện đối tượng mà động tác gây ảnh hưởng trực tiếp.

지우다 (**động từ**) : 생각이나 기억을 없애거나 잊다.
xóa bỏ, loại bỏ
Xóa bỏ hoặc quên đi suy nghĩ hay kí ức.

-ㄹ 것 : 명사가 아닌 것을 문장에서 명사처럼 쓰이게 하거나 '이다' 앞에 쓰일 수 있게 할 때 쓰는 표현.
Không có từ tương ứng
Cấu trúc dùng khi làm cho yếu tố không phải là danh từ được dùng như danh từ trong câu, hoặc làm cho có thể được dùng trước "이다

이다 : 주어가 지시하는 대상의 속성이나 부류를 지정하는 뜻을 나타내는 서술격 조사.
nào là
Trợ từ vị cách thể hiện sự liệt kê các sự vật đồng thời liên kết theo quan hệ đẳng lập.

-에요 : (두루높임으로) 어떤 사실을 서술하거나 질문함을 나타내는 종결 어미.
phải không?, là
(cách nói kính trọng phổ biến) Vĩ tố kết thúc câu diễn đạt sự nghi vấn hay trần thuật sự việc nào đó. <sự tường thuật>

오늘+은 꼭 당신+이 따르(따르)+[아 주]+ㄴ
따라 준

오늘 (**danh từ**) : 지금 지나가고 있는 이날.
ngày hôm nay, hôm nay
Ngày đang trải qua bây giờ.

은 : 문장 속에서 어떤 대상이 화제임을 나타내는 조사.
Không có từ tương ứng
Trợ từ (tiểu từ) thể hiện việc đối tượng nào đó là chủ đề câu chuyện trong câu.

꼭 (**phó từ**) : 어떤 일이 있어도 반드시.
nhất định
Dù có việc gì cũng nhất định.

당신 (**đại từ**) : (조금 높이는 말로) 듣는 사람을 가리키는 말.
ông, bà, anh, chị
(cách nói hơi kính trọng) Từ chỉ người nghe.

이 : 어떤 상태나 상황의 대상이나 동작의 주체를 나타내는 조사.
Không có từ tương ứng
Trợ từ (tiểu từ) thể hiện chủ thể của động tác hoặc đối tượng của trạng thái hay tình huống nào đó.

따르다 (động từ) : 액체가 담긴 물건을 기울여 액체를 밖으로 조금씩 흐르게 하다.
rót
Nghiêng đồ vật chứa chất lỏng làm cho chất lỏng chảy ra ngoài từng chút một.

-아 주다 : 남을 위해 앞의 말이 나타내는 행동을 함을 나타내는 표현.
giúp, hộ, giùm
Cấu trúc thể hiện việc thực hiện hành động mà từ ngữ phía trước thể hiện vì người khác.

-ㄴ : 앞의 말이 관형어의 기능을 하게 만들고 사건이나 동작이 완료되어 그 상태가 유지되고 있음을 나타내는 어미.
Không có từ tương ứng
Vĩ tố làm cho từ ngữ phía trước có chức năng định ngữ và thể hiện sự kiện hay động tác đã hoàn thành và trạng thái đó đang được duy trì.

한 잔+의 가득하+ㄴ 독주+를 비우+[ㄹ 것(거)]+이+에요.
가득한   비울 거예요

한 (định từ) : 하나의.
một
Thuộc một.

잔 (danh từ) : 음료나 술 등을 담은 그릇을 기준으로 그 분량을 세는 단위.
chén, tách, chung, ly
Đơn vị đếm phân lượng (số lượng) theo chuẩn dụng cụ đựng thức uống hay rượu...

의 : 앞의 말이 뒤의 말에 대하여 속성이나 수량을 한정하거나 같은 자격임을 나타내는 조사.
Không có từ tương ứng
Trợ từ thể hiện từ ngữ phía trước hạn định thuộc tính hay số lượng hoặc cùng tư cách đối với từ ngữ phía sau.

가득하다 (Tính từ) : 양이나 수가 정해진 범위에 꽉 차 있다.
đầy
Lượng hay số chiếm hết phạm vi đã định.

-ㄴ : 앞의 말이 관형어의 기능을 하게 만들고 현재의 상태를 나타내는 어미.
mà
Vĩ tố khiến cho từ ngữ phía trước có chức năng định ngữ và thể hiện sự kiện hay động tác được hoàn thành thì trạng thái đó vẫn đang được duy trì.

독주 (danh từ) : 매우 독한 술.
rượu mạnh
Rượu rất mạnh.

를 : 동작이 직접적으로 영향을 미치는 대상을 나타내는 조사.
Không có từ tương ứng
Trợ từ (tiểu từ) thể hiện đối tượng mà động tác gây ảnh hưởng trực tiếp.

비우다 (động từ) : 안에 든 것을 없애 속을 비게 하다.
làm trống
Bỏ đi thứ ở bên trong làm trống phần trong.

-ㄹ 것 : 명사가 아닌 것을 문장에서 명사처럼 쓰이게 하거나 '이다' 앞에 쓰일 수 있게 할 때 쓰는 표현.
Không có từ tương ứng
Cấu trúc dùng khi làm cho yếu tố không phải là danh từ được dùng như danh từ trong câu, hoặc làm cho có thể được dùng trước "이다

이다 : 주어가 지시하는 대상의 속성이나 부류를 지정하는 뜻을 나타내는 서술격 조사.
nào là
Trợ từ vị cách thể hiện sự liệt kê các sự vật đồng thời liên kết theo quan hệ đẳng lập.

-에요 : (두루높임으로) 어떤 사실을 서술하거나 질문함을 나타내는 종결 어미.
phải không?, là
(cách nói kính trọng phổ biến) Vĩ tố kết thúc câu diễn đạt sự nghi vấn hay trần thuật sự việc nào đó. <sự tường thuật>

이제+부터 하얗(하야)+ㄴ 여백+에 가득 차+ㄴ
하얀 　　　　　　　 찬

이제 (danh từ) : 말하고 있는 바로 이때.
bây giờ
Ngay lúc đang nói.

부터 : 어떤 일의 시작이나 처음을 나타내는 조사.
từ
Trợ từ thể hiện sự bắt đầu hay khởi đầu của một việc nào đó.

하얗다 (Tính từ) : 눈이나 우유의 빛깔과 같이 밝고 선명하게 희다.
trắng tinh, trắng ngần
Trắng sáng rõ như màu của tuyết hay sữa.

-ㄴ : 앞의 말이 관형어의 기능을 하게 만들고 현재의 상태를 나타내는 어미.
mà
Vĩ tố khiến cho từ ngữ phía trước có chức năng định ngữ và thể hiện sự kiện hay động tác được hoàn thành thì trạng thái đó vẫn đang được duy trì.

여백 (danh từ) : 종이 등에 글씨를 쓰거나 그림을 그리고 남은 빈 자리.
khoảng trống
Chỗ còn trống lại trên giấy khi viết chữ hay vẽ tranh.

에 : 앞말이 어떤 장소나 자리임을 나타내는 조사.
ở, tại
Trợ từ (tiểu từ) thể hiện từ ngữ phía trước là địa điểm hay chỗ nào đó.

가득 (phó từ) : 어떤 감정이나 생각이 강한 모양.
đầy, chan chứa
Hình ảnh tình cảm hay suy nghĩ nào đó mạnh mẽ.

차다 (động từ) : 감정이나 느낌 등이 가득하게 되다.
tràn đầy
Tình cảm hay cảm giác... trở nên đầy ắp.

-ㄴ : 앞의 말이 관형어의 기능을 하게 만들고 사건이나 동작이 완료되어 그 상태가 유지되고 있음을 나타내는 어미.
Không có từ tương ứng
Vĩ tố làm cho từ ngữ phía trước có chức năng định ngữ và thể hiện sự kiện hay động tác đã hoàn thành và trạng thái đó đang được duy trì.

내+가 모르+는 나+를 지우+[ㄹ 것(거)]+이+에요.
지울 거예요

내 (đại từ) : '나'에 조사 '가'가 붙을 때의 형태.
tôi
Hình thái khi gắn trợ từ 가 vào 나.

가 : 어떤 상태나 상황에 놓인 대상이나 동작의 주체를 나타내는 조사.
Không có từ tương ứng
Trợ từ (tiểu từ) thể hiện chủ thể của động tác hoặc đối tượng được đặt trong trạng thái hay tình huống nào đó.

모르다 (động từ) : 사람이나 사물, 사실 등을 알지 못하거나 이해하지 못하다.
không biết
Không biết được hoặc không hiểu được người, sự vật hay sự việc...

-는 : 앞의 말이 관형어의 기능을 하게 만들고 사건이나 동작이 현재 일어남을 나타내는 어미.
mà
Vĩ tố làm cho từ ngữ phía trước có chức năng định ngữ và thể hiện sự kiện hay động tác xảy ra ở hiện tại.

나 (đại từ) : 말하는 사람이 친구나 아랫사람에게 자기를 가리키는 말.
tôi, mình, anh, chị...
Từ mà người nói dùng để chỉ bản thân mình khi nói với người dưới hoặc bạn bè.

를 : 동작이 직접적으로 영향을 미치는 대상을 나타내는 조사.
Không có từ tương ứng
Trợ từ (tiểu từ) thể hiện đối tượng mà động tác gây ảnh hưởng trực tiếp.

지우다 (động từ) : 생각이나 기억을 없애거나 잊다.
xóa bỏ, loại bỏ
Xóa bỏ hoặc quên đi suy nghĩ hay kí ức.

-ㄹ 것 : 명사가 아닌 것을 문장에서 명사처럼 쓰이게 하거나 '이다' 앞에 쓰일 수 있게 할 때 쓰는 표현.
Không có từ tương ứng
Cấu trúc dùng khi làm cho yếu tố không phải là danh từ được dùng như danh từ trong câu, hoặc làm cho có thể được dùng trước "이다

이다 : 주어가 지시하는 대상의 속성이나 부류를 지정하는 뜻을 나타내는 서술격 조사.
nào là
Trợ từ vị cách thể hiện sự liệt kê các sự vật đồng thời liên kết theo quan hệ đẳng lập.

-에요 : (두루높임으로) 어떤 사실을 서술하거나 질문함을 나타내는 종결 어미.
phải không?, là
(cách nói kính trọng phổ biến) Vĩ tố kết thúc câu diễn đạt sự nghi vấn hay trần thuật sự việc nào đó. <sự tường thuật>

오늘+은 꼭 당신+이 <u>따르(따르)+[아 주]+ㄴ</u>
따라 준

오늘 (danh từ) : 지금 지나가고 있는 이날.
ngày hôm nay, hôm nay
Ngày đang trải qua bây giờ.

은 : 문장 속에서 어떤 대상이 화제임을 나타내는 조사.
Không có từ tương ứng
Trợ từ (tiểu từ) thể hiện việc đối tượng nào đó là chủ đề câu chuyện trong câu.

꼭 (phó từ) : 어떤 일이 있어도 반드시.
nhất định
Dù có việc gì cũng nhất định.

당신 (đại từ) : (조금 높이는 말로) 듣는 사람을 가리키는 말.
ông, bà, anh, chị
(cách nói hơi kính trọng) Từ chỉ người nghe.

이 : 어떤 상태나 상황의 대상이나 동작의 주체를 나타내는 조사.
Không có từ tương ứng
Trợ từ (tiểu từ) thể hiện chủ thể của động tác hoặc đối tượng của trạng thái hay tình huống nào đó.

따르다 (động từ) : 액체가 담긴 물건을 기울여 액체를 밖으로 조금씩 흐르게 하다.
rót
Nghiêng đồ vật chứa chất lỏng làm cho chất lỏng chảy ra ngoài từng chút một.

-아 주다 : 남을 위해 앞의 말이 나타내는 행동을 함을 나타내는 표현.
giúp, hộ, giùm
Cấu trúc thể hiện việc thực hiện hành động mà từ ngữ phía trước thể hiện vì người khác.

-ㄴ : 앞의 말이 관형어의 기능을 하게 만들고 사건이나 동작이 완료되어 그 상태가 유지되고 있음을 나타내는 어미.
Không có từ tương ứng
Vĩ tố làm cho từ ngữ phía trước có chức năng định ngữ và thể hiện sự kiện hay động tác đã hoàn thành và trạng thái đó đang được duy trì.

한 잔+의 가득하+ㄴ 독주+를 비우+[ㄹ 것(거)]+이+에요.
          가득한   비울 거예요

한 (định từ) : 하나의.
một
Thuộc một.

잔 (danh từ) : 음료나 술 등을 담은 그릇을 기준으로 그 분량을 세는 단위.
chén, tách, chung, ly
Đơn vị đếm phân lượng (số lượng) theo chuẩn dụng cụ đựng thức uống hay rượu...

의 : 앞의 말이 뒤의 말에 대하여 속성이나 수량을 한정하거나 같은 자격임을 나타내는 조사.
Không có từ tương ứng
Trợ từ thể hiện từ ngữ phía trước hạn định thuộc tính hay số lượng hoặc cùng tư cách đối với từ ngữ phía sau.

가득하다 (Tính từ) : 양이나 수가 정해진 범위에 꽉 차 있다.
đầy
Lượng hay số chiếm hết phạm vi đã định.

-ㄴ : 앞의 말이 관형어의 기능을 하게 만들고 현재의 상태를 나타내는 어미.
mà
Vĩ tố khiến cho từ ngữ phía trước có chức năng định ngữ và thể hiện sự kiện hay động tác được hoàn thành thì trạng thái đó vẫn đang được duy trì.

독주 (danh từ) : 매우 독한 술.
rượu mạnh
Rượu rất mạnh.

를 : 동작이 직접적으로 영향을 미치는 대상을 나타내는 조사.
Không có từ tương ứng
Trợ từ (tiểu từ) thể hiện đối tượng mà động tác gây ảnh hưởng trực tiếp.

비우다 (động từ) : 안에 든 것을 없애 속을 비게 하다.
làm trống
Bỏ đi thứ ở bên trong làm trống phần trong.

-ㄹ 것 : 명사가 아닌 것을 문장에서 명사처럼 쓰이게 하거나 '이다' 앞에 쓰일 수 있게 할 때 쓰는 표현.
Không có từ tương ứng
Cấu trúc dùng khi làm cho yếu tố không phải là danh từ được dùng như danh từ trong câu, hoặc làm cho có thể được dùng trước "이다

이다 : 주어가 지시하는 대상의 속성이나 부류를 지정하는 뜻을 나타내는 서술격 조사.
nào là
Trợ từ vị cách thể hiện sự liệt kê các sự vật đồng thời liên kết theo quan hệ đẳng lập.

-에요 : (두루높임으로) 어떤 사실을 서술하거나 질문함을 나타내는 종결 어미.
phải không?, là
(cách nói kính trọng phổ biến) Vĩ tố kết thúc câu diễn đạt sự nghi vấn hay trần thuật sự việc nào đó. <sự tường thuật>

< 7 >

애창곡
(bài hát yêu thích)

[발음(sự phát âm)]

< 1 절(lời) >

내가 부르는 이 노래
내가 부르는 이 노래
naega bureuneun i norae

너에게 아직 다 못다 한 말
너에게 아직 다 몯따 한 말
neoege ajik da motda han mal

이 곡조엔 우리만 아는 속삭임
이 곡쪼엔 우리만 아는 속싸김
i gokjoen uriman aneun soksagim

내가 부르는 이 노래
내가 부르는 이 노래
naega bureuneun i norae

너에게 꼭 하고 싶은 말
너에게 꼭 하고 시픈 말
neoege kkok hago sipeun mal

이 선율엔 우리만 아는 귓속말
이 서뉴렌 우리만 아는 귇쏭말
i seonyuren uriman aneun gwitsongmal

아무리 화가 나도 삐져 있어도
아무리 화가 나도 삐저 이써도
amuri hwaga nado ppijeo isseodo

이 가락에 취해
이 가라게 취해
i garage chwihae

우린 서로 남몰래 눈을 맞춰요.
우린 서로 남몰래 누늘 맏춰요.
urin seoro nammollae nuneul matchwoyo.

내가 즐겨 부르는 이 노래
내가 즐겨 부르는 이 노래
naega jeulgyeo bureuneun i norae

이 음악이 흐르면
이 으마기 흐르면
i eumagi heureumyeon

너의 눈빛, 너의 표정
너에 눈삗, 너에 표정
neoe nunbit, neoe pyojeong

내 가슴이 살살 녹아요.
내 가스미 살살 노가요.
nae gaseumi salsal nogayo.

< 2 절(lời) >

내가 부르는 이 노래
내가 부르는 이 노래
naega bureuneun i norae

너에게만 들려줬던 말
너에게만 들려줠떤 말
neoegeman deullyeojwotdeon mal

이 곡조엔 둘이만 아는 짜릿함
이 곡쪼엔 두리만 아는 짜리탐
i gokjoen duriman aneun jjaritam

내가 부르는 이 노래
내가 부르는 이 노래
naega bureuneun i norae

너에게만 속삭였던 말
너에게만 속싸겯떤 말
neoegeman soksagyeotdeon mal

이 선율엔 둘이만 아는 아찔함
이 서뉴렌 두리만 아는 아찔함
i seonyuren duriman aneun ajjilham

아무리 토라져도 삐져 있어도
아무리 토라저도 삐저 이써도
amuri torajeodo ppijeo isseodo

이 노랫말에 잠겨
이 노랜마레 잠겨
i noraenmare jamgyeo

우린 서로 남몰래 눈을 맞춰요.
우린 서로 남몰래 누늘 맏춰요.
urin seoro nammollae nuneul matchwoyo.

내가 즐겨 부르는 이 노래
내가 즐겨 부르는 이 노래
naega jeulgyeo bureuneun i norae

이 음악이 흐르면
이 으마기 흐르면
i eumagi heureumyeon

너의 눈빛, 너의 표정
너에 눈삧, 너에 표정
neoe nunbit, neoe pyojeong

내 가슴이 살살 녹아요.
내 가스미 살살 노가요.
nae gaseumi salsal nogayo.

< 3 절(lời) >

우리 둘이 부르는 이 노래
우리 두리 부르는 이 노래
uri duri bureuneun i norae

우리 둘만 아는 이 노래
우리 둘만 아는 이 노래
uri dulman aneun i norae

우리 둘이 영원히 함께 불러요
우리 두리 영원히 함께 불러요
uri duri yeongwonhi hamkke bulleoyo

이 음표에 우리 사랑 싣고
이 음표에 우리 사랑 싣꼬
i eumpyoe uri sarang sitgo

높고 낮게 길고 짧은 리듬
놉꼬 낟께 길고 짤븐 리듬
nopgo natge gilgo jjalbeun rideum

이 가락에 밤새도록 취해 봐요.
이 가라게 밤새도록 취해 봐요.
i garage bamsaedorok chwihae bwayo.

< 1 절(lời) >

내+가 부르+는 이 노래

내 (đại từ) : '나'에 조사 '가'가 붙을 때의 형태.
tôi
Hình thái khi gắn trợ từ 가 vào 나.

가 : 어떤 상태나 상황에 놓인 대상이나 동작의 주체를 나타내는 조사.
Không có từ tương ứng
Trợ từ (tiểu từ) thể hiện chủ thể của động tác hoặc đối tượng được đặt trong trạng thái hay tình huống nào đó.

부르다 (động từ) : 곡조에 따라 노래하다.
ca, hát
Hát theo nhịp điệu.

-는 : 앞의 말이 관형어의 기능을 하게 만들고 사건이나 동작이 현재 일어남을 나타내는 어미.
mà
Vĩ tố làm cho từ ngữ phía trước có chức năng định ngữ và thể hiện sự kiện hay động tác xảy ra ở hiện tại.

이 (định từ) : 말하는 사람에게 가까이 있거나 말하는 사람이 생각하고 있는 대상을 가리킬 때 쓰는 말.
này
Từ dùng khi chỉ đối tượng ở gần người nói hoặc đối tượng người nói đang nghĩ đến.

노래 (danh từ) : 운율에 맞게 지은 가사에 곡을 붙인 음악. 또는 그런 음악을 소리 내어 부름.
bài hát, ca khúc, việc ca hát
Âm nhạc gắn nhạc với lời ca theo âm luật. Hoặc việc cất giọng hát loại âm nhạc như vậy.

너+에게 아직 다 못다 하+ㄴ 말
한

너 (đại từ) : 듣는 사람이 친구나 아랫사람일 때, 그 사람을 가리키는 말.
bạn, cậu, mày
Từ chỉ người nghe khi người đó là bạn bè hay người dưới.

에게 : 어떤 행동이 미치는 대상임을 나타내는 조사.
cho
Trợ từ thể hiện đối tượng mà hành động nào đó tác động đến.

아직 (phó từ) : 어떤 일이나 상태 또는 어떻게 되기까지 시간이 더 지나야 함을 나타내거나, 어떤 일이나
　　　　　　상태가 끝나지 않고 계속 이어지고 있음을 나타내는 말.
chưa, vẫn
Từ biểu thị việc phải thêm thời gian cho tới khi công việc hay trạng thái nào đó hoặc thành
ra thế nào đó, hoặc công việc hay trạng thái nào đó chưa kết thúc mà vẫn được tiếp nối.

다 (phó từ) : 남거나 빠진 것이 없이 모두.
hết, tất cả
Mọi thứ không sót hay để lại gì cả.

못다 (phó từ) : '어떤 행동을 완전히 다하지 못함'을 나타내는 말.
một cách dang dở, một cách không hết
Từ thể hiện "hoàn toàn không thực hiện được hết hành động nào đó".

하다 (động từ) : 어떤 행동이나 동작, 활동 등을 행하다.
làm, tiến hành
Thực hiện hành động hay động tác, hoạt động nào đó.

-ㄴ : 앞의 말이 관형어의 기능을 하게 만들고 사건이나 동작이 완료되어 그 상태가 유지되고 있음을 나
　　타내는 어미.
Không có từ tương ứng
Vĩ tố làm cho từ ngữ phía trước có chức năng định ngữ và thể hiện sự kiện hay động tác
đã hoàn thành và trạng thái đó đang được duy trì.

말 (danh từ) : 생각이나 느낌을 표현하고 전달하는 사람의 소리.
tiếng nói, giọng nói, lời nói
Tiếng của con người thể hiện và truyền đạt suy nghĩ hay cảm xúc.

이 곡조+에+는 우리+만 알(아)+는 속삭임
　　곡조엔　　　　　　　아는

이 (định từ) : 말하는 사람에게 가까이 있거나 말하는 사람이 생각하고 있는 대상을 가리킬 때 쓰는 말.
này
Từ dùng khi chỉ đối tượng ở gần người nói hoặc đối tượng người nói đang nghĩ đến.

곡조 (danh từ) : 음악이나 노래의 흐름.
giai điệu, làn điệu
Giai điệu của bài hát hay âm nhạc.

에 : 앞말이 어떤 장소나 자리임을 나타내는 조사.
ở, tại
Trợ từ (tiểu từ) thể hiện từ ngữ phía trước là địa điểm hay chỗ nào đó.

는 : 문장 속에서 어떤 대상이 화제임을 나타내는 조사.
Không có từ tương ứng
Trợ từ (tiểu từ) thể hiện việc đối tượng nào đó là chủ đề câu chuyện trong câu.

우리 (대사) : 말하는 사람이 자기보다 높지 않은 사람에게 자기를 포함한 여러 사람들을 가리키는 말.
chúng tôi, chúng tao
Khi nói với người thấp hơn mình, từ chỉ nhiều người bao gồm bản thân người nói và những người thuộc về phía người nói.

만 : 다른 것은 제외하고 어느 것을 한정함을 나타내는 조사.
chỉ
Trợ từ thể hiện sự loại trừ cái khác và hạn định cái nào đó.

알다 (동사) : 교육이나 경험, 생각 등을 통해 사물이나 상황에 대한 정보 또는 지식을 갖추다.
biết
Có thông tin hay kiến thức về sự vật hay tình huống thông qua giáo dục, kinh nghiệm hay suy nghĩ...

-는 : 앞의 말이 관형어의 기능을 하게 만들고 사건이나 동작이 현재 일어남을 나타내는 어미.
mà
Vĩ tố làm cho từ ngữ phía trước có chức năng định ngữ và thể hiện sự kiện hay động tác xảy ra ở hiện tại.

속삭임 (명사) : 작고 낮은 목소리로 가만가만히 하는 이야기.
sự thì thầm, sự thì thào
Sự trò chuyện thỏ thẻ với giọng nhỏ và thấp.

내+가 부르+는 이 노래

내 (대사) : '나'에 조사 '가'가 붙을 때의 형태.
tôi
Hình thái khi gắn trợ từ 가 vào 나.

가 : 어떤 상태나 상황에 놓인 대상이나 동작의 주체를 나타내는 조사.
Không có từ tương ứng
Trợ từ (tiểu từ) thể hiện chủ thể của động tác hoặc đối tượng được đặt trong trạng thái hay tình huống nào đó.

부르다 (động từ) : 곡조에 따라 노래하다.
ca, hát
Hát theo nhịp điệu.

-는 : 앞의 말이 관형어의 기능을 하게 만들고 사건이나 동작이 현재 일어남을 나타내는 어미.
mà
Vĩ tố làm cho từ ngữ phía trước có chức năng định ngữ và thể hiện sự kiện hay động tác xảy ra ở hiện tại.

이 (định từ) : 말하는 사람에게 가까이 있거나 말하는 사람이 생각하고 있는 대상을 가리킬 때 쓰는 말.
này
Từ dùng khi chỉ đối tượng ở gần người nói hoặc đối tượng người nói đang nghĩ đến.

노래 (danh từ) : 운율에 맞게 지은 가사에 곡을 붙인 음악. 또는 그런 음악을 소리 내어 부름.
bài hát, ca khúc, việc ca hát
Âm nhạc gắn nhạc với lời ca theo âm luật. Hoặc việc cất giọng hát loại âm nhạc như vậy.

너+에게 꼭 하+[고 싶]+은 말

너 (đại từ) : 듣는 사람이 친구나 아랫사람일 때, 그 사람을 가리키는 말.
bạn, cậu, mày
Từ chỉ người nghe khi người đó là bạn bè hay người dưới.

에게 : 어떤 행동이 미치는 대상임을 나타내는 조사.
cho
Trợ từ thể hiện đối tượng mà hành động nào đó tác động đến.

꼭 (phó từ) : 어떤 일이 있어도 반드시.
nhất định
Dù có việc gì cũng nhất định.

하다 (động từ) : 어떤 행동이나 동작, 활동 등을 행하다.
làm, tiến hành
Thực hiện hành động hay động tác, hoạt động nào đó.

-고 싶다 : 앞의 말이 나타내는 행동을 하기를 원함을 나타내는 표현.
muốn
Cấu trúc thể hiện muốn thực hiện hành động mà từ ngữ phía trước thể hiện.

-은 : 앞의 말이 관형어의 기능을 하게 만들고 현재의 상태를 나타내는 어미.
đã
Vĩ tố làm cho từ ngữ phía trước có chức năng định ngữ và thể hiện trạng thái hiện tại.

말 (danh từ) : 생각이나 느낌을 표현하고 전달하는 사람의 소리.
tiếng nói, giọng nói, lời nói
Tiếng của con người thể hiện và truyền đạt suy nghĩ hay cảm xúc.

이 선율+에+는 우리+만 알(아)+는 귓속말
선율엔   아는

이 (định từ) : 말하는 사람에게 가까이 있거나 말하는 사람이 생각하고 있는 대상을 가리킬 때 쓰는 말.
này
Từ dùng khi chỉ đối tượng ở gần người nói hoặc đối tượng người nói đang nghĩ đến.

선율 (danh từ) : 길고 짧거나 높고 낮은 소리가 어우러진 음의 흐름.
giai điệu
Dòng chảy của âm nhạc do âm thanh dài và ngắn hoặc cao và thấp kết hợp lại.

에 : 앞말이 어떤 장소나 자리임을 나타내는 조사.
ở, tại
Trợ từ (tiểu từ) thể hiện từ ngữ phía trước là địa điểm hay chỗ nào đó.

는 : 문장 속에서 어떤 대상이 화제임을 나타내는 조사.
Không có từ tương ứng
Trợ từ (tiểu từ) thể hiện việc đối tượng nào đó là chủ đề câu chuyện trong câu.

우리 (đại từ) : 말하는 사람이 자기보다 높지 않은 사람에게 자기를 포함한 여러 사람들을 가리키는 말.
chúng tôi, chúng tao
Khi nói với người thấp hơn mình, từ chỉ nhiều người bao gồm bản thân người nói và những người thuộc về phía người nói.

만 : 다른 것은 제외하고 어느 것을 한정함을 나타내는 조사.
chỉ
Trợ từ thể hiện sự loại trừ cái khác và hạn định cái nào đó.

알다 (động từ) : 교육이나 경험, 생각 등을 통해 사물이나 상황에 대한 정보 또는 지식을 갖추다.
biết
Có thông tin hay kiến thức về sự vật hay tình huống thông qua giáo dục, kinh nghiệm hay suy nghĩ...

-는 : 앞의 말이 관형어의 기능을 하게 만들고 사건이나 동작이 현재 일어남을 나타내는 어미.
mà
Vĩ tố làm cho từ ngữ phía trước có chức năng định ngữ và thể hiện sự kiện hay động tác xảy ra ở hiện tại.

귓속말 (danh từ) : 남의 귀에 입을 가까이 대고 작은 소리로 말함. 또는 그런 말.
lời thì thầm
Việc ghé sát miệng vào tai người khác và nói nhỏ. Hoặc lời nói như vậy.

아무리 화+가 나+(아)도 삐지+[어 있]+어도
나도   삐져 있어도

아무리 (phó từ) : 비록 그렇다 하더라도.
dù như thế đi chăng nữa
Dù như vậy đi nữa.

화 (danh từ) : 몹시 못마땅하거나 노여워하는 감정.
sự giận dữ
Cảm giác tức giận hoặc rất không bình tĩnh.

가 : 어떤 상태나 상황에 놓인 대상이나 동작의 주체를 나타내는 조사.
Không có từ tương ứng
Trợ từ (tiểu từ) thể hiện chủ thể của động tác hoặc đối tượng được đặt trong trạng thái hay tình huống nào đó.

나다 (động từ) : 어떤 감정이나 느낌이 생기다.
phát
Cảm xúc hay tình cảm nào đó nảy sinh.

-아도 : 앞에 오는 말을 가정하거나 인정하지만 뒤에 오는 말에는 관계가 없거나 영향을 끼치지 않음을 나타내는 연결 어미.
cho dù, mặc dù... cũng...
Vĩ tố kết thúc câu thể hiện dù giả định hay công nhận vế trước nhưng không có liên quan hoặc không ảnh hưởng đến vế sau.

삐지다 (động từ) : 화가 나거나 서운해서 마음이 뒤틀리다.
khó chịu
Giận hoặc không ưng nên buồn lòng.

-어 있다 : 앞의 말이 나타내는 상태가 계속됨을 나타내는 표현.
đang
Cấu trúc diễn đạt việc tiếp diễn của trạng thái xuất hiện ở vế trước.

-어도 : 앞에 오는 말을 가정하거나 인정하지만 뒤에 오는 말에는 관계가 없거나 영향을 끼치지 않음을 나타내는 연결 어미.
cho dù, mặc dù... cũng...
Vĩ tố liên kết thể hiện dù giả định hay công nhận vế trước nhưng không có liên quan hoặc không ảnh hưởng đến vế sau.

이 가락+에 취하+여
취해

이 (định từ) : 말하는 사람에게 가까이 있거나 말하는 사람이 생각하고 있는 대상을 가리킬 때 쓰는 말.
này
Từ dùng khi chỉ đối tượng ở gần người nói hoặc đối tượng người nói đang nghĩ đến.

가락 (danh từ) : 음악에서 음의 높낮이의 흐름.
Garak; nhịp
giai điệu cao thấp của âm trong âm nhạc.

에 : 앞말이 어떤 행위나 감정 등의 대상임을 나타내는 조사.
đối với, về
Trợ từ (tiểu từ) thể hiện từ ngữ phía trước là đối tượng của hành vi hay tình cảm... nào đó.

취하다 (động từ) : 무엇에 매우 깊이 빠져 마음을 빼앗기다.
say, say mê
Chìm đắm vào cái gì đó nên mất hết cả tinh thần.

-여 : 앞의 말이 뒤의 말보다 먼저 일어났거나 뒤의 말에 대한 방법이나 수단이 됨을 나타내는 연결 어미.
rồi
Vĩ tố liên kết thể hiện vế trước xảy ra trước vế sau hoặc trở thành phương pháp hay phương tiện đối với vế sau

우리+는 서로 남몰래 [눈을 맞추]+어요.
우린   눈을 맞춰요

우리 (đại từ) : 말하는 사람이 자기보다 높지 않은 사람에게 자기를 포함한 여러 사람들을 가리키는 말.
chúng tôi, chúng tao
Khi nói với người thấp hơn mình, từ chỉ nhiều người bao gồm bản thân người nói và những người thuộc về phía người nói.

는 : 문장 속에서 어떤 대상이 화제임을 나타내는 조사.
Không có từ tương ứng
Trợ từ (tiểu từ) thể hiện việc đối tượng nào đó là chủ đề câu chuyện trong câu.

서로 (phó từ) : 관계를 맺고 있는 둘 이상의 대상이 함께. 또는 같이.
cùng nhau, với nhau
Hai đối tượng trở lên có quan hệ cùng nhau. Hoặc cùng chung.

남몰래 (phó từ) : 다른 사람이 모르게.
một cách lén lút, một cách bí mật
Người khác không biết.

눈을 맞추다 (quán dụng ngữ) : 서로 눈을 마주 보다.
nhìn vào mắt
Nhìn đối diện nhau.

-어요 : (두루높임으로) 어떤 사실을 서술하거나 질문, 명령, 권유함을 나타내는 종결 어미.
không?, hãy, hãy cùng
(cách nói kính trọng phổ biến) Vĩ tố kết thúc câu thể hiện sự tường thuật sự việc nào đó hay nghi vấn, mệnh lệnh, đề nghị.

내+가 즐기+어 부르+는 이 노래
즐겨

내 (đại từ) : '나'에 조사 '가'가 붙을 때의 형태.
tôi
Hình thái khi gắn trợ từ 가 vào 나.

가 : 어떤 상태나 상황에 놓인 대상이나 동작의 주체를 나타내는 조사.
Không có từ tương ứng
Trợ từ (tiểu từ) thể hiện chủ thể của động tác hoặc đối tượng được đặt trong trạng thái hay tình huống nào đó.

즐기다 (động từ) : 어떤 것을 좋아하여 자주 하다.
thích, thích thú
Thích nên thường xuyên làm cái nào đó.

-어 : 앞의 말이 뒤의 말보다 먼저 일어났거나 뒤의 말에 대한 방법이나 수단이 됨을 나타내는 연결 어미.
rồi
Vĩ tố liên kết thể hiện vế trước xảy ra trước vế sau hoặc trở thành phương pháp hay phương tiện đối với vế sau.

부르다 (động từ) : 곡조에 따라 노래하다.
ca, hát
Hát theo nhịp điệu.

-는 : 앞의 말이 관형어의 기능을 하게 만들고 사건이나 동작이 현재 일어남을 나타내는 어미.
mà
Vĩ tố làm cho từ ngữ phía trước có chức năng định ngữ và thể hiện sự kiện hay động tác xảy ra ở hiện tại.

이 (định từ) : 말하는 사람에게 가까이 있거나 말하는 사람이 생각하고 있는 대상을 가리킬 때 쓰는 말.
này
Từ dùng khi chỉ đối tượng ở gần người nói hoặc đối tượng người nói đang nghĩ đến.

노래 (danh từ) : 운율에 맞게 지은 가사에 곡을 붙인 음악. 또는 그런 음악을 소리 내어 부름.
bài hát, ca khúc, việc ca hát
Âm nhạc gắn nhạc với lời ca theo âm luật. Hoặc việc cất giọng hát loại âm nhạc như vậy.

이 음악+이 흐르+면

이 (định từ) : 말하는 사람에게 가까이 있거나 말하는 사람이 생각하고 있는 대상을 가리킬 때 쓰는 말.
này
Từ dùng khi chỉ đối tượng ở gần người nói hoặc đối tượng người nói đang nghĩ đến.

음악 (danh từ) : 목소리나 악기로 박자와 가락이 있게 소리 내어 생각이나 감정을 표현하는 예술.
âm nhạc
Nghệ thuật thể hiện suy nghĩ hay tình cảm bằng cách phát ra âm thanh có nhịp và giai điệu thông qua giọng hát hay nhạc cụ.

이 : 어떤 상태나 상황의 대상이나 동작의 주체를 나타내는 조사.
Không có từ tương ứng
Trợ từ (tiểu từ) thể hiện chủ thể của động tác hoặc đối tượng của trạng thái hay tình huống nào đó.

흐르다 (động từ) : 빛, 소리, 향기 등이 부드럽게 퍼지다.
tỏa ra, phát ra, lan ra
Ánh sáng, âm thanh hay mùi hương... lan tỏa một cách nhẹ nhàng.

-면 : 뒤에 오는 말에 대한 근거나 조건이 됨을 나타내는 연결 어미.
nếu...thì
Vĩ tố liên kết thể hiện việc trở thành điều kiện hay căn cứ đối với vế sau.

너+의 눈빛, 너+의 표정

너 (đại từ) : 듣는 사람이 친구나 아랫사람일 때, 그 사람을 가리키는 말.
bạn, cậu, mày
Từ chỉ người nghe khi người đó là bạn bè hay người dưới.

의 : 앞의 말이 뒤의 말에 대하여 소유, 소속, 소재, 관계, 기원, 주체의 관계를 가짐을 나타내는 조사.
của
Trợ từ thể hiện từ ngữ phía trước có quan hệ về sở hữu, nơi trực thuộc, chất liệu, quan hệ, nguồn gốc, chủ thể đối với từ ngữ phía sau.

눈빛 (danh từ) : 눈에 나타나는 감정.
ánh mắt
Cảm xúc thể hiện trên đôi mắt.

너 (đại từ) : 듣는 사람이 친구나 아랫사람일 때, 그 사람을 가리키는 말.
bạn, cậu, mày
Từ chỉ người nghe khi người đó là bạn bè hay người dưới.

의 : 앞의 말이 뒤의 말에 대하여 소유, 소속, 소재, 관계, 기원, 주체의 관계를 가짐을 나타내는 조사.
của
Trợ từ thể hiện từ ngữ phía trước có quan hệ về sở hữu, nơi trực thuộc, chất liệu, quan hệ, nguồn gốc, chủ thể đối với từ ngữ phía sau.

표정 (danh từ) : 마음속에 품은 감정이나 생각 등이 얼굴에 드러남. 또는 그런 모습.
sự biểu lộ, vẻ mặt
Việc suy nghĩ hay tình cảm mang trong lòng thể hiện trên khuôn mặt. Hoặc dáng vẻ như thế.

나+의 가슴+이 살살 녹+아요.
내

나 (đại từ) : 말하는 사람이 친구나 아랫사람에게 자기를 가리키는 말.
tôi, mình, anh, chị...
Từ mà người nói dùng để chỉ bản thân mình khi nói với người dưới hoặc bạn bè.

의 : 앞의 말이 뒤의 말에 대하여 소유, 소속, 소재, 관계, 기원, 주체의 관계를 가짐을 나타내는 조사.
của
Trợ từ thể hiện từ ngữ phía trước có quan hệ về sở hữu, nơi trực thuộc, chất liệu, quan hệ, nguồn gốc, chủ thể đối với từ ngữ phía sau.

가슴 (danh từ) : 마음이나 느낌.
lòng
Lòng dạ hay cảm xúc.

이 : 어떤 상태나 상황의 대상이나 동작의 주체를 나타내는 조사.
Không có từ tương ứng
Trợ từ (tiểu từ) thể hiện chủ thể của động tác hoặc đối tượng của trạng thái hay tình huống nào đó.

살살 (phó từ) : 눈이나 설탕 등이 모르는 사이에 저절로 녹는 모양.
từ từ, nhẹ nhàng
Hình ảnh tuyết hay đường… tự tan trong lúc mình không biết.

녹다 (động từ) : 어떤 대상에게 몹시 반하거나 빠지다.
đắm đuối, si mê
Rất đam mê hay say đắm bởi đối tượng nào đó.

-아요 : (두루높임으로) 어떤 사실을 서술하거나 질문, 명령, 권유함을 나타내는 종결 어미.
không?, hãy, hãy cùng
(cách nói kính trọng phổ biến) Vĩ tố kết thúc câu thể hiện sự tường thuật sự việc nào đó hoặc nghi vấn, mệnh lệnh, khuyến nghị.

< 2 절(lời) >

내+가 부르+는 이 노래

내 (đại từ) : '나'에 조사 '가'가 붙을 때의 형태.
tôi
Hình thái khi gắn trợ từ 가 vào 나.

가 : 어떤 상태나 상황에 놓인 대상이나 동작의 주체를 나타내는 조사.
Không có từ tương ứng
Trợ từ (tiểu từ) thể hiện chủ thể của động tác hoặc đối tượng được đặt trong trạng thái hay tình huống nào đó.

부르다 (động từ) : 곡조에 따라 노래하다.
ca, hát
Hát theo nhịp điệu.

-는 : 앞의 말이 관형어의 기능을 하게 만들고 사건이나 동작이 현재 일어남을 나타내는 어미.
mà
Vĩ tố làm cho từ ngữ phía trước có chức năng định ngữ và thể hiện sự kiện hay động tác xảy ra ở hiện tại.

이 (định từ) : 말하는 사람에게 가까이 있거나 말하는 사람이 생각하고 있는 대상을 가리킬 때 쓰는 말.
này
Từ dùng khi chỉ đối tượng ở gần người nói hoặc đối tượng người nói đang nghĩ đến.

노래 (danh từ) : 운율에 맞게 지은 가사에 곡을 붙인 음악. 또는 그런 음악을 소리 내어 부름.
bài hát, ca khúc, việc ca hát
Âm nhạc gắn nhạc với lời ca theo âm luật. Hoặc việc cất giọng hát loại âm nhạc như vậy.

너+에게+만 <u>들려주+었던</u> 말
들려줬던

너 (đại từ) : 듣는 사람이 친구나 아랫사람일 때, 그 사람을 가리키는 말.
bạn, cậu, mày
Từ chỉ người nghe khi người đó là bạn bè hay người dưới.

에게 : 어떤 행동이 미치는 대상임을 나타내는 조사.
cho
Trợ từ thể hiện đối tượng mà hành động nào đó tác động đến.

만 : 다른 것은 제외하고 어느 것을 한정함을 나타내는 조사.
chỉ
Trợ từ thể hiện sự loại trừ cái khác và hạn định cái nào đó.

들려주다 (động từ) : 소리나 말을 듣게 해 주다.
cho nghe
Cho nghe âm thanh hoặc lời nói.

-었던 : 과거의 사건이나 상태를 다시 떠올리거나 그 사건이나 상태가 완료되지 않고 중단되었다는 의미
를 나타내는 표현.
đã, từng, vốn
Cấu trúc thể hiện nghĩa nhớ lại sự kiện hay trạng thái trong quá khứ hoặc sự kiện hay
trạng thái đó không được hoàn thành và bị chấm dứt giữa chừng.

말 (danh từ) : 생각이나 느낌을 표현하고 전달하는 사람의 소리.
tiếng nói, giọng nói, lời nói
Tiếng của con người thể hiện và truyền đạt suy nghĩ hay cảm xúc.

이 곡조+에+는 둘+이+만 <u>알(아)+는</u> 짜릿하+ㅁ
곡조엔   아는   짜릿함

이 (định từ) : 말하는 사람에게 가까이 있거나 말하는 사람이 생각하고 있는 대상을 가리킬 때 쓰는 말.
này
Từ dùng khi chỉ đối tượng ở gần người nói hoặc đối tượng người nói đang nghĩ đến.

곡조 (danh từ) : 음악이나 노래의 흐름.
giai điệu, làn điệu
Giai điệu của bài hát hay âm nhạc.

에 : 앞말이 어떤 장소나 자리임을 나타내는 조사.
ở, tại
Trợ từ (tiểu từ) thể hiện từ ngữ phía trước là địa điểm hay chỗ nào đó.

는 : 문장 속에서 어떤 대상이 화제임을 나타내는 조사.
Không có từ tương ứng
Trợ từ (tiểu từ) thể hiện việc đối tượng nào đó là chủ đề câu chuyện trong câu.

둘 (số từ) : 하나에 하나를 더한 수.
hai
Số cộng thêm một vào một.

이 : 어떤 상태나 상황의 대상이나 동작의 주체를 나타내는 조사.
Không có từ tương ứng
Trợ từ (tiểu từ) thể hiện chủ thể của động tác hoặc đối tượng của trạng thái hay tình huống nào đó.

만 : 다른 것은 제외하고 어느 것을 한정함을 나타내는 조사.
chỉ
Trợ từ thể hiện sự loại trừ cái khác và hạn định cái nào đó.

알다 (động từ) : 교육이나 경험, 생각 등을 통해 사물이나 상황에 대한 정보 또는 지식을 갖추다.
biết
Có thông tin hay kiến thức về sự vật hay tình huống thông qua giáo dục, kinh nghiệm hay suy nghĩ...

-는 : 앞의 말이 관형어의 기능을 하게 만들고 사건이나 동작이 현재 일어남을 나타내는 어미.
mà
Vĩ tố làm cho từ ngữ phía trước có chức năng định ngữ và thể hiện sự kiện hay động tác xảy ra ở hiện tại.

짜릿하다 (Tính từ) : 심리적 자극을 받아 마음이 순간적으로 조금 흥분되고 떨리는 듯하다.
ngộp thở, hồi hộp, bồi hồi
Cảm giác bị kích động mang tính tâm lý nên tâm trạng rất hưng phấn và run trong chốc lát.

-ㅁ : 앞의 말이 명사의 기능을 하게 하는 어미.
việc, sự
Vĩ tố làm cho từ ngữ ở trước có chức năng danh từ.

내+가 부르+는 이 노래

내 (đại từ) : '나'에 조사 '가'가 붙을 때의 형태.
tôi
Hình thái khi gắn trợ từ 가 vào 나.

가 : 어떤 상태나 상황에 놓인 대상이나 동작의 주체를 나타내는 조사.
Không có từ tương ứng
Trợ từ (tiểu từ) thể hiện chủ thể của động tác hoặc đối tượng được đặt trong trạng thái hay tình huống nào đó.

부르다 (động từ) : 곡조에 따라 노래하다.
ca, hát
Hát theo nhịp điệu.

-는 : 앞의 말이 관형어의 기능을 하게 만들고 사건이나 동작이 현재 일어남을 나타내는 어미.
mà
Vĩ tố làm cho từ ngữ phía trước có chức năng định ngữ và thể hiện sự kiện hay động tác xảy ra ở hiện tại.

이 (định từ) : 말하는 사람에게 가까이 있거나 말하는 사람이 생각하고 있는 대상을 가리킬 때 쓰는 말.
này
Từ dùng khi chỉ đối tượng ở gần người nói hoặc đối tượng người nói đang nghĩ đến.

노래 (danh từ) : 운율에 맞게 지은 가사에 곡을 붙인 음악. 또는 그런 음악을 소리 내어 부름.
bài hát, ca khúc, việc ca hát
Âm nhạc gắn nhạc với lời ca theo âm luật. Hoặc việc cất giọng hát loại âm nhạc như vậy.

너+에게+만 속삭이+었던 말
속삭였던

너 (đại từ) : 듣는 사람이 친구나 아랫사람일 때, 그 사람을 가리키는 말.
bạn, cậu, mày
Từ chỉ người nghe khi người đó là bạn bè hay người dưới.

에게 : 어떤 행동이 미치는 대상임을 나타내는 조사.
cho
Trợ từ thể hiện đối tượng mà hành động nào đó tác động đến.

만 : 다른 것은 제외하고 어느 것을 한정함을 나타내는 조사.
chỉ
Trợ từ thể hiện sự loại trừ cái khác và hạn định cái nào đó.

속삭이다 (동사) : 남이 알아듣지 못하게 작은 목소리로 가만가만 이야기하다.
thì thầm, thì thào
Nói thỏ thẻ với giọng nhỏ để người khác không nghe thấy.

-었던 : 과거의 사건이나 상태를 다시 떠올리거나 그 사건이나 상태가 완료되지 않고 중단되었다는 의미
를 나타내는 표현.
đã, từng, vốn
Cấu trúc thể hiện nghĩa nhớ lại sự kiện hay trạng thái trong quá khứ hoặc sự kiện hay trạng thái đó không được hoàn thành và bị chấm dứt giữa chừng.

말 (danh từ) : 생각이나 느낌을 표현하고 전달하는 사람의 소리.
tiếng nói, giọng nói, lời nói
Tiếng của con người thể hiện và truyền đạt suy nghĩ hay cảm xúc.

이 선율+에+ㄴ 둘+이+만 알(아)+는 아찔하+ㅁ
선율엔   아는   아찔함

이 (định từ) : 말하는 사람에게 가까이 있거나 말하는 사람이 생각하고 있는 대상을 가리킬 때 쓰는 말.
này
Từ dùng khi chỉ đối tượng ở gần người nói hoặc đối tượng người nói đang nghĩ đến.

선율 (danh từ) : 길고 짧거나 높고 낮은 소리가 어우러진 음의 흐름.
giai điệu
Dòng chảy của âm nhạc do âm thanh dài và ngắn hoặc cao và thấp kết hợp lại.

에 : 앞말이 어떤 장소나 자리임을 나타내는 조사.
ở, tại
Trợ từ (tiểu từ) thể hiện từ ngữ phía trước là địa điểm hay chỗ nào đó.

는 : 문장 속에서 어떤 대상이 화제임을 나타내는 조사.
Không có từ tương ứng
Trợ từ (tiểu từ) thể hiện việc đối tượng nào đó là chủ đề câu chuyện trong câu.

둘 (số từ) : 하나에 하나를 더한 수.
hai
Số cộng thêm một vào một.

이 : 어떤 상태나 상황의 대상이나 동작의 주체를 나타내는 조사.
Không có từ tương ứng
Trợ từ (tiểu từ) thể hiện chủ thể của động tác hoặc đối tượng của trạng thái hay tình huống nào đó.

만 : 다른 것은 제외하고 어느 것을 한정함을 나타내는 조사.
chỉ
Trợ từ thể hiện sự loại trừ cái khác và hạn định cái nào đó.

알다 (động từ) : 교육이나 경험, 생각 등을 통해 사물이나 상황에 대한 정보 또는 지식을 갖추다.
biết
Có thông tin hay kiến thức về sự vật hay tình huống thông qua giáo dục, kinh nghiệm hay suy nghĩ...

-는 : 앞의 말이 관형어의 기능을 하게 만들고 사건이나 동작이 현재 일어남을 나타내는 어미.
mà
Vĩ tố làm cho từ ngữ phía trước có chức năng định ngữ và thể hiện sự kiện hay động tác xảy ra ở hiện tại.

아찔하다 (Tính từ) : 놀라거나 해서 갑자기 정신이 흐려지고 어지럽다.
choáng váng, choáng
Đột nhiên tinh thần lờ mờ và choáng váng do ngạc nhiên hay sao ấy.

-ㅁ : 앞의 말이 명사의 기능을 하게 하는 어미.
việc, sự
Vĩ tố làm cho từ ngữ ở trước có chức năng danh từ.

아무리 <u>토라지+어도</u> <u>삐지+[어 있]+어도</u>
토라져도   삐져 있어도

아무리 (phó từ) : 비록 그렇다 하더라도.
dù như thế đi chăng nữa
Dù như vậy đi nữa.

토라지다 (động từ) : 마음에 들지 않아 불만스러워 싹 돌아서다.
hờn dỗi, dỗi hờn
Đứng quay ngoắt lại vì không hài lòng hoặc bất mãn.

-어도 : 앞에 오는 말을 가정하거나 인정하지만 뒤에 오는 말에는 관계가 없거나 영향을 끼치지 않음을 나타내는 연결 어미.
cho dù, mặc dù... cũng...
Vĩ tố liên kết thể hiện dù giả định hay công nhận vế trước nhưng không có liên quan hoặc không ảnh hưởng đến vế sau.

삐지다 (động từ) : 화가 나거나 서운해서 마음이 뒤틀리다.
khó chịu
Giận hoặc không ưng nên buồn lòng.

-어 있다 : 앞의 말이 나타내는 상태가 계속됨을 나타내는 표현.
đang
Cấu trúc diễn đạt việc tiếp diễn của trạng thái xuất hiện ở vế trước.

-어도 : 앞에 오는 말을 가정하거나 인정하지만 뒤에 오는 말에는 관계가 없거나 영향을 끼치지 않음을
            나타내는 연결 어미.
cho dù, mặc dù... cũng...
Vĩ tố liên kết thể hiện dù giả định hay công nhận vế trước nhưng không có liên quan hoặc
không ảnh hưởng đến vế sau.

이 노랫말+에 잠기+어
잠겨

이 (định từ) : 말하는 사람에게 가까이 있거나 말하는 사람이 생각하고 있는 대상을 가리킬 때 쓰는 말.
này
Từ dùng khi chỉ đối tượng ở gần người nói hoặc đối tượng người nói đang nghĩ đến.

노랫말 (danh từ) : 노래의 가락에 따라 부를 수 있게 만든 글이나 말.
lời bài hát
Lời nói hoặc dòng chữ được sáng tác ra để có thể hát theo giai điệu của bài hát.

에 : 앞말이 어떤 행위나 감정 등의 대상임을 나타내는 조사.
đối với, về
Trợ từ (tiểu từ) thể hiện từ ngữ phía trước là đối tượng của hành vi hay tình cảm... nào đó.

잠기다 (động từ) : 생각이나 느낌 속에 빠지다.
chìm vào
Đắm chìm vào trong suy nghĩ hay cảm xúc.

-어 : 앞의 말이 뒤의 말보다 먼저 일어났거나 뒤의 말에 대한 방법이나 수단이 됨을 나타내는 연결 어미.
rồi
Vĩ tố liên kết thể hiện vế trước xảy ra trước vế sau hoặc trở thành phương pháp hay
phương tiện đối với vế sau.

우리+는 서로 남몰래 [눈을 맞추]+어요.
우린   눈을 맞춰요

우리 (đại từ) : 말하는 사람이 자기보다 높지 않은 사람에게 자기를 포함한 여러 사람들을 가리키는 말.
chúng tôi, chúng tao
Khi nói với người thấp hơn mình, từ chỉ nhiều người bao gồm bản thân người nói và những người thuộc về phía người nói.

는 : 문장 속에서 어떤 대상이 화제임을 나타내는 조사.
Không có từ tương ứng
Trợ từ (tiểu từ) thể hiện việc đối tượng nào đó là chủ đề câu chuyện trong câu.

서로 (phó từ) : 관계를 맺고 있는 둘 이상의 대상이 함께. 또는 같이.
cùng nhau, với nhau
Hai đối tượng trở lên có quan hệ cùng nhau. Hoặc cùng chung.

남몰래 (phó từ) : 다른 사람이 모르게.
một cách lén lút, một cách bí mật
Người khác không biết.

눈을 맞추다 (quán dụng ngữ) : 서로 눈을 마주 보다.
nhìn vào mắt
Nhìn đối diện nhau.

-어요 : (두루높임으로) 어떤 사실을 서술하거나 질문, 명령, 권유함을 나타내는 종결 어미.
không?, hãy, hãy cùng
(cách nói kính trọng phổ biến) Vĩ tố kết thúc câu thể hiện sự tường thuật sự việc nào đó hay nghi vấn, mệnh lệnh, đề nghị.

내+가 <u>즐기+어</u> 부르+는 이 노래
즐겨

내 (đại từ) : '나'에 조사 '가'가 붙을 때의 형태.
tôi
Hình thái khi gắn trợ từ 가 vào 나.

가 : 어떤 상태나 상황에 놓인 대상이나 동작의 주체를 나타내는 조사.
Không có từ tương ứng
Trợ từ (tiểu từ) thể hiện chủ thể của động tác hoặc đối tượng được đặt trong trạng thái hay tình huống nào đó.

즐기다 (động từ) : 어떤 것을 좋아하여 자주 하다.
thích, thích thú
Thích nên thường xuyên làm cái nào đó.

-어 : 앞의 말이 뒤의 말보다 먼저 일어났거나 뒤의 말에 대한 방법이나 수단이 됨을 나타내는 연결 어미.
rồi
Vĩ tố liên kết thể hiện vế trước xảy ra trước vế sau hoặc trở thành phương pháp hay phương tiện đối với vế sau.

부르다 (động từ) : 곡조에 따라 노래하다.
ca, hát
Hát theo nhịp điệu.

-는 : 앞의 말이 관형어의 기능을 하게 만들고 사건이나 동작이 현재 일어남을 나타내는 어미.
mà
Vĩ tố làm cho từ ngữ phía trước có chức năng định ngữ và thể hiện sự kiện hay động tác xảy ra ở hiện tại.

이 (định từ) : 말하는 사람에게 가까이 있거나 말하는 사람이 생각하고 있는 대상을 가리킬 때 쓰는 말.
này
Từ dùng khi chỉ đối tượng ở gần người nói hoặc đối tượng người nói đang nghĩ đến.

노래 (danh từ) : 운율에 맞게 지은 가사에 곡을 붙인 음악. 또는 그런 음악을 소리 내어 부름.
bài hát, ca khúc, việc ca hát
Âm nhạc gắn nhạc với lời ca theo âm luật. Hoặc việc cất giọng hát loại âm nhạc như vậy.

이 음악+이 흐르+면

이 (định từ) : 말하는 사람에게 가까이 있거나 말하는 사람이 생각하고 있는 대상을 가리킬 때 쓰는 말.
này
Từ dùng khi chỉ đối tượng ở gần người nói hoặc đối tượng người nói đang nghĩ đến.

음악 (danh từ) : 목소리나 악기로 박자와 가락이 있게 소리 내어 생각이나 감정을 표현하는 예술.
âm nhạc
Nghệ thuật thể hiện suy nghĩ hay tình cảm bằng cách phát ra âm thanh có nhịp và giai điệu thông qua giọng hát hay nhạc cụ.

이 : 어떤 상태나 상황의 대상이나 동작의 주체를 나타내는 조사.
Không có từ tương ứng
Trợ từ (tiểu từ) thể hiện chủ thể của động tác hoặc đối tượng của trạng thái hay tình huống nào đó.

흐르다 (động từ) : 빛, 소리, 향기 등이 부드럽게 퍼지다.
tỏa ra, phát ra, lan ra
Ánh sáng, âm thanh hay mùi hương... lan tỏa một cách nhẹ nhàng.

-면 : 뒤에 오는 말에 대한 근거나 조건이 됨을 나타내는 연결 어미.
nếu...thì
Vĩ tố liên kết thể hiện việc trở thành điều kiện hay căn cứ đối với vế sau.

너+의 눈빛, 너+의 표정

너 (đại từ) : 듣는 사람이 친구나 아랫사람일 때, 그 사람을 가리키는 말.
bạn, cậu, mày
Từ chỉ người nghe khi người đó là bạn bè hay người dưới.

의 : 앞의 말이 뒤의 말에 대하여 소유, 소속, 소재, 관계, 기원, 주체의 관계를 가짐을 나타내는 조사.
của
Trợ từ thể hiện từ ngữ phía trước có quan hệ về sở hữu, nơi trực thuộc, chất liệu, quan hệ, nguồn gốc, chủ thể đối với từ ngữ phía sau.

눈빛 (danh từ) : 눈에 나타나는 감정.
ánh mắt
Cảm xúc thể hiện trên đôi mắt.

너 (đại từ) : 듣는 사람이 친구나 아랫사람일 때, 그 사람을 가리키는 말.
bạn, cậu, mày
Từ chỉ người nghe khi người đó là bạn bè hay người dưới.

의 : 앞의 말이 뒤의 말에 대하여 소유, 소속, 소재, 관계, 기원, 주체의 관계를 가짐을 나타내는 조사.
của
Trợ từ thể hiện từ ngữ phía trước có quan hệ về sở hữu, nơi trực thuộc, chất liệu, quan hệ, nguồn gốc, chủ thể đối với từ ngữ phía sau.

표정 (danh từ) : 마음속에 품은 감정이나 생각 등이 얼굴에 드러남. 또는 그런 모습.
sự biểu lộ, vẻ mặt
Việc suy nghĩ hay tình cảm mang trong lòng thể hiện trên khuôn mặt. Hoặc dáng vẻ như thế.

나+의 가슴+이 살살 녹+아요.
내

나 (đại từ) : 말하는 사람이 친구나 아랫사람에게 자기를 가리키는 말.
tôi, mình, anh, chị...
Từ mà người nói dùng để chỉ bản thân mình khi nói với người dưới hoặc bạn bè.

의 : 앞의 말이 뒤의 말에 대하여 소유, 소속, 소재, 관계, 기원, 주체의 관계를 가짐을 나타내는 조사.
của
Trợ từ thể hiện từ ngữ phía trước có quan hệ về sở hữu, nơi trực thuộc, chất liệu, quan hệ, nguồn gốc, chủ thể đối với từ ngữ phía sau.

가슴 (danh từ) : 마음이나 느낌.
lòng
Lòng dạ hay cảm xúc.

이 : 어떤 상태나 상황의 대상이나 동작의 주체를 나타내는 조사.
Không có từ tương ứng
Trợ từ (tiểu từ) thể hiện chủ thể của động tác hoặc đối tượng của trạng thái hay tình huống nào đó.

살살 (phó từ) : 눈이나 설탕 등이 모르는 사이에 저절로 녹는 모양.
từ từ, nhẹ nhàng
Hình ảnh tuyết hay đường… tự tan trong lúc mình không biết.

녹다 (động từ) : 어떤 대상에게 몹시 반하거나 빠지다.
đắm đuối, si mê
Rất đam mê hay say đắm bởi đối tượng nào đó.

-아요 : (두루높임으로) 어떤 사실을 서술하거나 질문, 명령, 권유함을 나타내는 종결 어미.
không?, hãy, hãy cùng
(cách nói kính trọng phổ biến) Vĩ tố kết thúc câu thể hiện sự tường thuật sự việc nào đó hoặc nghi vấn, mệnh lệnh, khuyến nghị.

< 3 절(lời) >

우리 둘+이 부르+는 이 노래

우리 (đại từ) : 말하는 사람이 자기보다 높지 않은 사람에게 자기를 포함한 여러 사람들을 가리키는 말.
chúng tôi, chúng tao
Khi nói với người thấp hơn mình, từ chỉ nhiều người bao gồm bản thân người nói và những người thuộc về phía người nói.

둘 (số từ) : 하나에 하나를 더한 수.
hai
Số cộng thêm một vào một.

이 : 어떤 상태나 상황의 대상이나 동작의 주체를 나타내는 조사.
Không có từ tương ứng
Trợ từ (tiểu từ) thể hiện chủ thể của động tác hoặc đối tượng của trạng thái hay tình huống
nào đó.

부르다 (động từ) : 곡조에 따라 노래하다.
ca, hát
Hát theo nhịp điệu.

-는 : 앞의 말이 관형어의 기능을 하게 만들고 사건이나 동작이 현재 일어남을 나타내는 어미.
mà
Vĩ tố làm cho từ ngữ phía trước có chức năng định ngữ và thể hiện sự kiện hay động tác
xảy ra ở hiện tại.

이 (định từ) : 말하는 사람에게 가까이 있거나 말하는 사람이 생각하고 있는 대상을 가리킬 때 쓰는 말.
này
Từ dùng khi chỉ đối tượng ở gần người nói hoặc đối tượng người nói đang nghĩ đến.

노래 (danh từ) : 운율에 맞게 지은 가사에 곡을 붙인 음악. 또는 그런 음악을 소리 내어 부름.
bài hát, ca khúc, việc ca hát
Âm nhạc gắn nhạc với lời ca theo âm luật. Hoặc việc cất giọng hát loại âm nhạc như vậy.

우리 둘+만 알(아)+는 이 노래
아는

우리 (đại từ) : 말하는 사람이 자기보다 높지 않은 사람에게 자기를 포함한 여러 사람들을 가리키는 말.
chúng tôi, chúng tao
Khi nói với người thấp hơn mình, từ chỉ nhiều người bao gồm bản thân người nói và những
người thuộc về phía người nói.

둘 (số từ) : 하나에 하나를 더한 수.
hai
Số cộng thêm một vào một.

만 : 다른 것은 제외하고 어느 것을 한정함을 나타내는 조사.
chỉ
Trợ từ thể hiện sự loại trừ cái khác và hạn định cái nào đó.

알다 (động từ) : 교육이나 경험, 생각 등을 통해 사물이나 상황에 대한 정보 또는 지식을 갖추다.
biết
Có thông tin hay kiến thức về sự vật hay tình huống thông qua giáo dục, kinh nghiệm hay
suy nghĩ...

-는 : 앞의 말이 관형어의 기능을 하게 만들고 사건이나 동작이 현재 일어남을 나타내는 어미.
mà
Vĩ tố làm cho từ ngữ phía trước có chức năng định ngữ và thể hiện sự kiện hay động tác xảy ra ở hiện tại.

이 (định từ) : 말하는 사람에게 가까이 있거나 말하는 사람이 생각하고 있는 대상을 가리킬 때 쓰는 말.
này
Từ dùng khi chỉ đối tượng ở gần người nói hoặc đối tượng người nói đang nghĩ đến.

노래 (danh từ) : 운율에 맞게 지은 가사에 곡을 붙인 음악. 또는 그런 음악을 소리 내어 부름.
bài hát, ca khúc, việc ca hát
Âm nhạc gắn nhạc với lời ca theo âm luật. Hoặc việc cất giọng hát loại âm nhạc như vậy.

우리 둘+이 영원히 함께 부르(불르)+어요.
불러요

우리 (đại từ) : 말하는 사람이 자기보다 높지 않은 사람에게 자기를 포함한 여러 사람들을 가리키는 말.
chúng tôi, chúng tao
Khi nói với người thấp hơn mình, từ chỉ nhiều người bao gồm bản thân người nói và những người thuộc về phía người nói.

둘 (số từ) : 하나에 하나를 더한 수.
hai
Số cộng thêm một vào một.

이 : 어떤 상태나 상황의 대상이나 동작의 주체를 나타내는 조사.
Không có từ tương ứng
Trợ từ (tiểu từ) thể hiện chủ thể của động tác hoặc đối tượng của trạng thái hay tình huống nào đó.

영원히 (phó từ) : 끝없이 이어지는 상태로. 또는 언제까지나 변하지 않는 상태로.
mãi mãi
Ở trong trạng thái liên tục không ngừng. Hoặc ở trạng thái không thay đổi cho dù đến khi nào.

함께 (phó từ) : 여럿이서 한꺼번에 같이.
cùng
Nhiều người cùng nhau trong một lúc.

부르다 (động từ) : 곡조에 따라 노래하다.
ca, hát
Hát theo nhịp điệu.

-어요 : (두루높임으로) 어떤 사실을 서술하거나 질문, 명령, 권유함을 나타내는 종결 어미.
không?, hãy, hãy cùng
(cách nói kính trọng phổ biến) Vĩ tố kết thúc câu thể hiện sự tường thuật sự việc nào đó hay nghi vấn, mệnh lệnh, đề nghị.

이 음표+에 우리 사랑 싣+고

이 (định từ) : 말하는 사람에게 가까이 있거나 말하는 사람이 생각하고 있는 대상을 가리킬 때 쓰는 말.
này
Từ dùng khi chỉ đối tượng ở gần người nói hoặc đối tượng người nói đang nghĩ đến.

음표 (danh từ) : 악보에서 음의 길이와 높낮이를 나타내는 기호.
nốt
Kí hiệu thể hiện độ dài và độ cao thấp của âm trong bản nhạc.

에 : 앞말이 어떤 행위나 작용이 미치는 대상임을 나타내는 조사.
cho, vào
Trợ từ (tiểu từ) thể hiện từ ngữ phía trước là đối tượng mà hành vi hay tác động nào đó đạt đến.

우리 (đại từ) : 말하는 사람이 자기보다 높지 않은 사람에게 자기를 포함한 여러 사람들을 가리키는 말.
chúng tôi, chúng tao
Khi nói với người thấp hơn mình, từ chỉ nhiều người bao gồm bản thân người nói và những người thuộc về phía người nói.

사랑 (danh từ) : 상대에게 성적으로 매력을 느껴 열렬히 좋아하는 마음.
tình yêu
Sự cảm thấy hấp dẫn về tình dục và thích mãnh liệt đối tượng.

싣다 (động từ) : 어떤 현상이나 뜻을 나타내거나 담다.
mang, chứa, có
Thể hiện hiện tượng hay chứa đựng ý nghĩa nào đó.

-고 : 앞의 말이 나타내는 행동이나 그 결과가 뒤에 오는 행동이 일어나는 동안에 그대로 지속됨을 나타내는 연결 어미.
mà, rồi
Vĩ tố liên kết thể hiện hành động mà vế trước thể hiện hay kết quả đó được liên tục như thế trong suốt thời gian hành động ở sau xảy ra.

높+고 낮+게 길+고 짧+은 리듬

높다 (Tính từ) : 소리가 음의 차례에서 위쪽이거나 진동수가 크다.
cao
Âm thanh ở phía trên trong thang âm hoặc tần số dao động lớn.

-고 : 두 가지 이상의 대등한 사실을 나열할 때 쓰는 연결 어미.
và
Vĩ tố liên kết dùng khi liệt kê hai sự việc đồng đẳng trở lên.

낮다 (Tính từ) : 소리가 음의 차례에서 아래쪽이거나 진동수가 작다.
trầm, thấp
Âm thanh ở mức thấp trong các bậc âm hay tần số rung nhỏ.

-게 : 앞의 말이 뒤에서 가리키는 일의 목적이나 결과, 방식, 정도 등이 됨을 나타내는 연결 어미.
để, nhằm
Vĩ tố liên kết thể hiện vế trước trở thành mục đích hay kết quả, phương thức, mức độ của sự việc chỉ ra ở sau.

길다 (Tính từ) : 한 때에서 다음의 한 때까지 이어지는 시간이 오래다.
dài, lâu, kéo dài
Thời gian nối tiếp từ một lúc đến lúc tiếp theo là lâu dài.

-고 : 두 가지 이상의 대등한 사실을 나열할 때 쓰는 연결 어미.
và
Vĩ tố liên kết dùng khi liệt kê hai sự việc đồng đẳng trở lên.

짧다 (Tính từ) : 한 때에서 다른 때까지의 동안이 오래지 않다.
ngắn
Khoảng cách từ một thời điểm đến thời điểm khác là không lâu.

-은 : 앞의 말이 관형어의 기능을 하게 만들고 현재의 상태를 나타내는 어미.
đã
Vĩ tố làm cho từ ngữ phía trước có chức năng định ngữ và thể hiện trạng thái hiện tại.

리듬 (danh từ) : 소리의 높낮이, 길이, 세기 등이 일정하게 반복되는 것.
nhịp, nhịp điệu
Việc độ cao thấp, độ dài, độ mạnh của âm thanh được lặp đi lặp lại một cách nhất định.

이 가락+에 밤새+도록 취하+[여 보]+아요.
취해 봐요

이 (định từ) : 말하는 사람에게 가까이 있거나 말하는 사람이 생각하고 있는 대상을 가리킬 때 쓰는 말.
này
Từ dùng khi chỉ đối tượng ở gần người nói hoặc đối tượng người nói đang nghĩ đến.

가락 (danh từ) : 음악에서 음의 높낮이의 흐름.
Garak; nhịp
giai điệu cao thấp của âm trong âm nhạc.

에 : 앞말이 어떤 행위나 감정 등의 대상임을 나타내는 조사.
đối với, về
Trợ từ (tiểu từ) thể hiện từ ngữ phía trước là đối tượng của hành vi hay tình cảm... nào đó.

밤새다 (động từ) : 밤이 지나 아침이 오다.
trắng đêm
Đêm đi qua và trời sáng.

-도록 : 앞에 오는 말이 뒤에 오는 말에 대한 목적이나 결과, 방식, 정도임을 나타내는 연결 어미.
để, đến mức, sao cho
Vĩ tố liên kết thể hiện vế trước là mục đích hay kết quả, phương thức, mức độ đối với vế sau.

취하다 (động từ) : 무엇에 매우 깊이 빠져 마음을 빼앗기다.
say, say mê
Chìm đắm vào cái gì đó nên mất hết cả tinh thần.

-어 보다 : 앞의 말이 나타내는 행동을 시험 삼아 함을 나타내는 표현.
thử
Cấu trúc thể hiện việc lấy hành động mà từ ngữ phía trước thể hiện làm thí điểm.

-아요 : (두루높임으로) 어떤 사실을 서술하거나 질문, 명령, 권유함을 나타내는 종결 어미.
không?, hãy, hãy cùng
(cách nói kính trọng phổ biến) Vĩ tố kết thúc câu thể hiện sự tường thuật sự việc nào đó hoặc nghi vấn, mệnh lệnh, khuyến nghị.

< 8 >

최고야

너는 최고야.
(bạn là nhất.)

[발음(sự phát âm)]

< 1 절(lời) >

엄마, 치킨 먹고 싶어.
엄마, 치킨 먹꼬 시퍼.
eomma, chikin meokgo sipeo.

아빠, 피자 먹고 싶어.
아빠, 피자 먹꼬 시퍼.
appa, pija meokgo sipeo.

치킨 먹고 싶어.
치킨 먹꼬 시퍼.
chikin meokgo sipeo.

피자 먹고 싶어.
피자 먹꼬 시퍼.
pija meokgo sipeo.

시켜 줘, 시켜 줘.
시켜 줘, 시켜 줘.
sikyeo jwo, sikyeo jwo.

전부 시켜 줘.
전부 시켜 줘.
jeonbu sikyeo jwo.

시켜, 뭐든지 시켜.
시켜, 뭐든지 시켜.
sikyeo, mwodeunji sikyeo.

시켜, 전부 다 시켜.
시켜, 전부 다 시켜.
sikyeo, jeonbu da sikyeo.

먹고 싶은 거, 맛보고 싶은 거 전부 다 시켜.
먹꼬 시픈 거, 맏뽀고 시픈 거 전부 다 시켜.
meokgo sipeun geo, matbogo sipeun geo jeonbu da sikyeo.

엄만 언제나 최고야.
엄만 언제나 최고야.
eomman eonjena choegoya.

최고, 최고, 최고
최고, 최고, 최고
choego, choego, choego

아빠 언제나 최고야.
아빠 언제나 최고야.
appan eonjena choegoya.

최고, 최고, 아빠 최고.
최고, 최고, 아빠 최고.
choego, choego, appa choego.

엄마 최고, 아빠 최고, 엄마 최고, 아빠 최고.
엄마 최고, 아빠 최고, 엄마 최고, 아빠 최고.
eomma choego, appa choego, eomma choego, appa choego.

< 2 절(lời) >

언니, 햄버거 먹고 싶어.
언니, 햄버거 먹꼬 시퍼.
eonni, haembeogeo meokgo sipeo.

오빠, 돈가스 먹고 싶어.
오빠, 돈가스 먹꼬 시퍼.
oppa, dongaseu meokgo sipeo.

햄버거 먹고 싶어.
햄버거 먹꼬 시퍼.
haembeogeo meokgo sipeo.

돈가스 먹고 싶어.
돈가스 먹꼬 시퍼.
dongaseu meokgo sipeo.

시켜 줘, 시켜 줘.
시켜 줘, 시켜 줘.
sikyeo jwo, sikyeo jwo.

전부 시켜 줘.
전부 시켜 줘.
jeonbu sikyeo jwo.

시켜, 뭐든지 시켜.
시켜, 뭐든지 시켜.
sikyeo, mwodeunji sikyeo.

시켜, 전부 다 시켜.
시켜, 전부 다 시켜.
sikyeo, jeonbu da sikyeo.

먹고 싶은 거, 맛보고 싶은 거 전부 다 시켜.
먹꼬 시픈 거, 맏뽀고 시픈 거 전부 다 시켜.
meokgo sipeun geo, matbogo sipeun geo jeonbu da sikyeo.

초밥도, 짜장면도, 짬뽕도, 탕수육도, 떡볶이도, 순대도, 김밥도, 냉면도.
초밥또, 짜장면도, 짬뽕도, 탕수육또, 떡뽀끼도, 순대도, 김밥또, 냉면도.
chobapdo, jjajangmyeondo, jjamppongdo, tangsuyukdo, tteokbokkido, sundaedo, gimbapdo, naengmyeondo.

시켜, 시켜, 뭐든지 시켜.
시켜, 시켜, 뭐든지 시켜.
sikyeo, sikyeo, mwodeunji sikyeo.

먹고 싶은 거 다 시켜.
먹꼬 시픈 거 다 시켜.
meokgo sipeun geo da sikyeo.

뭐든지 다 시켜 줄게.
뭐든지 다 시켜 줄께.
mwodeunji da sikyeo julge.

전부 다 시켜 줄게.
전부 다 시켜 줄께.
jeonbu da sikyeo julge.

언닌 언제나 최고야.
언닌 언제나 최고야.
eonnin eonjena choegoya.

최고, 최고, 최고.
최고, 최고, 최고.
choego, choego, choego.

오빤 언제나 최고야.
오빤 언제나 최고야.
oppan eonjena choegoya.

최고, 최고, 오빠 최고.
최고, 최고, 오빠 최고.
choego, choego, oppa choego.

엄마가 최고야, 엄마 최고.
엄마가 최고야, 엄마 최고.
eommaga choegoya, eomma choego.

아빠가 최고야, 아빠 최고.
아빠가 최고야, 아빠 최고.
appaga choegoya, appa choego.

최고, 최고, 언니 최고.
최고, 최고, 언니 최고.
choego, choego, eonni choego.

오빠가 최고야, 오빠 최고.
오빠가 최고야, 오빠 최고.
oppaga choegoya, oppa choego.

< 1 절(lời) >

엄마, 치킨 먹+[고 싶]+어.

엄마 (danh từ) : 격식을 갖추지 않아도 되는 상황에서 어머니를 이르거나 부르는 말.
mẹ, má
Từ chỉ hoặc gọi mẹ trong tình huống không trang trọng.

치킨 (danh từ) : 토막을 낸 닭에 밀가루 등을 묻혀 기름에 튀기거나 구운 음식.
gà rán, gà nướng
Món ăn thịt gà cắt miếng nhúng bột… rồi rán trong dầu hoặc nướng.

먹다 (động từ) : 음식 등을 입을 통하여 배 속에 들여보내다.
ăn
Cho thức ăn… vào trong bụng qua đường miệng.

-고 싶다 : 앞의 말이 나타내는 행동을 하기를 원함을 나타내는 표현.
muốn
Cấu trúc thể hiện muốn thực hiện hành động mà từ ngữ phía trước thể hiện.

-어 : (두루낮춤으로) 어떤 사실을 서술하거나 물음, 명령, 권유를 나타내는 종결 어미.
hả?, đi, ta hãy
(cách nói hạ thấp phổ biến) Vĩ tố kết thúc câu thể hiện sự tường thuật sự việc nào đó, nghi vấn, mệnh lệnh, khuyên nhủ. <sự tường thuật>

아빠, 피자 먹+[고 싶]+어.

아빠 (danh từ) : 격식을 갖추지 않아도 되는 상황에서 아버지를 이르거나 부르는 말.
ba
Từ dùng để chỉ hay gọi cha trong tình huống không cần nghi thức.

피자 (danh từ) : 이탈리아에서 유래한 것으로 둥글고 납작한 밀가루 반죽 위에 토마토, 고기, 치즈 등을 얹어 구운 음식.
pizza
Món ăn bắt nguồn từ Ý, làm bằng bột mì đã nhào trộn nặn hình tròn và cho các thứ như cà chua, thịt, phô mai lên trên đó rồi mang nướng.

먹다 (động từ) : 음식 등을 입을 통하여 배 속에 들여보내다.
ăn
Cho thức ăn··· vào trong bụng qua đường miệng.

-고 싶다 : 앞의 말이 나타내는 행동을 하기를 원함을 나타내는 표현.
muốn
Cấu trúc thể hiện muốn thực hiện hành động mà từ ngữ phía trước thể hiện.

-어 : (두루낮춤으로) 어떤 사실을 서술하거나 물음, 명령, 권유를 나타내는 종결 어미.
hả?, đi, ta hãy
(cách nói hạ thấp phổ biến) Vĩ tố kết thúc câu thể hiện sự tường thuật sự việc nào đó, nghi vấn, mệnh lệnh, khuyên nhủ. <sự tường thuật>

치킨 먹+[고 싶]+어.

치킨 (danh từ) : 토막을 낸 닭에 밀가루 등을 묻혀 기름에 튀기거나 구운 음식.
gà rán, gà nướng
Món ăn thịt gà cắt miếng nhúng bột··· rồi rán trong dầu hoặc nướng.

먹다 (động từ) : 음식 등을 입을 통하여 배 속에 들여보내다.
ăn
Cho thức ăn··· vào trong bụng qua đường miệng.

-고 싶다 : 앞의 말이 나타내는 행동을 하기를 원함을 나타내는 표현.
muốn
Cấu trúc thể hiện muốn thực hiện hành động mà từ ngữ phía trước thể hiện.

-어 : (두루낮춤으로) 어떤 사실을 서술하거나 물음, 명령, 권유를 나타내는 종결 어미.
hả?, đi, ta hãy
(cách nói hạ thấp phổ biến) Vĩ tố kết thúc câu thể hiện sự tường thuật sự việc nào đó, nghi vấn, mệnh lệnh, khuyên nhủ. <sự tường thuật>

피자 먹+[고 싶]+어.

피자 (danh từ) : 이탈리아에서 유래한 것으로 둥글고 납작한 밀가루 반죽 위에 토마토, 고기, 치즈 등을 얹어 구운 음식.
pizza
Món ăn bắt nguồn từ Ý, làm bằng bột mì đã nhào trộn nặn hình tròn và cho các thứ như cà chua, thịt, phô mai lên trên đó rồi mang nướng.

먹다 (động từ) : 음식 등을 입을 통하여 배 속에 들여보내다.
ăn
Cho thức ăn··· vào trong bụng qua đường miệng.

-고 싶다 : 앞의 말이 나타내는 행동을 하기를 원함을 나타내는 표현.
muốn
Cấu trúc thể hiện muốn thực hiện hành động mà từ ngữ phía trước thể hiện.

-어 : (두루낮춤으로) 어떤 사실을 서술하거나 물음, 명령, 권유를 나타내는 종결 어미.
hả?, đi, ta hãy
(cách nói hạ thấp phổ biến) Vĩ tố kết thúc câu thể hiện sự tường thuật sự việc nào đó, nghi vấn, mệnh lệnh, khuyên nhủ. <sự tường thuật>

시키+[어 주]+어, 시키+[어 주]+어.
시켜 줘   시켜 줘

시키다 (động từ) : 음식이나 술, 음료 등을 주문하다.
gọi, đặt (món ăn, thức uống)
Đặt thức ăn, rượu hay thức uống...

-어 주다 : 남을 위해 앞의 말이 나타내는 행동을 함을 나타내는 표현.
giúp, hộ, giùm
Cấu trúc thể hiện việc thực hiện hành động mà từ ngữ phía trước thể hiện vì người khác.

-어 : (두루낮춤으로) 어떤 사실을 서술하거나 물음, 명령, 권유를 나타내는 종결 어미.
hả?, đi, ta hãy
(cách nói hạ thấp phổ biến) Vĩ tố kết thúc câu thể hiện sự tường thuật sự việc nào đó, nghi vấn, mệnh lệnh, khuyên nhủ. <sự ra lệnh>

전부 시키+[어 주]+어.
시켜 줘

전부 (phó từ) : 빠짐없이 다.
toàn bộ
Tất cả, không sót phần nào.

시키다 (động từ) : 음식이나 술, 음료 등을 주문하다.
gọi, đặt (món ăn, thức uống)
Đặt thức ăn, rượu hay thức uống...

-어 주다 : 남을 위해 앞의 말이 나타내는 행동을 함을 나타내는 표현.
giúp, hộ, giùm
Cấu trúc thể hiện việc thực hiện hành động mà từ ngữ phía trước thể hiện vì người khác.

-어 : (두루낮춤으로) 어떤 사실을 서술하거나 물음, 명령, 권유를 나타내는 종결 어미.
hả?, đi, ta hãy
(cách nói hạ thấp phổ biến) Vĩ tố kết thúc câu thể hiện sự tường thuật sự việc nào đó, nghi vấn, mệnh lệnh, khuyên nhủ. <sự ra lệnh>

시키+어, 뭐+든지 시키+어.
　시켜　　　　　　시켜

시키다 (động từ) : 음식이나 술, 음료 등을 주문하다.
gọi, đặt (món ăn, thức uống)
Đặt thức ăn, rượu hay thức uống...

-어 : (두루낮춤으로) 어떤 사실을 서술하거나 물음, 명령, 권유를 나타내는 종결 어미.
hả?, đi, ta hãy
(cách nói hạ thấp phổ biến) Vĩ tố kết thúc câu thể hiện sự tường thuật sự việc nào đó, nghi vấn, mệnh lệnh, khuyên nhủ. <sự ra lệnh>

뭐 (đại từ) : 정해지지 않은 대상이나 굳이 이름을 밝힐 필요가 없는 대상을 가리키는 말.
gì đó, cái gì đó
Từ chỉ đối tượng không xác định hoặc đối tượng không nhất thiết làm rõ tên.

든지 : 어느 것이 선택되어도 차이가 없음을 나타내는 조사.
hoặc, hay
Trợ từ thể hiện cái nào được chọn cũng không có sự khác biệt.

시키다 (động từ) : 음식이나 술, 음료 등을 주문하다.
gọi, đặt (món ăn, thức uống)
Đặt thức ăn, rượu hay thức uống...

-어 : (두루낮춤으로) 어떤 사실을 서술하거나 물음, 명령, 권유를 나타내는 종결 어미.
hả?, đi, ta hãy
(cách nói hạ thấp phổ biến) Vĩ tố kết thúc câu thể hiện sự tường thuật sự việc nào đó, nghi vấn, mệnh lệnh, khuyên nhủ. <sự ra lệnh>

시키+어, 전부 다 시키+어.
　시켜　　　　　　시켜

시키다 (động từ) : 음식이나 술, 음료 등을 주문하다.
gọi, đặt (món ăn, thức uống)
Đặt thức ăn, rượu hay thức uống...

-어 : (두루낮춤으로) 어떤 사실을 서술하거나 물음, 명령, 권유를 나타내는 종결 어미.
hả?, đi, ta hãy
(cách nói hạ thấp phổ biến) Vĩ tố kết thúc câu thể hiện sự tường thuật sự việc nào đó, nghi vấn, mệnh lệnh, khuyên nhủ. <sự ra lệnh>

전부 (phó từ) : 빠짐없이 다.
toàn bộ
Tất cả, không sót phần nào.

다 (phó từ) : 남거나 빠진 것이 없이 모두.
hết, tất cả
Mọi thứ không sót hay để lại gì cả.

시키다 (động từ) : 음식이나 술, 음료 등을 주문하다.
gọi, đặt (món ăn, thức uống)
Đặt thức ăn, rượu hay thức uống...

-어 : (두루낮춤으로) 어떤 사실을 서술하거나 물음, 명령, 권유를 나타내는 종결 어미.
hả?, đi, ta hãy
(cách nói hạ thấp phổ biến) Vĩ tố kết thúc câu thể hiện sự tường thuật sự việc nào đó, nghi vấn, mệnh lệnh, khuyên nhủ. <sự ra lệnh>

먹+[고 싶]+[은 거], 맛보+[고 싶]+[은 거] 전부 다 시키+어.
시켜

먹다 (động từ) : 음식 등을 입을 통하여 배 속에 들여보내다.
ăn
Cho thức ăn… vào trong bụng qua đường miệng.

-고 싶다 : 앞의 말이 나타내는 행동을 하기를 원함을 나타내는 표현.
muốn
Cấu trúc thể hiện muốn thực hiện hành động mà từ ngữ phía trước thể hiện.

-은 거 : 명사가 아닌 것을 문장에서 명사처럼 쓰이게 하거나 '이다' 앞에 쓰일 수 있게 할 때 쓰는 표현.
sự, điều, việc
Cấu trúc dùng khi làm cho yếu tố không phải là danh từ được dùng như danh từ trong câu, hoặc làm cho có thể được dùng trước '이다'.

맛보다 (động từ) : 음식의 맛을 알기 위해 먹어 보다.
nếm thử
Ăn thử để biết vị của thức ăn.

-고 싶다 : 앞의 말이 나타내는 행동을 하기를 원함을 나타내는 표현.
muốn
Cấu trúc thể hiện muốn thực hiện hành động mà từ ngữ phía trước thể hiện.

-은 거 : 명사가 아닌 것을 문장에서 명사처럼 쓰이게 하거나 '이다' 앞에 쓰일 수 있게 할 때 쓰는 표현.
sự, điều, việc
Cấu trúc dùng khi làm cho yếu tố không phải là danh từ được dùng như danh từ trong câu, hoặc làm cho có thể được dùng trước '이다'.

전부 (phó từ) : 빠짐없이 다.
toàn bộ
Tất cả, không sót phần nào.

다 (phó từ) : 남거나 빠진 것이 없이 모두.
hết, tất cả
Mọi thứ không sót hay để lại gì cả.

시키다 (động từ) : 음식이나 술, 음료 등을 주문하다.
gọi, đặt (món ăn, thức uống)
Đặt thức ăn, rượu hay thức uống...

-어 : (두루낮춤으로) 어떤 사실을 서술하거나 물음, 명령, 권유를 나타내는 종결 어미.
hả?, đi, ta hãy
(cách nói hạ thấp phổ biến) Vĩ tố kết thúc câu thể hiện sự tường thuật sự việc nào đó, nghi vấn, mệnh lệnh, khuyên nhủ. <sự ra lệnh>

엄마+는 언제나 최고+(이)+야.
엄만   최고야

엄마 (danh từ) : 격식을 갖추지 않아도 되는 상황에서 어머니를 이르거나 부르는 말.
mẹ, má
Từ chỉ hoặc gọi mẹ trong tình huống không trang trọng.

는 : 문장 속에서 어떤 대상이 화제임을 나타내는 조사.
Không có từ tương ứng
Trợ từ (tiểu từ) thể hiện việc đối tượng nào đó là chủ đề câu chuyện trong câu.

언제나 (phó từ) : 어느 때에나. 또는 때에 따라 달라지지 않고 변함없이.
luôn luôn, bao giờ cũng
Bất cứ lúc nào. Hoặc không khác đi theo thời điểm mà bất biến.

최고 (danh từ) : 가장 좋거나 뛰어난 것.
tốt nhất
Cái tốt hay vượt trội nhất.

이다 : 주어가 지시하는 대상의 속성이나 부류를 지정하는 뜻을 나타내는 서술격 조사.
nào là
Trợ từ vị cách thể hiện sự liệt kê các sự vật đồng thời liên kết theo quan hệ đẳng lập.

-야 : (두루낮춤으로) 어떤 사실에 대하여 서술하거나 물음을 나타내는 종결 어미.
à, ư
(cách nói hạ thấp phổ biến) Vĩ tố kết thúc câu thể hiện sự tường thuật hay hỏi về sự việc nào đó. <sự tường thuật>

최고, 최고, 최고.

최고 (danh từ) : 가장 좋거나 뛰어난 것.
tốt nhất
Cái tốt hay vượt trội nhất.

아빠+는 언제나 최고+(이)+야.
아빤 　　　　　 최고야

아빠 (danh từ) : 격식을 갖추지 않아도 되는 상황에서 아버지를 이르거나 부르는 말.
ba
Từ dùng để chỉ hay gọi cha trong tình huống không cần nghi thức.

는 : 문장 속에서 어떤 대상이 화제임을 나타내는 조사.
Không có từ tương ứng
Trợ từ (tiểu từ) thể hiện việc đối tượng nào đó là chủ đề câu chuyện trong câu.

언제나 (phó từ) : 어느 때에나. 또는 때에 따라 달라지지 않고 변함없이.
luôn luôn, bao giờ cũng
Bất cứ lúc nào. Hoặc không khác đi theo thời điểm mà bất biến.

최고 (danh từ) : 가장 좋거나 뛰어난 것.
tốt nhất
Cái tốt hay vượt trội nhất.

이다 : 주어가 지시하는 대상의 속성이나 부류를 지정하는 뜻을 나타내는 서술격 조사.
nào là
Trợ từ vị cách thể hiện sự liệt kê các sự vật đồng thời liên kết theo quan hệ đẳng lập.

-야 : (두루낮춤으로) 어떤 사실에 대하여 서술하거나 물음을 나타내는 종결 어미.
à, ư
(cách nói hạ thấp phổ biến) Vĩ tố kết thúc câu thể hiện sự tường thuật hay hỏi về sự việc nào đó. <sự tường thuật>

최고, 최고, 아빠 최고.

최고 (danh từ) : 가장 좋거나 뛰어난 것.
tốt nhất
Cái tốt hay vượt trội nhất.

아빠 (danh từ) : 격식을 갖추지 않아도 되는 상황에서 아버지를 이르거나 부르는 말.
ba
Từ dùng để chỉ hay gọi cha trong tình huống không cần nghi thức.

최고 (danh từ) : 가장 좋거나 뛰어난 것.
tốt nhất
Cái tốt hay vượt trội nhất.

엄마 최고, 아빠 최고, 엄마 최고, 아빠 최고.

엄마 (danh từ) : 격식을 갖추지 않아도 되는 상황에서 어머니를 이르거나 부르는 말.
mẹ, má
Từ chỉ hoặc gọi mẹ trong tình huống không trang trọng.

최고 (danh từ) : 가장 좋거나 뛰어난 것.
tốt nhất
Cái tốt hay vượt trội nhất.

아빠 (danh từ) : 격식을 갖추지 않아도 되는 상황에서 아버지를 이르거나 부르는 말.
ba
Từ dùng để chỉ hay gọi cha trong tình huống không cần nghi thức.

최고 (danh từ) : 가장 좋거나 뛰어난 것.
tốt nhất
Cái tốt hay vượt trội nhất.

< 2 절(lời) >

언니, 햄버거 먹+[고 싶]+어.

언니 (danh từ) : 여자가 형제나 친척 형제들 중에서 자기보다 나이가 많은 여자를 이르거나 부르는 말.
chị, chị gái
Từ mà phụ nữ dùng để chỉ hay gọi người phụ nữ nhiều tuổi hơn mình giữa chị em hay chị em bà con với nhau.

햄버거 (danh từ) : 둥근 빵 사이에 고기와 채소와 치즈 등을 끼운 음식.
hăm-bơ-gơ, bánh mì kẹp thịt
Thức ăn có kẹp thịt, rau và phó mát ở giữa hai miếng bánh mì tròn.

먹다 (động từ) : 음식 등을 입을 통하여 배 속에 들여보내다.
ăn
Cho thức ăn… vào trong bụng qua đường miệng.

-고 싶다 : 앞의 말이 나타내는 행동을 하기를 원함을 나타내는 표현.
muốn
Cấu trúc thể hiện muốn thực hiện hành động mà từ ngữ phía trước thể hiện.

-어 : (두루낮춤으로) 어떤 사실을 서술하거나 물음, 명령, 권유를 나타내는 종결 어미.
hả?, đi, ta hãy
(cách nói hạ thấp phổ biến) Vĩ tố kết thúc câu thể hiện sự tường thuật sự việc nào đó, nghi vấn, mệnh lệnh, khuyên nhủ. <sự tường thuật>

오빠, 돈가스 먹+[고 싶]+어.

오빠 (danh từ) : 여자가 형제나 친척 형제들 중에서 자기보다 나이가 많은 남자를 이르거나 부르는 말.
anh
Từ mà phụ nữ dùng để chỉ hay gọi đàn ông nhiều tuổi hơn mình giữa anh em hay anh em bà con với nhau.

돈가스 (danh từ) : 도톰하게 썬 돼지고기를 양념하여 빵가루를 묻히고 기름에 튀긴 음식.
món thịt tẩm bột rán, món ton-ka-su
Món ăn mà người ta ướp gia vị miếng thịt lợn thái dày, bao bột mỳ và rán với dầu ăn.

먹다 (động từ) : 음식 등을 입을 통하여 배 속에 들여보내다.
ăn
Cho thức ăn… vào trong bụng qua đường miệng.

-고 싶다 : 앞의 말이 나타내는 행동을 하기를 원함을 나타내는 표현.
muốn
Cấu trúc thể hiện muốn thực hiện hành động mà từ ngữ phía trước thể hiện.

-어 : (두루낮춤으로) 어떤 사실을 서술하거나 물음, 명령, 권유를 나타내는 종결 어미.
hả?, đi, ta hãy
(cách nói hạ thấp phổ biến) Vĩ tố kết thúc câu thể hiện sự tường thuật sự việc nào đó, nghi vấn, mệnh lệnh, khuyên nhủ. <sự tường thuật>

햄버거 먹+[고 싶]+어.

햄버거 (danh từ) : 둥근 빵 사이에 고기와 채소와 치즈 등을 끼운 음식.
hăm-bơ-gơ, bánh mì kẹp thịt
Thức ăn có kẹp thịt, rau và phó mát ở giữa hai miếng bánh mì tròn.

먹다 (động từ) : 음식 등을 입을 통하여 배 속에 들여보내다.
ăn
Cho thức ăn… vào trong bụng qua đường miệng.

-고 싶다 : 앞의 말이 나타내는 행동을 하기를 원함을 나타내는 표현.
muốn
Cấu trúc thể hiện muốn thực hiện hành động mà từ ngữ phía trước thể hiện.

-어 : (두루낮춤으로) 어떤 사실을 서술하거나 물음, 명령, 권유를 나타내는 종결 어미.
hả?, đi, ta hãy
(cách nói hạ thấp phổ biến) Vĩ tố kết thúc câu thể hiện sự tường thuật sự việc nào đó, nghi vấn, mệnh lệnh, khuyên nhủ. <sự tường thuật>

돈가스 먹+[고 싶]+어.

돈가스 (danh từ) : 도톰하게 썬 돼지고기를 양념하여 빵가루를 묻히고 기름에 튀긴 음식.
món thịt tẩm bột rán, món ton-ka-su
Món ăn mà người ta ướp gia vị miếng thịt lợn thái dày, bao bột mỳ và rán với dầu ăn.

먹다 (động từ) : 음식 등을 입을 통하여 배 속에 들여보내다.
ăn
Cho thức ăn… vào trong bụng qua đường miệng.

-고 싶다 : 앞의 말이 나타내는 행동을 하기를 원함을 나타내는 표현.
muốn
Cấu trúc thể hiện muốn thực hiện hành động mà từ ngữ phía trước thể hiện.

-어 : (두루낮춤으로) 어떤 사실을 서술하거나 물음, 명령, 권유를 나타내는 종결 어미.
hả?, đi, ta hãy
(cách nói hạ thấp phổ biến) Vĩ tố kết thúc câu thể hiện sự tường thuật sự việc nào đó, nghi vấn, mệnh lệnh, khuyên nhủ. <sự tường thuật>

시키+[어 주]+어, 시키+[어 주]+어.
시켜 줘   시켜 줘

시키다 (động từ) : 음식이나 술, 음료 등을 주문하다.
gọi, đặt (món ăn, thức uống)
Đặt thức ăn, rượu hay thức uống...

-어 주다 : 남을 위해 앞의 말이 나타내는 행동을 함을 나타내는 표현.
giúp, hộ, giùm
Cấu trúc thể hiện việc thực hiện hành động mà từ ngữ phía trước thể hiện vì người khác.

-어 : (두루낮춤으로) 어떤 사실을 서술하거나 물음, 명령, 권유를 나타내는 종결 어미.
hả?, đi, ta hãy
(cách nói hạ thấp phổ biến) Vĩ tố kết thúc câu thể hiện sự tường thuật sự việc nào đó, nghi vấn, mệnh lệnh, khuyên nhủ. <sự ra lệnh>

전부 시키+[어 주]+어.
시켜 줘

전부 (phó từ) : 빠짐없이 다.
toàn bộ
Tất cả, không sót phần nào.

시키다 (động từ) : 음식이나 술, 음료 등을 주문하다.
gọi, đặt (món ăn, thức uống)
Đặt thức ăn, rượu hay thức uống...

-어 주다 : 남을 위해 앞의 말이 나타내는 행동을 함을 나타내는 표현.
giúp, hộ, giùm
Cấu trúc thể hiện việc thực hiện hành động mà từ ngữ phía trước thể hiện vì người khác.

-어 : (두루낮춤으로) 어떤 사실을 서술하거나 물음, 명령, 권유를 나타내는 종결 어미.
hả?, đi, ta hãy
(cách nói hạ thấp phổ biến) Vĩ tố kết thúc câu thể hiện sự tường thuật sự việc nào đó, nghi vấn, mệnh lệnh, khuyên nhủ. <sự ra lệnh>

시키+어, 뭐+든지 시키+어.
시켜 　　　　 시켜

시키다 (động từ) : 음식이나 술, 음료 등을 주문하다.
gọi, đặt (món ăn, thức uống)
Đặt thức ăn, rượu hay thức uống...

-어 : (두루낮춤으로) 어떤 사실을 서술하거나 물음, 명령, 권유를 나타내는 종결 어미.
hả?, đi, ta hãy
(cách nói hạ thấp phổ biến) Vĩ tố kết thúc câu thể hiện sự tường thuật sự việc nào đó, nghi vấn, mệnh lệnh, khuyên nhủ. <sự ra lệnh>

뭐 (đại từ) : 정해지지 않은 대상이나 굳이 이름을 밝힐 필요가 없는 대상을 가리키는 말.
gì đó, cái gì đó
Từ chỉ đối tượng không xác định hoặc đối tượng không nhất thiết làm rõ tên.

든지 : 어느 것이 선택되어도 차이가 없음을 나타내는 조사.
hoặc, hay
Trợ từ thể hiện cái nào được chọn cũng không có sự khác biệt.

시키다 (động từ) : 음식이나 술, 음료 등을 주문하다.
gọi, đặt (món ăn, thức uống)
Đặt thức ăn, rượu hay thức uống...

-어 : (두루낮춤으로) 어떤 사실을 서술하거나 물음, 명령, 권유를 나타내는 종결 어미.
hả?, đi, ta hãy
(cách nói hạ thấp phổ biến) Vĩ tố kết thúc câu thể hiện sự tường thuật sự việc nào đó, nghi vấn, mệnh lệnh, khuyên nhủ. <sự ra lệnh>

시키+어, 전부 다 시키+어.
시켜 　　　　 시켜

시키다 (động từ) : 음식이나 술, 음료 등을 주문하다.

gọi, đặt (món ăn, thức uống)

Đặt thức ăn, rượu hay thức uống...

-어 : (두루낮춤으로) 어떤 사실을 서술하거나 물음, 명령, 권유를 나타내는 종결 어미.

hả?, đi, ta hãy

(cách nói hạ thấp phổ biến) Vĩ tố kết thúc câu thể hiện sự tường thuật sự việc nào đó, nghi vấn, mệnh lệnh, khuyên nhủ. <sự ra lệnh>

전부 (phó từ) : 빠짐없이 다.

toàn bộ

Tất cả, không sót phần nào.

다 (phó từ) : 남거나 빠진 것이 없이 모두.

hết, tất cả

Mọi thứ không sót hay để lại gì cả.

시키다 (động từ) : 음식이나 술, 음료 등을 주문하다.

gọi, đặt (món ăn, thức uống)

Đặt thức ăn, rượu hay thức uống...

-어 : (두루낮춤으로) 어떤 사실을 서술하거나 물음, 명령, 권유를 나타내는 종결 어미.

hả?, đi, ta hãy

(cách nói hạ thấp phổ biến) Vĩ tố kết thúc câu thể hiện sự tường thuật sự việc nào đó, nghi vấn, mệnh lệnh, khuyên nhủ. <sự ra lệnh>

먹+[고 싶]+[은 거], 맛보+[고 싶]+[은 거] 전부 다 시키+어.
시켜

먹다 (động từ) : 음식 등을 입을 통하여 배 속에 들여보내다.

ăn

Cho thức ăn··· vào trong bụng qua đường miệng.

-고 싶다 : 앞의 말이 나타내는 행동을 하기를 원함을 나타내는 표현.

muốn

Cấu trúc thể hiện muốn thực hiện hành động mà từ ngữ phía trước thể hiện.

-은 거 : 명사가 아닌 것을 문장에서 명사처럼 쓰이게 하거나 '이다' 앞에 쓰일 수 있게 할 때 쓰는 표현.

sự, điều, việc

Cấu trúc dùng khi làm cho yếu tố không phải là danh từ được dùng như danh từ trong câu, hoặc làm cho có thể được dùng trước '이다'.

맛보다 (động từ) : 음식의 맛을 알기 위해 먹어 보다.
nếm thử
Ăn thử để biết vị của thức ăn.

-고 싶다 : 앞의 말이 나타내는 행동을 하기를 원함을 나타내는 표현.
muốn
Cấu trúc thể hiện muốn thực hiện hành động mà từ ngữ phía trước thể hiện.

-은 거 : 명사가 아닌 것을 문장에서 명사처럼 쓰이게 하거나 '이다' 앞에 쓰일 수 있게 할 때 쓰는 표현.
sự, điều, việc
Cấu trúc dùng khi làm cho yếu tố không phải là danh từ được dùng như danh từ trong câu, hoặc làm cho có thể được dùng trước '이다'.

전부 (phó từ) : 빠짐없이 다.
toàn bộ
Tất cả, không sót phần nào.

다 (phó từ) : 남거나 빠진 것이 없이 모두.
hết, tất cả
Mọi thứ không sót hay để lại gì cả.

시키다 (động từ) : 음식이나 술, 음료 등을 주문하다.
gọi, đặt (món ăn, thức uống)
Đặt thức ăn, rượu hay thức uống...

-어 : (두루낮춤으로) 어떤 사실을 서술하거나 물음, 명령, 권유를 나타내는 종결 어미.
há?, đi, ta hãy
(cách nói hạ thấp phổ biến) Vĩ tố kết thúc câu thể hiện sự tường thuật sự việc nào đó, nghi vấn, mệnh lệnh, khuyên nhủ. <sự ra lệnh>

초밥+도, 짜장면+도, 짬뽕+도, 탕수육+도.

초밥 (danh từ) : 식초와 소금으로 간을 하여 작게 뭉친 흰밥에 생선을 얹거나 김, 유부 등으로 싸서 만든 일본 음식.
sushi
Món ăn Nhật Bản được làm bằng cơm trộn với ít dấm và muối rồi vắt lại thành nắm và đặt lên trên một lát cá hay gói vào trong lá rong biển hoặc vỏ đậu hũ.

도 : 둘 이상의 것을 나열함을 나타내는 조사.
cũng
Trợ từ thể hiện sự liệt kê hai thứ trở lên.

짜장면 (danh từ) : 중국식 된장에 고기와 채소 등을 넣어 볶은 양념에 면을 비벼 먹는 음식.
jja-jang-myeon, mì đen
Món ăn được tạo nên bằng cách trộn mì với gia vị - gồm rau, thịt… được xào với nước tương kiểu Trung Quốc.

도 : 둘 이상의 것을 나열함을 나타내는 조사.
cũng
Trợ từ thể hiện sự liệt kê hai thứ trở lên.

짬뽕 (danh từ) : 여러 가지 해물과 야채를 볶고 매콤한 국물을 부어 만든 중국식 국수.
Jjambbong; mì Jjambbong
Món mì kiểu Trung Quốc làm bằng cách xào các loại hải sản và rau cải rồi đổ nước canh cay cay vào.

도 : 둘 이상의 것을 나열함을 나타내는 조사.
cũng
Trợ từ thể hiện sự liệt kê hai thứ trở lên.

탕수육 (danh từ) : 튀김옷을 입혀 튀긴 고기에 식초, 간장, 설탕, 채소 등을 넣고 끓인 녹말 물을 부어 만든 중국요리.
thang-su-yuk
Món ăn Trung Quốc được làm từ thịt lăn bột rồi rán, sau đó rưới nước sốt được làm từ dấm, nước tương, đường, rau v.v... và bột đao.

도 : 둘 이상의 것을 나열함을 나타내는 조사.
cũng
Trợ từ thể hiện sự liệt kê hai thứ trở lên.

떡볶이+도, 순대+도, 김밥+도, 냉면+도.

떡볶이 (danh từ) : 적당히 자른 가래떡에 간장이나 고추장 등의 양념과 여러 가지 채소를 넣고 볶은 음식.
Tteokbokki; món tteok xào
Món ăn chế biến bằng bột gạo cắt khúc xào với gia vị như tương ớt, xì dầu và các loại rau củ.

도 : 둘 이상의 것을 나열함을 나타내는 조사.
cũng
Trợ từ thể hiện sự liệt kê hai thứ trở lên.

순대 (danh từ) : 당면, 두부, 찹쌀 등을 양념하여 돼지의 창자 속에 넣고 찐 음식.
sundae; món dồi lợn
Món ăn nhồi miến, đậu phụ, gạo nếp đã ướp gia vị vào lòng lợn rồi đem hấp.

도 : 둘 이상의 것을 나열함을 나타내는 조사.
cũng
Trợ từ thể hiện sự liệt kê hai thứ trở lên.

김밥 (danh từ) : 밥과 여러 가지 반찬을 김으로 말아 싸서 썰어 먹는 음식.
Gimbap, món cơm cuộn rong biển
Món ăn gồm cơm và nhiều thức ăn khác cuộn lại bằng lá rong biển rồi cắt thành khoanh để ăn.

도 : 둘 이상의 것을 나열함을 나타내는 조사.
cũng
Trợ từ thể hiện sự liệt kê hai thứ trở lên.

냉면 (danh từ) : 국수를 냉국이나 김칫국 등에 말거나 고추장 양념에 비벼서 먹는 음식.
Naengmyeon; mì lạnh
Món ăn cho mì vào súp lạnh hay súp kimchi, hoặc trộn vào gia vị tương ớt.

도 : 둘 이상의 것을 나열함을 나타내는 조사.
cũng
Trợ từ thể hiện sự liệt kê hai thứ trở lên.

시키+어, 시키+어, 뭐+든지 시키+어.
시켜   시켜   시켜

시키다 (động từ) : 음식이나 술, 음료 등을 주문하다.
gọi, đặt (món ăn, thức uống)
Đặt thức ăn, rượu hay thức uống...

-어 : (두루낮춤으로) 어떤 사실을 서술하거나 물음, 명령, 권유를 나타내는 종결 어미.
hả?, đi, ta hãy
(cách nói hạ thấp phổ biến) Vĩ tố kết thúc câu thể hiện sự tường thuật sự việc nào đó, nghi vấn, mệnh lệnh, khuyên nhủ. <sự ra lệnh>

뭐 (đại từ) : 정해지지 않은 대상이나 굳이 이름을 밝힐 필요가 없는 대상을 가리키는 말.
gì đó, cái gì đó
Từ chỉ đối tượng không xác định hoặc đối tượng không nhất thiết làm rõ tên.

든지 : 어느 것이 선택되어도 차이가 없음을 나타내는 조사.
hoặc, hay
Trợ từ thể hiện cái nào được chọn cũng không có sự khác biệt.

시키다 (động từ) : 음식이나 술, 음료 등을 주문하다.
gọi, đặt (món ăn, thức uống)
Đặt thức ăn, rượu hay thức uống...

-어 : (두루낮춤으로) 어떤 사실을 서술하거나 물음, 명령, 권유를 나타내는 종결 어미.
hả?, đi, ta hãy
(cách nói hạ thấp phổ biến) Vĩ tố kết thúc câu thể hiện sự tường thuật sự việc nào đó, nghi vấn, mệnh lệnh, khuyên nhủ. <sự ra lệnh>

먹+[고 싶]+[은 거] 다 <u>시키</u>+어.
시켜

먹다 (động từ) : 음식 등을 입을 통하여 배 속에 들여보내다.
ăn
Cho thức ăn··· vào trong bụng qua đường miệng.

-고 싶다 : 앞의 말이 나타내는 행동을 하기를 원함을 나타내는 표현.
muốn
Cấu trúc thể hiện muốn thực hiện hành động mà từ ngữ phía trước thể hiện.

-은 거 : 명사가 아닌 것을 문장에서 명사처럼 쓰이게 하거나 '이다' 앞에 쓰일 수 있게 할 때 쓰는 표현.
sự, điều, việc
Cấu trúc dùng khi làm cho yếu tố không phải là danh từ được dùng như danh từ trong câu, hoặc làm cho có thể được dùng trước '이다'.

다 (phó từ) : 남거나 빠진 것이 없이 모두.
hết, tất cả
Mọi thứ không sót hay để lại gì cả.

시키다 (động từ) : 음식이나 술, 음료 등을 주문하다.
gọi, đặt (món ăn, thức uống)
Đặt thức ăn, rượu hay thức uống...

-어 : (두루낮춤으로) 어떤 사실을 서술하거나 물음, 명령, 권유를 나타내는 종결 어미.
hả?, đi, ta hãy
(cách nói hạ thấp phổ biến) Vĩ tố kết thúc câu thể hiện sự tường thuật sự việc nào đó, nghi vấn, mệnh lệnh, khuyên nhủ. <sự ra lệnh>

뭐+든지 다 <u>시키</u>+[어 주]+ㄹ게.
시켜 줄게

뭐 (đại từ) : 정해지지 않은 대상이나 굳이 이름을 밝힐 필요가 없는 대상을 가리키는 말.
gì đó, cái gì đó
Từ chỉ đối tượng không xác định hoặc đối tượng không nhất thiết làm rõ tên.

든지 : 어느 것이 선택되어도 차이가 없음을 나타내는 조사.
hoặc, hay
Trợ từ thể hiện cái nào được chọn cũng không có sự khác biệt.

다 (phó từ) : 남거나 빠진 것이 없이 모두.
hết, tất cả
Mọi thứ không sót hay để lại gì cả.

시키다 (động từ) : 음식이나 술, 음료 등을 주문하다.
gọi, đặt (món ăn, thức uống)
Đặt thức ăn, rượu hay thức uống...

-어 주다 : 남을 위해 앞의 말이 나타내는 행동을 함을 나타내는 표현.
giúp, hộ, giùm
Cấu trúc thể hiện việc thực hiện hành động mà từ ngữ phía trước thể hiện vì người khác.

-ㄹ게 : (두루낮춤으로) 말하는 사람이 어떤 행동을 할 것을 듣는 사람에게 약속하거나 의지를 나타내는 종결 어미.
sẽ
(cách nói hạ thấp phổ biến) Vĩ tố kết thúc câu thể hiện người nói cho biết hay hứa với người nghe sẽ thực hiện hành động nào đó.

전부 다 시키+[어 주]+ㄹ게.
시켜 줄게

전부 (phó từ) : 빠짐없이 다.
toàn bộ
Tất cả, không sót phần nào.

다 (phó từ) : 남거나 빠진 것이 없이 모두.
hết, tất cả
Mọi thứ không sót hay để lại gì cả.

시키다 (động từ) : 음식이나 술, 음료 등을 주문하다.
gọi, đặt (món ăn, thức uống)
Đặt thức ăn, rượu hay thức uống...

-어 주다 : 남을 위해 앞의 말이 나타내는 행동을 함을 나타내는 표현.

giúp, hộ, giùm

Cấu trúc thể hiện việc thực hiện hành động mà từ ngữ phía trước thể hiện vì người khác.

-ㄹ게 : (두루낮춤으로) 말하는 사람이 어떤 행동을 할 것을 듣는 사람에게 약속하거나 의지를 나타내는 종결 어미.

sẽ

(cách nói hạ thấp phổ biến) Vĩ tố kết thúc câu thể hiện người nói cho biết hay hứa với người nghe sẽ thực hiện hành động nào đó.

언니+는 언제나 최고+(이)+야.
언닌   최고야

언니 (danh từ) : 여자가 형제나 친척 형제들 중에서 자기보다 나이가 많은 여자를 이르거나 부르는 말.

chị, chị gái

Từ mà phụ nữ dùng để chỉ hay gọi người phụ nữ nhiều tuổi hơn mình giữa chị em hay chị em bà con với nhau.

는 : 문장 속에서 어떤 대상이 화제임을 나타내는 조사.

Không có từ tương ứng

Trợ từ (tiểu từ) thể hiện việc đối tượng nào đó là chủ đề câu chuyện trong câu.

언제나 (phó từ) : 어느 때에나. 또는 때에 따라 달라지지 않고 변함없이.

luôn luôn, bao giờ cũng

Bất cứ lúc nào. Hoặc không khác đi theo thời điểm mà bất biến.

최고 (danh từ) : 가장 좋거나 뛰어난 것.

tốt nhất

Cái tốt hay vượt trội nhất.

이다 : 주어가 지시하는 대상의 속성이나 부류를 지정하는 뜻을 나타내는 서술격 조사.

nào là

Trợ từ vị cách thể hiện sự liệt kê các sự vật đồng thời liên kết theo quan hệ đẳng lập.

-야 : (두루낮춤으로) 어떤 사실에 대하여 서술하거나 물음을 나타내는 종결 어미.

à, ư

(cách nói hạ thấp phổ biến) Vĩ tố kết thúc câu thể hiện sự tường thuật hay hỏi về sự việc nào đó. <sự tường thuật>

최고, 최고, 최고.

최고 (danh từ) : 가장 좋거나 뛰어난 것.
tốt nhất
Cái tốt hay vượt trội nhất.

오빠+는 언제나 최고+(이)+야.
오빤   최고야

오빠 (danh từ) : 여자가 형제나 친척 형제들 중에서 자기보다 나이가 많은 남자를 이르거나 부르는 말.
anh
Từ mà phụ nữ dùng để chỉ hay gọi đàn ông nhiều tuổi hơn mình giữa anh em hay anh em bà con với nhau.

는 : 문장 속에서 어떤 대상이 화제임을 나타내는 조사.
Không có từ tương ứng
Trợ từ (tiểu từ) thể hiện việc đối tượng nào đó là chủ đề câu chuyện trong câu.

언제나 (phó từ) : 어느 때에나. 또는 때에 따라 달라지지 않고 변함없이.
luôn luôn, bao giờ cũng
Bất cứ lúc nào. Hoặc không khác đi theo thời điểm mà bất biến.

최고 (danh từ) : 가장 좋거나 뛰어난 것.
tốt nhất
Cái tốt hay vượt trội nhất.

이다 : 주어가 지시하는 대상의 속성이나 부류를 지정하는 뜻을 나타내는 서술격 조사.
nào là
Trợ từ vị cách thể hiện sự liệt kê các sự vật đồng thời liên kết theo quan hệ đẳng lập.

-야 : (두루낮춤으로) 어떤 사실에 대하여 서술하거나 물음을 나타내는 종결 어미.
à, ư
(cách nói hạ thấp phổ biến) Vĩ tố kết thúc câu thể hiện sự tường thuật hay hỏi về sự việc nào đó. <sự tường thuật>

최고, 최고, 오빠 최고.

최고 (danh từ) : 가장 좋거나 뛰어난 것.
tốt nhất
Cái tốt hay vượt trội nhất.

오빠 (danh từ) : 여자가 형제나 친척 형제들 중에서 자기보다 나이가 많은 남자를 이르거나 부르는 말.
anh
Từ mà phụ nữ dùng để chỉ hay gọi đàn ông nhiều tuổi hơn mình giữa anh em hay anh em bà con với nhau.

최고 (danh từ) : 가장 좋거나 뛰어난 것.
tốt nhất
Cái tốt hay vượt trội nhất.

엄마+가 최고+(이)+야, 엄마 최고.
최고야

엄마 (danh từ) : 격식을 갖추지 않아도 되는 상황에서 어머니를 이르거나 부르는 말.
mẹ, má
Từ chỉ hoặc gọi mẹ trong tình huống không trang trọng.

가 : 어떤 상태나 상황에 놓인 대상이나 동작의 주체를 나타내는 조사.
Không có từ tương ứng
Trợ từ (tiểu từ) thể hiện chủ thể của động tác hoặc đối tượng được đặt trong trạng thái hay tình huống nào đó.

최고 (danh từ) : 가장 좋거나 뛰어난 것.
tốt nhất
Cái tốt hay vượt trội nhất.

이다 : 주어가 지시하는 대상의 속성이나 부류를 지정하는 뜻을 나타내는 서술격 조사.
nào là
Trợ từ vị cách thể hiện sự liệt kê các sự vật đồng thời liên kết theo quan hệ đẳng lập.

-야 : (두루낮춤으로) 어떤 사실에 대하여 서술하거나 물음을 나타내는 종결 어미.
à, ư
(cách nói hạ thấp phổ biến) Vĩ tố kết thúc câu thể hiện sự tường thuật hay hỏi về sự việc nào đó. <sự tường thuật>

엄마 (danh từ) : 격식을 갖추지 않아도 되는 상황에서 어머니를 이르거나 부르는 말.
mẹ, má
Từ chỉ hoặc gọi mẹ trong tình huống không trang trọng.

최고 (danh từ) : 가장 좋거나 뛰어난 것.
tốt nhất
Cái tốt hay vượt trội nhất.

아빠+가 <u>최고+(이)+야</u>, 아빠 최고.
최고야

아빠 (danh từ) : 격식을 갖추지 않아도 되는 상황에서 아버지를 이르거나 부르는 말.
ba
Từ dùng để chỉ hay gọi cha trong tình huống không cần nghi thức.

가 : 어떤 상태나 상황에 놓인 대상이나 동작의 주체를 나타내는 조사.
Không có từ tương ứng
Trợ từ (tiểu từ) thể hiện chủ thể của động tác hoặc đối tượng được đặt trong trạng thái hay tình huống nào đó.

최고 (danh từ) : 가장 좋거나 뛰어난 것.
tốt nhất
Cái tốt hay vượt trội nhất.

이다 : 주어가 지시하는 대상의 속성이나 부류를 지정하는 뜻을 나타내는 서술격 조사.
nào là
Trợ từ vị cách thể hiện sự liệt kê các sự vật đồng thời liên kết theo quan hệ đẳng lập.

-야 : (두루낮춤으로) 어떤 사실에 대하여 서술하거나 물음을 나타내는 종결 어미.
à, ư
(cách nói hạ thấp phổ biến) Vĩ tố kết thúc câu thể hiện sự tường thuật hay hỏi về sự việc nào đó. <sự tường thuật>

아빠 (danh từ) : 격식을 갖추지 않아도 되는 상황에서 아버지를 이르거나 부르는 말.
ba
Từ dùng để chỉ hay gọi cha trong tình huống không cần nghi thức.

최고 (danh từ) : 가장 좋거나 뛰어난 것.
tốt nhất
Cái tốt hay vượt trội nhất.

최고, 최고, 언니 최고.

최고 (danh từ) : 가장 좋거나 뛰어난 것.
tốt nhất
Cái tốt hay vượt trội nhất.

언니 (danh từ) : 여자가 형제나 친척 형제들 중에서 자기보다 나이가 많은 여자를 이르거나 부르는 말.
chị, chị gái
Từ mà phụ nữ dùng để chỉ hay gọi người phụ nữ nhiều tuổi hơn mình giữa chị em hay chị em bà con với nhau.

최고 (danh từ) : 가장 좋거나 뛰어난 것.
tốt nhất
Cái tốt hay vượt trội nhất.

오빠+가 <u>최고+(이)+야</u>, 오빠 최고.
최고야

오빠 (danh từ) : 여자가 형제나 친척 형제들 중에서 자기보다 나이가 많은 남자를 이르거나 부르는 말.
anh
Từ mà phụ nữ dùng để chỉ hay gọi đàn ông nhiều tuổi hơn mình giữa anh em hay anh em bà con với nhau.

가 : 어떤 상태나 상황에 놓인 대상이나 동작의 주체를 나타내는 조사.
Không có từ tương ứng
Trợ từ (tiểu từ) thể hiện chủ thể của động tác hoặc đối tượng được đặt trong trạng thái hay tình huống nào đó.

최고 (danh từ) : 가장 좋거나 뛰어난 것.
tốt nhất
Cái tốt hay vượt trội nhất.

이다 : 주어가 지시하는 대상의 속성이나 부류를 지정하는 뜻을 나타내는 서술격 조사.
nào là
Trợ từ vị cách thể hiện sự liệt kê các sự vật đồng thời liên kết theo quan hệ đẳng lập.

-야 : (두루낮춤으로) 어떤 사실에 대하여 서술하거나 물음을 나타내는 종결 어미.
à, ư
(cách nói hạ thấp phổ biến) Vĩ tố kết thúc câu thể hiện sự tường thuật hay hỏi về sự việc nào đó. <sự tường thuật>

오빠 (danh từ) : 여자가 형제나 친척 형제들 중에서 자기보다 나이가 많은 남자를 이르거나 부르는 말.
anh
Từ mà phụ nữ dùng để chỉ hay gọi đàn ông nhiều tuổi hơn mình giữa anh em hay anh em bà con với nhau.

최고 (danh từ) : 가장 좋거나 뛰어난 것.
tốt nhất
Cái tốt hay vượt trội nhất.

< 9 >

어쩌라고?

나한테 어떻게 하라고?
(Bạn muốn tôi làm gì?)

[발음(sự phát âm)]

< 1 절(lời) >

가라고, 가라고, 가라고.
가라고, 가라고, 가라고.
garago, garago, garago.

보기 싫으니까 가라고, 가라고.
보기 시르니까 가라고, 가라고.
bogi sireunikka garago, garago.

알았어.
아라써.
arasseo.

나 갈게.
나 갈게.
na galge.

가란다고 진짜 가.
가란다고 진짜 가.
garandago jinjja ga.

알았어.
아라써.
arasseo.

안 갈게.
안 갈께.
an galge.

가라는데 왜 안 가?
가라는데 왜 안 가?
garaneunde wae an ga?

알았어.
아라써.
arasseo.

가면 되지.
가면 되지.
gamyeon doeji.

가라고 하면 안 가야지.
가라고 하면 안 가야지.
garago hamyeon an gayaji.

짜증 나, 짜증 나, 짜증 나.
짜증 나, 짜증 나, 짜증 나.
jjajeung na, jjajeung na, jjajeung na.

어쩌라고? 어쩌라고? 어쩌라고? 어쩌라고?
어쩌라고? 어쩌라고? 어쩌라고? 어쩌라고?
eojjeorago? eojjeorago? eojjeorago? eojjeorago?

도대체 나보고 어쩌라고?
도대체 나보고 어쩌라고?
dodaeche nabogo eojjeorago?

도대체 나보고 어쩌라고?
도대체 나보고 어쩌라고?
dodaeche nabogo eojjeorago?

도대체 나보고 어쩌라고?
도대체 나보고 어쩌라고?
dodaeche nabogo eojjeorago?

어쩌라고?
어쩌라고?
eojjeorago?

< 2 절(lời) >

왜 안 가?
왜 안 가?
wae an ga?

왜 안 가?
왜 안 가?
wae an ga?

왜 안 가?
왜 안 가?
wae an ga?

가라는데 왜 안 가?
가라는데 왜 안 가?
garaneunde wae an ga?

왜 안 가?
왜 안 가?
wae an ga?

알았어.
아라써.
arasseo.

가면 되지.
가면 되지.
gamyeon doeji.

가란다고 진짜 가.
가란다고 진짜 가.
garandago jinjja ga.

가라는데 왜 안 가?
가라는데 왜 안 가?
garaneunde wae an ga?

가도 화내.
가도 화내.
gado hwanae.

안 가도 화내.
안 가도 화내.
an gado hwanae.

짜증 나, 짜증 나, 짜증 나.
짜증 나, 짜증 나, 짜증 나.
jjajeung na, jjajeung na, jjajeung na.

어쩌라고? 어쩌라고? 어쩌라고? 어쩌라고?
어쩌라고? 어쩌라고? 어쩌라고? 어쩌라고?
eojjeorago? eojjeorago? eojjeorago? eojjeorago?

도대체 나보고 어쩌라고?
도대체 나보고 어쩌라고?
dodaeche nabogo eojjeorago?

도대체 나보고 어쩌라고?
도대체 나보고 어쩌라고?
dodaeche nabogo eojjeorago?

도대체 나보고 어쩌라고?
도대체 나보고 어쩌라고?
dodaeche nabogo eojjeorago?

어쩌라고?
어쩌라고?
eojjeorago?

가라고, 가라고, 가라고.
가라고, 가라고, 가라고.
garago, garago, garago.

보기 싫으니까 가라고, 가라고.
보기 시르니까 가라고, 가라고.
bogi sireunikka garago, garago.

알았어.
아라써
arasseo.

나 갈게.
나 갈께
na galge.

어쩌라고?
어쩌라고?
eojjeorago?

< 1 절(lời) >

가+라고, 가+라고, 가+라고.

가다 (động từ) : 한 곳에서 다른 곳으로 장소를 이동하다.
đi
Di chuyển địa điểm từ một nơi sang nơi khác.

-라고 : (두루낮춤으로) 말하는 사람의 생각이나 주장을 듣는 사람에게 강조하여 말함을 나타내는 종결 어미.
đã bảo là, đã nói là
(cách nói hạ thấp phổ biến) Vĩ tố kết thúc câu thể hiện sự nhấn mạnh chủ trương hay suy nghĩ của người nói đối với người nghe.

보+기 싫+으니까 가+라고, 가+라고.

보다 (động từ) : 눈으로 대상의 존재나 겉모습을 알다.
nhìn, ngắm, xem
Biết được sự tồn tại hay vẻ bề ngoài của đối tượng bằng mắt.

-기 : 앞의 말이 명사의 기능을 하게 하는 어미.
sự, việc
Vĩ tố làm cho từ ngữ ở trước có chức năng của danh từ.

싫다 (Tính từ) : 어떤 일을 하고 싶지 않다.
ghét
Không muốn làm việc nào đó.

-으니까 : 뒤에 오는 말에 대하여 앞에 오는 말이 원인이나 근거, 전제가 됨을 강조하여 나타내는 연결 어미.
bởi vì… nên…, tại vì… nên…
Vĩ tố liên kết thể hiện nhấn mạnh đặc biệt vế trước trở thành nguyên nhân, căn cứ hay tiền đề đối với vế sau.

가다 (động từ) : 한 곳에서 다른 곳으로 장소를 이동하다.
đi
Di chuyển địa điểm từ một nơi sang nơi khác.

-라고 : (두루낮춤으로) 말하는 사람의 생각이나 주장을 듣는 사람에게 강조하여 말함을 나타내는 종결 어미.

đã bảo là, đã nói là

(cách nói hạ thấp phổ biến) Vĩ tố kết thúc câu thể hiện sự nhấn mạnh chủ trương hay suy nghĩ của người nói đối với người nghe.

알+았+어.

알다 (động từ) : 상대방의 어떤 명령이나 요청에 대해 그대로 하겠다는 동의의 뜻을 나타내는 말.

ra điều đã hiểu, ra ý đã hiểu rồi

Từ thể hiện nghĩa đồng ý rằng sẽ làm đúng theo mệnh lệnh hay yêu cầu nào đó của đối tượng.

-았- : 어떤 사건이 과거에 완료되었거나 그 사건의 결과가 현재까지 지속되는 상황을 나타내는 어미.

đã

Vĩ tố thể hiện tình huống mà sự kiện nào đó đã hoàn thành trong quá khứ hoặc kết quả của sự kiện đó được tiếp tục đến hiện tại.

-어 : (두루낮춤으로) 어떤 사실을 서술하거나 물음, 명령, 권유를 나타내는 종결 어미.

hả?, đi, ta hãy

(cách nói hạ thấp phổ biến) Vĩ tố kết thúc câu thể hiện sự tường thuật sự việc nào đó, nghi vấn, mệnh lệnh, khuyên nhủ. <sự tường thuật>

나 가+ㄹ게.
갈게

나 (đại từ) : 말하는 사람이 친구나 아랫사람에게 자기를 가리키는 말.

tôi, mình, anh, chị...

Từ mà người nói dùng để chỉ bản thân mình khi nói với người dưới hoặc bạn bè.

가다 (động từ) : 한 곳에서 다른 곳으로 장소를 이동하다.

đi

Di chuyển địa điểm từ một nơi sang nơi khác.

-ㄹ게 : (두루낮춤으로) 말하는 사람이 어떤 행동을 할 것을 듣는 사람에게 약속하거나 의지를 나타내는 종결 어미.

sẽ

(cách nói hạ thấp phổ biến) Vĩ tố kết thúc câu thể hiện người nói cho biết hay hứa với người nghe sẽ thực hiện hành động nào đó.

가+라고 하+ㄴ다고 진짜 가+(아).
가란다고   가

가다 (động từ) : 한 곳에서 다른 곳으로 장소를 이동하다.
đi
Di chuyển địa điểm từ một nơi sang nơi khác.

-라고 : 다른 사람에게서 들은 내용을 간접적으로 전달하거나 주어의 생각, 의견 등을 나타내는 표현.
rằng, là
Cấu trúc truyền đạt gián tiếp nội dung nghe được từ người khác hoặc thể hiện suy nghĩ, ý kiến··· của chủ ngữ.

하다 (động từ) : 무엇에 대해 말하다.
Không có từ tương ứng
Nói về điều gì đó.

-ㄴ다고 : 어떤 행위의 목적, 의도를 나타내거나 어떤 상황의 이유, 원인을 나타내는 연결 어미.
để, nên
Vĩ tố liên kết thể hiện mục đích, ý đồ của hành vi nào đó hoặc nguyên nhân, lí do của tình huống nào đó.

진짜 (phó từ) : 꾸밈이나 거짓이 없이 참으로.
thực sự, quả thật, quả thực
Một cách thật sự không giả dối hay bày vẽ.

가다 (động từ) : 한 곳에서 다른 곳으로 장소를 이동하다.
đi
Di chuyển địa điểm từ một nơi sang nơi khác.

-아 : (두루낮춤으로) 어떤 사실을 서술하거나 물음, 명령, 권유를 나타내는 종결 어미.
hả?, đi, ta hãy
(cách nói hạ thấp phổ biến) Vĩ tố kết thúc câu thể hiện sự tường thuật sự việc nào đó, nghi vấn, mệnh lệnh, đề nghị. <sự tường thuật>

알+았+어.

알다 (động từ) : 상대방의 어떤 명령이나 요청에 대해 그대로 하겠다는 동의의 뜻을 나타내는 말.
ra điều đã hiểu, ra ý đã hiểu rồi
Từ thể hiện nghĩa đồng ý rằng sẽ làm đúng theo mệnh lệnh hay yêu cầu nào đó của đối tượng.

-았- : 어떤 사건이 과거에 완료되었거나 그 사건의 결과가 현재까지 지속되는 상황을 나타내는 어미.
đã
Vĩ tố thể hiện tình huống mà sự kiện nào đó đã hoàn thành trong quá khứ hoặc kết quả của sự kiện đó được tiếp tục đến hiện tại.

-어 : (두루낮춤으로) 어떤 사실을 서술하거나 물음, 명령, 권유를 나타내는 종결 어미.
hả?, đi, ta hãy
(cách nói hạ thấp phổ biến) Vĩ tố kết thúc câu thể hiện sự tường thuật sự việc nào đó, nghi vấn, mệnh lệnh, khuyên nhủ. <sự tường thuật>

안 가+ㄹ게.
갈게

안 (phó từ) : 부정이나 반대의 뜻을 나타내는 말.
không
Từ thể hiện nghĩa phủ định hay phản đối.

가다 (động từ) : 한 곳에서 다른 곳으로 장소를 이동하다.
đi
Di chuyển địa điểm từ một nơi sang nơi khác.

-ㄹ게 : (두루낮춤으로) 말하는 사람이 어떤 행동을 할 것을 듣는 사람에게 약속하거나 의지를 나타내는 종결 어미.
sẽ
(cách nói hạ thấp phổ biến) Vĩ tố kết thúc câu thể hiện người nói cho biết hay hứa với người nghe sẽ thực hiện hành động nào đó.

가+라는데 왜 안 가+(아)?
가

가다 (động từ) : 한 곳에서 다른 곳으로 장소를 이동하다.
đi
Di chuyển địa điểm từ một nơi sang nơi khác.

-라는데 : 명령이나 요청 등의 말을 전달하며 자신의 말을 이어 나타내는 표현.
bảo hãy...
Cấu trúc thể hiện sự truyền đạt lời nói như yêu cầu hay mệnh lệnh... và tiếp lời của mình.

왜 (phó từ) : 무슨 이유로. 또는 어째서.
tại sao, vì sao
Với lý do gì. Hoặc làm sao chứ.

안 (phó từ) : 부정이나 반대의 뜻을 나타내는 말.
không
Từ thể hiện nghĩa phủ định hay phản đối.

가다 (động từ) : 한 곳에서 다른 곳으로 장소를 이동하다.
đi
Di chuyển địa điểm từ một nơi sang nơi khác.

-아 : (두루낮춤으로) 어떤 사실을 서술하거나 물음, 명령, 권유를 나타내는 종결 어미.
hả?, đi, ta hãy
(cách nói hạ thấp phổ biến) Vĩ tố kết thúc câu thể hiện sự tường thuật sự việc nào đó, nghi vấn, mệnh lệnh, đề nghị. <việc hỏi>

알+았+어.

알다 (động từ) : 상대방의 어떤 명령이나 요청에 대해 그대로 하겠다는 동의의 뜻을 나타내는 말.
ra điều đã hiểu, ra ý đã hiểu rồi
Từ thể hiện nghĩa đồng ý rằng sẽ làm đúng theo mệnh lệnh hay yêu cầu nào đó của đối tượng.

-았- : 어떤 사건이 과거에 완료되었거나 그 사건의 결과가 현재까지 지속되는 상황을 나타내는 어미.
đã
Vĩ tố thể hiện tình huống mà sự kiện nào đó đã hoàn thành trong quá khứ hoặc kết quả của sự kiện đó được tiếp tục đến hiện tại.

-어 : (두루낮춤으로) 어떤 사실을 서술하거나 물음, 명령, 권유를 나타내는 종결 어미.
hả?, đi, ta hãy
(cách nói hạ thấp phổ biến) Vĩ tố kết thúc câu thể hiện sự tường thuật sự việc nào đó, nghi vấn, mệnh lệnh, khuyên nhủ. <sự tường thuật>

가+[면 되]+지.

가다 (động từ) : 한 곳에서 다른 곳으로 장소를 이동하다.
đi
Di chuyển địa điểm từ một nơi sang nơi khác.

-면 되다 : 조건이 되는 어떤 행동을 하거나 어떤 상태만 갖추어지면 문제가 없거나 충분함을 나타내는 표현.

chỉ cần... là được, ···là được, nếu··· là ổn

Cấu trúc thể hiện nếu có được trạng thái nào đó hoặc thực hiện hành động nào đó trở thành điều kiện thì sẽ đủ hoặc không có vấn đề gì.

-지 : (두루낮춤으로) 말하는 사람이 자신에 대한 이야기나 자신의 생각을 친근하게 말할 때 쓰는 종결 어미.

nhỉ?

(cách nói hạ thấp phổ biến) Vĩ tố kết thúc câu dùng khi người nói kể về mình hay suy nghĩ của mình một cách thân mật với người nghe.

가+라고 하+면 안 가+(아)야지.
가야지

가다 (động từ) : 한 곳에서 다른 곳으로 장소를 이동하다.
đi
Di chuyển địa điểm từ một nơi sang nơi khác.

-라고 : 다른 사람에게서 들은 내용을 간접적으로 전달하거나 주어의 생각, 의견 등을 나타내는 표현.
rằng, là
Cấu trúc truyền đạt gián tiếp nội dung nghe được từ người khác hoặc thể hiện suy nghĩ, ý kiến··· của chủ ngữ.

하다 (động từ) : 무엇에 대해 말하다.
Không có từ tương ứng
Nói về điều gì đó.

-면 : 뒤에 오는 말에 대한 근거나 조건이 됨을 나타내는 연결 어미.
nếu...thì
Vĩ tố liên kết thể hiện việc trở thành điều kiện hay căn cứ đối với vế sau.

안 (phó từ) : 부정이나 반대의 뜻을 나타내는 말.
không
Từ thể hiện nghĩa phủ định hay phản đối.

가다 (động từ) : 한 곳에서 다른 곳으로 장소를 이동하다.
đi
Di chuyển địa điểm từ một nơi sang nơi khác.

-아야지 : (두루낮춤으로) 듣는 사람이나 다른 사람이 어떤 일을 해야 하거나 어떤 상태여야 함을 나타내
　　　　는 종결 어미.

phải .... chứ

(cách nói hạ thấp phổ biến) Vĩ tố kết thúc câu thể hiện người nghe hay người khác phải làm việc nào đó hoặc phải là trạng thái nào đó.

짜증 나+(아), 짜증 나+(아), 짜증 나+(아).
　　나　　　　　　나　　　　　　나

짜증 (danh từ) : 마음에 들지 않아서 화를 내거나 싫은 느낌을 겉으로 드러내는 일. 또는 그런 성미.

sự nổi giận, sự nổi khùng, sự bực tức, sự bực bội

Việc để lộ ra bên ngoài cảm giác ghét hay nổi cáu vì không vừa lòng. Hoặc tính chất như vậy.

나다 (động từ) : 어떤 감정이나 느낌이 생기다.

phát

Cảm xúc hay tình cảm nào đó nảy sinh.

-아 : (두루낮춤으로) 어떤 사실을 서술하거나 물음, 명령, 권유를 나타내는 종결 어미.

hả?, đi, ta hãy

(cách nói hạ thấp phổ biến) Vĩ tố kết thúc câu thể hiện sự tường thuật sự việc nào đó, nghi vấn, mệnh lệnh, đề nghị. <sự tường thuật>

어쩌+라고? 어쩌+라고? 어쩌+라고? 어쩌+라고?

어쩌다 (động từ) : 무엇을 어떻게 하다.

làm thế nào

Làm việc gì như thế nào đó.

-라고 : (두루낮춤으로) 들은 사실을 되물으면서 확인함을 나타내는 종결 어미.

nghe nói… phải không?

(cách nói hạ thấp phổ biến) Vĩ tố kết thúc câu thể hiện việc hỏi lại, đồng thời xác nhận sự việc đã nghe.

도대체 나+보고 어쩌+라고?

도대체 (phó từ) : 아주 궁금해서 묻는 말인데.
rốt cuộc thì
Là câu hỏi vì quá tò mò.

나 (đại từ) : 말하는 사람이 친구나 아랫사람에게 자기를 가리키는 말.
tôi, mình, anh, chị...
Từ mà người nói dùng để chỉ bản thân mình khi nói với người dưới hoặc bạn bè.

보고 : 어떤 행동이 미치는 대상임을 나타내는 조사.
cho, đối với
Trợ từ thể hiện đối tượng mà hành động nào đó tác động đến.

어쩌다 (động từ) : 무엇을 어떻게 하다.
làm thế nào
Làm việc gì như thế nào đó.

-라고 : (두루낮춤으로) 들은 사실을 되물으면서 확인함을 나타내는 종결 어미.
nghe nói… phải không?
(cách nói hạ thấp phổ biến) Vĩ tố kết thúc câu thể hiện việc hỏi lại, đồng thời xác nhận sự việc đã nghe.

어쩌+라고?

어쩌다 (động từ) : 무엇을 어떻게 하다.
làm thế nào
Làm việc gì như thế nào đó.

-라고 : (두루낮춤으로) 들은 사실을 되물으면서 확인함을 나타내는 종결 어미.
nghe nói… phải không?
(cách nói hạ thấp phổ biến) Vĩ tố kết thúc câu thể hiện việc hỏi lại, đồng thời xác nhận sự việc đã nghe.

< 2 절(lời) >

왜 안 가+(아)? 왜 안 가+(아)? 왜 안 가+(아)?
　　가　　　　　가　　　　　　가

왜 (phó từ) : 무슨 이유로. 또는 어째서.
tại sao, vì sao
Với lý do gì. Hoặc làm sao chứ.

안 (phó từ) : 부정이나 반대의 뜻을 나타내는 말.
không
Từ thể hiện nghĩa phủ định hay phản đối.

가다 (động từ) : 한 곳에서 다른 곳으로 장소를 이동하다.
đi
Di chuyển địa điểm từ một nơi sang nơi khác.

-아 : (두루낮춤으로) 어떤 사실을 서술하거나 물음, 명령, 권유를 나타내는 종결 어미.
hả?, đi, ta hãy
(cách nói hạ thấp phổ biến) Vĩ tố kết thúc câu thể hiện sự tường thuật sự việc nào đó, nghi vấn, mệnh lệnh, đề nghị. <việc hỏi>

가+라는데 왜 안 가+(아)?
가

가다 (động từ) : 한 곳에서 다른 곳으로 장소를 이동하다.
đi
Di chuyển địa điểm từ một nơi sang nơi khác.

-라는데 : 명령이나 요청 등의 말을 전달하며 자신의 말을 이어 나타내는 표현.
bảo hãy...
Cấu trúc thể hiện sự truyền đạt lời nói như yêu cầu hay mệnh lệnh... và tiếp lời của mình.

왜 (phó từ) : 무슨 이유로. 또는 어째서.
tại sao, vì sao
Với lý do gì. Hoặc làm sao chứ.

안 (phó từ) : 부정이나 반대의 뜻을 나타내는 말.
không
Từ thể hiện nghĩa phủ định hay phản đối.

가다 (động từ) : 한 곳에서 다른 곳으로 장소를 이동하다.
đi
Di chuyển địa điểm từ một nơi sang nơi khác.

-아 : (두루낮춤으로) 어떤 사실을 서술하거나 물음, 명령, 권유를 나타내는 종결 어미.

hả?, đi, ta hãy

(cách nói hạ thấp phổ biến) Vĩ tố kết thúc câu thể hiện sự tường thuật sự việc nào đó, nghi vấn, mệnh lệnh, đề nghị. <việc hỏi>

왜 안 가+(아)?
가

왜 (phó từ) : 무슨 이유로. 또는 어째서.

tại sao, vì sao

Với lý do gì. Hoặc làm sao chứ.

안 (phó từ) : 부정이나 반대의 뜻을 나타내는 말.

không

Từ thể hiện nghĩa phủ định hay phản đối.

가다 (động từ) : 한 곳에서 다른 곳으로 장소를 이동하다.

đi

Di chuyển địa điểm từ một nơi sang nơi khác.

-아 : (두루낮춤으로) 어떤 사실을 서술하거나 물음, 명령, 권유를 나타내는 종결 어미.

hả?, đi, ta hãy

(cách nói hạ thấp phổ biến) Vĩ tố kết thúc câu thể hiện sự tường thuật sự việc nào đó, nghi vấn, mệnh lệnh, đề nghị. <việc hỏi>

알+았+어.

알다 (động từ) : 상대방의 어떤 명령이나 요청에 대해 그대로 하겠다는 동의의 뜻을 나타내는 말.

ra điều đã hiểu, ra ý đã hiểu rồi

Từ thể hiện nghĩa đồng ý rằng sẽ làm đúng theo mệnh lệnh hay yêu cầu nào đó của đối tượng.

-았- : 어떤 사건이 과거에 완료되었거나 그 사건의 결과가 현재까지 지속되는 상황을 나타내는 어미.

đã

Vĩ tố thể hiện tình huống mà sự kiện nào đó đã hoàn thành trong quá khứ hoặc kết quả của sự kiện đó được tiếp tục đến hiện tại.

-어 : (두루낮춤으로) 어떤 사실을 서술하거나 물음, 명령, 권유를 나타내는 종결 어미.

hả?, đi, ta hãy

(cách nói hạ thấp phổ biến) Vĩ tố kết thúc câu thể hiện sự tường thuật sự việc nào đó, nghi vấn, mệnh lệnh, khuyên nhủ. <sự tường thuật>

가+[면 되]+지.

가다 (**động từ**) : 한 곳에서 다른 곳으로 장소를 이동하다.

đi

Di chuyển địa điểm từ một nơi sang nơi khác.

-면 되다 : 조건이 되는 어떤 행동을 하거나 어떤 상태만 갖추어지면 문제가 없거나 충분함을 나타내는 표현.

chỉ cần... là được, ···là được, nếu··· là ổn

Cấu trúc thể hiện nếu có được trạng thái nào đó hoặc thực hiện hành động nào đó trở thành điều kiện thì sẽ đủ hoặc không có vấn đề gì.

-지 : (두루낮춤으로) 말하는 사람이 자신에 대한 이야기나 자신의 생각을 친근하게 말할 때 쓰는 종결 어미.

nhỉ?

(cách nói hạ thấp phổ biến) Vĩ tố kết thúc câu dùng khi người nói kể về mình hay suy nghĩ của mình một cách thân mật với người nghe.

가+라고 하+ㄴ다고 진짜 가+(아).
가란다고   가

가다 (**động từ**) : 한 곳에서 다른 곳으로 장소를 이동하다.

đi

Di chuyển địa điểm từ một nơi sang nơi khác.

-라고 : 다른 사람에게서 들은 내용을 간접적으로 전달하거나 주어의 생각, 의견 등을 나타내는 표현.

rằng, là

Cấu trúc truyền đạt gián tiếp nội dung nghe được từ người khác hoặc thể hiện suy nghĩ, ý kiến··· của chủ ngữ.

하다 (**động từ**) : 무엇에 대해 말하다.

Không có từ tương ứng

Nói về điều gì đó.

-ㄴ다고 : 어떤 행위의 목적, 의도를 나타내거나 어떤 상황의 이유, 원인을 나타내는 연결 어미.
để, nên
Vĩ tố liên kết thể hiện mục đích, ý đồ của hành vi nào đó hoặc nguyên nhân, lí do của tình huống nào đó.

진짜 (phó từ) : 꾸밈이나 거짓이 없이 참으로.
thực sự, quả thật, quả thực
Một cách thật sự không giả dối hay bày vẽ.

가다 (động từ) : 한 곳에서 다른 곳으로 장소를 이동하다.
đi
Di chuyển địa điểm từ một nơi sang nơi khác.

-아 : (두루낮춤으로) 어떤 사실을 서술하거나 물음, 명령, 권유를 나타내는 종결 어미.
hả?, đi, ta hãy
(cách nói hạ thấp phổ biến) Vĩ tố kết thúc câu thể hiện sự tường thuật sự việc nào đó, nghi vấn, mệnh lệnh, đề nghị. <sự tường thuật>

가+라는데 왜 안 가+(아)?
가

가다 (động từ) : 한 곳에서 다른 곳으로 장소를 이동하다.
đi
Di chuyển địa điểm từ một nơi sang nơi khác.

-라는데 : 명령이나 요청 등의 말을 전달하며 자신의 말을 이어 나타내는 표현.
bảo hãy...
Cấu trúc thể hiện sự truyền đạt lời nói như yêu cầu hay mệnh lệnh... và tiếp lời của mình.

왜 (phó từ) : 무슨 이유로. 또는 어째서.
tại sao, vì sao
Với lý do gì. Hoặc làm sao chứ.

안 (phó từ) : 부정이나 반대의 뜻을 나타내는 말.
không
Từ thể hiện nghĩa phủ định hay phản đối.

가다 (động từ) : 한 곳에서 다른 곳으로 장소를 이동하다.
đi
Di chuyển địa điểm từ một nơi sang nơi khác.

-아 : (두루낮춤으로) 어떤 사실을 서술하거나 물음, 명령, 권유를 나타내는 종결 어미.
hả?, đi, ta hãy
(cách nói hạ thấp phổ biến) Vĩ tố kết thúc câu thể hiện sự tường thuật sự việc nào đó, nghi vấn, mệnh lệnh, đề nghị. <việc hỏi>

가+(아)도 화내+(어).
가도   화내

가다 (động từ) : 한 곳에서 다른 곳으로 장소를 이동하다.
đi
Di chuyển địa điểm từ một nơi sang nơi khác.

-아도 : 앞에 오는 말을 가정하거나 인정하지만 뒤에 오는 말에는 관계가 없거나 영향을 끼치지 않음을
          나타내는 연결 어미.
cho dù, mặc dù... cũng...
Vĩ tố kết thúc câu thể hiện dù giả định hay công nhận vế trước nhưng không có liên quan hoặc không ảnh hưởng đến vế sau.

화내다 (động từ) : 몹시 기분이 상해 노여워하는 감정을 드러내다.
nổi giận
Tâm trạng hết sức bị tổn thương nên thể hiện tình cảm giận dữ.

-어 : (두루낮춤으로) 어떤 사실을 서술하거나 물음, 명령, 권유를 나타내는 종결 어미.
hả?, đi, ta hãy
(cách nói hạ thấp phổ biến) Vĩ tố kết thúc câu thể hiện sự tường thuật sự việc nào đó, nghi vấn, mệnh lệnh, khuyên nhủ. <sự tường thuật>

안 가+(아)도 화내+(어).
가도   화내

안 (phó từ) : 부정이나 반대의 뜻을 나타내는 말.
không
Từ thể hiện nghĩa phủ định hay phản đối.

가다 (động từ) : 한 곳에서 다른 곳으로 장소를 이동하다.
đi
Di chuyển địa điểm từ một nơi sang nơi khác.

-아도 : 앞에 오는 말을 가정하거나 인정하지만 뒤에 오는 말에는 관계가 없거나 영향을 끼치지 않음을 나타내는 연결 어미.
cho dù, mặc dù... cũng...
Vĩ tố kết thúc câu thể hiện dù giả định hay công nhận vế trước nhưng không có liên quan hoặc không ảnh hưởng đến vế sau.

화내다 (động từ) : 몹시 기분이 상해 노여워하는 감정을 드러내다.
nổi giận
Tâm trạng hết sức bị tổn thương nên thể hiện tình cảm giận dữ.

-어 : (두루낮춤으로) 어떤 사실을 서술하거나 물음, 명령, 권유를 나타내는 종결 어미.
hả?, đi, ta hãy
(cách nói hạ thấp phổ biến) Vĩ tố kết thúc câu thể hiện sự tường thuật sự việc nào đó, nghi vấn, mệnh lệnh, khuyên nhủ. <sự tường thuật>

짜증 나+(아), 짜증 나+(아), 짜증 나+(아).
나   나   나

짜증 (danh từ) : 마음에 들지 않아서 화를 내거나 싫은 느낌을 겉으로 드러내는 일. 또는 그런 성미.
sự nổi giận, sự nổi khùng, sự bực tức, sự bực bội
Việc để lộ ra bên ngoài cảm giác ghét hay nổi cáu vì không vừa lòng. Hoặc tính chất như vậy.

나다 (động từ) : 어떤 감정이나 느낌이 생기다.
phát
Cảm xúc hay tình cảm nào đó nảy sinh.

-아 : (두루낮춤으로) 어떤 사실을 서술하거나 물음, 명령, 권유를 나타내는 종결 어미.
hả?, đi, ta hãy
(cách nói hạ thấp phổ biến) Vĩ tố kết thúc câu thể hiện sự tường thuật sự việc nào đó, nghi vấn, mệnh lệnh, đề nghị. <sự tường thuật>

어쩌+라고? 어쩌+라고? 어쩌+라고? 어쩌+라고?

어쩌다 (động từ) : 무엇을 어떻게 하다.
làm thế nào
Làm việc gì như thế nào đó.

-라고 : (두루낮춤으로) 들은 사실을 되물으면서 확인함을 나타내는 종결 어미.
nghe nói··· phải không?
(cách nói hạ thấp phổ biến) Vĩ tố kết thúc câu thể hiện việc hỏi lại, đồng thời xác nhận sự việc đã nghe.

도대체 나+보고 어쩌+라고?

도대체 (phó từ) : 아주 궁금해서 묻는 말인데.
rốt cuộc thì
Là câu hỏi vì quá tò mò.

나 (đại từ) : 말하는 사람이 친구나 아랫사람에게 자기를 가리키는 말.
tôi, mình, anh, chị...
Từ mà người nói dùng để chỉ bản thân mình khi nói với người dưới hoặc bạn bè.

보고 : 어떤 행동이 미치는 대상임을 나타내는 조사.
cho, đối với
Trợ từ thể hiện đối tượng mà hành động nào đó tác động đến.

어쩌다 (động từ) : 무엇을 어떻게 하다.
làm thế nào
Làm việc gì như thế nào đó.

-라고 : (두루낮춤으로) 들은 사실을 되물으면서 확인함을 나타내는 종결 어미.
nghe nói··· phải không?
(cách nói hạ thấp phổ biến) Vĩ tố kết thúc câu thể hiện việc hỏi lại, đồng thời xác nhận sự việc đã nghe.

어쩌+라고?

어쩌다 (động từ) : 무엇을 어떻게 하다.
làm thế nào
Làm việc gì như thế nào đó.

-라고 : (두루낮춤으로) 들은 사실을 되물으면서 확인함을 나타내는 종결 어미.
nghe nói··· phải không?
(cách nói hạ thấp phổ biến) Vĩ tố kết thúc câu thể hiện việc hỏi lại, đồng thời xác nhận sự việc đã nghe.

가+라고, 가+라고, 가+라고.

가다 (động từ) : 한 곳에서 다른 곳으로 장소를 이동하다.
đi
Di chuyển địa điểm từ một nơi sang nơi khác.

-라고 : (두루낮춤으로) 말하는 사람의 생각이나 주장을 듣는 사람에게 강조하여 말함을 나타내는 종결 어미.
đã bảo là, đã nói là
(cách nói hạ thấp phổ biến) Vĩ tố kết thúc câu thể hiện sự nhấn mạnh chủ trương hay suy nghĩ của người nói đối với người nghe.

보+기 싫+으니까 가+라고, 가+라고.

보다 (động từ) : 눈으로 대상의 존재나 겉모습을 알다.
nhìn, ngắm, xem
Biết được sự tồn tại hay vẻ bề ngoài của đối tượng bằng mắt.

-기 : 앞의 말이 명사의 기능을 하게 하는 어미.
sự, việc
Vĩ tố làm cho từ ngữ ở trước có chức năng của danh từ.

싫다 (Tính từ) : 어떤 일을 하고 싶지 않다.
ghét
Không muốn làm việc nào đó.

-으니까 : 뒤에 오는 말에 대하여 앞에 오는 말이 원인이나 근거, 전제가 됨을 강조하여 나타내는 연결 어미.
bởi vì… nên…, tại vì… nên…
Vĩ tố liên kết thể hiện nhấn mạnh đặc biệt vế trước trở thành nguyên nhân, căn cứ hay tiền đề đối với vế sau.

가다 (động từ) : 한 곳에서 다른 곳으로 장소를 이동하다.
đi
Di chuyển địa điểm từ một nơi sang nơi khác.

-라고 : (두루낮춤으로) 말하는 사람의 생각이나 주장을 듣는 사람에게 강조하여 말함을 나타내는 종결 어미.
đã bảo là, đã nói là
(cách nói hạ thấp phổ biến) Vĩ tố kết thúc câu thể hiện sự nhấn mạnh chủ trương hay suy nghĩ của người nói đối với người nghe.

알+았+어.

알다 (động từ) : 상대방의 어떤 명령이나 요청에 대해 그대로 하겠다는 동의의 뜻을 나타내는 말.
ra điều đã hiểu, ra ý đã hiểu rồi
Từ thể hiện nghĩa đồng ý rằng sẽ làm đúng theo mệnh lệnh hay yêu cầu nào đó của đối tượng.

-았- : 어떤 사건이 과거에 완료되었거나 그 사건의 결과가 현재까지 지속되는 상황을 나타내는 어미.
đã
Vĩ tố thể hiện tình huống mà sự kiện nào đó đã hoàn thành trong quá khứ hoặc kết quả của sự kiện đó được tiếp tục đến hiện tại.

-어 : (두루낮춤으로) 어떤 사실을 서술하거나 물음, 명령, 권유를 나타내는 종결 어미.
hả?, đi, ta hãy
(cách nói hạ thấp phổ biến) Vĩ tố kết thúc câu thể hiện sự tường thuật sự việc nào đó, nghi vấn, mệnh lệnh, khuyên nhủ. <sự tường thuật>

나 가+ㄹ게.
갈게

나 (đại từ) : 말하는 사람이 친구나 아랫사람에게 자기를 가리키는 말.
tôi, mình, anh, chị...
Từ mà người nói dùng để chỉ bản thân mình khi nói với người dưới hoặc bạn bè.

가다 (động từ) : 한 곳에서 다른 곳으로 장소를 이동하다.
đi
Di chuyển địa điểm từ một nơi sang nơi khác.

-ㄹ게 : (두루낮춤으로) 말하는 사람이 어떤 행동을 할 것을 듣는 사람에게 약속하거나 의지를 나타내는 종결 어미.
sẽ
(cách nói hạ thấp phổ biến) Vĩ tố kết thúc câu thể hiện người nói cho biết hay hứa với người nghe sẽ thực hiện hành động nào đó.

어쩌+라고?

어쩌다 (động từ) : 무엇을 어떻게 하다.
làm thế nào
Làm việc gì như thế nào đó.

-라고 : (두루낮춤으로) 들은 사실을 되물으면서 확인함을 나타내는 종결 어미.
nghe nói… phải không?
(cách nói hạ thấp phổ biến) Vĩ tố kết thúc câu thể hiện việc hỏi lại, đồng thời xác nhận sự việc đã nghe.

< 10 >

궁금해

나는 궁금해.
(Tôi tự hỏi.)

[발음(sự phát âm)]

< 1 절(lời) >

파도처럼 내 맘속으로 밀려 오다 바람처럼 흔적 없이 사라져.
파도처럼 내 맘소그로 밀려 오다 바람처럼 흔적 업씨 사라저.
padocheoreom nae mamsogeuro millyeooda baramcheoreom heunjeok eopsi sarajeo.

파도는 멈출 수가 없는 거니?
파도는 멈출 쑤가 엄는 거니?
padoneun meomchul suga eomneun geoni?

바람은 머물 수가 없는 거니?
바라믄 머물 쑤가 엄는 거니?
barameun meomul suga eomneun geoni?

피어나는 내 맘이 시들지 않게 그치지 않는 세찬 비를 뿌려줘.
피어나는 내 마미 시들지 안케 그치지 안는 세찬 비를 뿌려줘.
pieonaneun nae mami sideulji anke geuchiji anneun sechan bireul ppuryeojwo.

어떤 사람인지 궁금해.
어떤 사라민지 궁금해.
eotteon saraminji gunggeumhae.

너의 그 향기가 궁금해.
너에 그 향기가 궁금해.
neoe geu hyanggiga gunggeumhae.

어떤 사랑일지 너의 그 느낌이.
어떤 사랑일찌 너에 그 느끼미.
eotteon sarangilji neoe geu neukkimi.

궁금해, 궁금해, 궁금해, 궁금해, 궁금해.
궁금해, 궁금해, 궁금해, 궁금해, 궁금해.
gunggeumhae, gunggeumhae, gunggeumhae, gunggeumhae, gunggeumhae.

< 2 절(lời) >

감미로운 미소로 눈을 맞추면서 고개만 끄덕이다 말없이 사라져.
감미로운 미소로 누늘 맏추면서 고개만 끄더기다 마럽씨 사라저.
gammiroun misoro nuneul matchumyeonseo gogaeman kkeudeogida mareopsi sarajeo.

파도처럼 밀려드는 사랑이 보여.
파도처럼 밀려드는 사랑이 보여.
padocheoreom millyeodeuneun sarangi boyeo.

바람처럼 스치는 사랑이 느껴져.
바람처럼 스치는 사랑이 느껴저.
baramcheoreom seuchineun sarangi neukkyeojeo.

타오르는 열정이 꺼지지 않게 폭풍이 되어 내게 다가와 줘.
타오르는 열쩡이 꺼지지 안케 폭풍이 되어 내게 다가와 줘.
taoreuneun yeoljeongi kkeojiji anke pokpungi doeeo naege dagawa jwo.

어떤 사람인지 궁금해.
어떤 사라민지 궁금해.
eotteon saraminji gunggeumhae.

너의 그 향기가 궁금해.
너에 그 향기가 궁금해.
neoe geu hyanggiga gunggeumhae.

어떤 사랑일지 너의 그 느낌이.
어떤 사랑일찌 너에 그 느끼미.
eotteon sarangilji neoe geu neukkimi.

궁금해, 궁금해, 궁금해, 궁금해, 궁금해.
궁금해, 궁금해, 궁금해, 궁금해, 궁금해.
gunggeumhae, gunggeumhae, gunggeumhae, gunggeumhae, gunggeumhae.

< 3 절(lời) >

바람을 붙잡을 수 없더라도.
바라믈 붙짜블 쑤 업떠라도.
barameul butjabeul su eopdeorado.

파도가 비에 젖지 않더라도.
파도가 비에 젇찌 안터라도.
padoga bie jeotji anteorado.

내일은 가슴이 아프더라도.
내이른 가스미 아프더라도.
naeireun gaseumi apeudeorado.

미련과 후회만 남더라도.
미련과 후회만 남더라도.
miryeongwa huhoeman namdeorado.

어떤 사람인지 궁금해.
어떤 사라민지 궁금해.
eotteon saraminji gunggeumhae.

너의 그 향기가 궁금해.
너에 그 향기가 궁금해.
neoe geu hyanggiga gunggeumhae.

어떤 사랑일지 너의 그 느낌이.
어떤 사랑일찌 너에 그 느끼미.
eotteon sarangilji neoe geu neukkimi.

궁금해, 궁금해, 궁금해, 궁금해, 궁금해.
궁금해, 궁금해, 궁금해, 궁금해, 궁금해.
gunggeumhae, gunggeumhae, gunggeumhae, gunggeumhae, gunggeumhae.

< 1 절(lời) >

파도+처럼 <u>나</u>+의 맘속+으로 <u>밀리</u>+[<u>어 오</u>]+다
내   밀려 오다

파도 (danh từ) : 바다에 이는 물결.
sóng biển
Gợn nước nổi dậy ở biển.

처럼 : 모양이나 정도가 서로 비슷하거나 같음을 나타내는 조사.
như
Trợ từ thể hiện hình dáng hay mức độ tương tự hay giống nhau.

나 (đại từ) : 말하는 사람이 친구나 아랫사람에게 자기를 가리키는 말.
tôi, mình, anh, chị...
Từ mà người nói dùng để chỉ bản thân mình khi nói với người dưới hoặc bạn bè.

의 : 앞의 말이 뒤의 말에 대하여 소유, 소속, 소재, 관계, 기원, 주체의 관계를 가짐을 나타내는 조사.
của
Trợ từ thể hiện từ ngữ phía trước có quan hệ về sở hữu, nơi trực thuộc, chất liệu, quan hệ, nguồn gốc, chủ thể đối với từ ngữ phía sau.

맘속 (danh từ) : 마음의 깊은 곳.
đáy lòng
Nơi sâu thẳm trong lòng.

으로 : 움직임의 방향을 나타내는 조사.
sang
Trợ từ thể hiện phương hướng của sự di chuyển.

밀리다 (động từ) : 방향의 반대쪽에서 힘이 가해져서 움직여지다.
bị đẩy, bị xô
Sức mạnh được tăng thêm và dịch chuyển từ phía đối diện của phương hướng.

-어 오다 : 앞의 말이 나타내는 행동이나 상태가 어떤 기준점으로 가까워지면서 계속 진행됨을 나타내는 표현.
đang dần, đang
Cấu trúc thể hiện hành động hay trạng thái mà từ ngữ phía trước thể hiện trở nên gần điểm chuẩn nào đó đồng thời tiếp tục được tiến hành.

-다 : 어떤 행동이나 상태 등이 중단되고 다른 행동이나 상태로 바뀜을 나타내는 연결 어미.

đang… thì…

Vĩ tố liên kết thể hiện hành động hay trạng thái nào đó bị đứt đoạn và được chuyển sang hành động hay trạng thái khác.

바람+처럼 흔적 없이 사라지+어.
사라져

바람 (danh từ) : 기압의 변화 또는 사람이나 기계에 의해 일어나는 공기의 움직임.

gió

Sự chuyển động của không khí xảy ra do sự biến đổi của áp suất không khí, con người hay máy móc.

처럼 : 모양이나 정도가 서로 비슷하거나 같음을 나타내는 조사.

như

Trợ từ thể hiện hình dáng hay mức độ tương tự hay giống nhau.

흔적 (danh từ) : 사물이나 현상이 없어지거나 지나간 뒤에 남겨진 것.

dấu vết, vết tích

Cái còn lại sau khi sự vật hay hiện tượng mất đi hoặc trôi qua.

없이 (phó từ) : 사람, 사물, 현상 등이 어떤 곳에 자리나 공간을 차지하고 존재하지 않게.

không, không có

Con người, sự vật, hiện tượng... không chiếm vị trí hay không gian và không tồn tại ở nơi nào đó.

사라지다 (động từ) : 어떤 현상이나 물체의 자취 등이 없어지다.

biến mất, mất hút

Vết tích... của hiện tượng hay vật thể nào đó không còn.

-어 : (두루낮춤으로) 어떤 사실을 서술하거나 물음, 명령, 권유를 나타내는 종결 어미.

hả?, đi, ta hãy

(cách nói hạ thấp phổ biến) Vĩ tố kết thúc câu thể hiện sự tường thuật sự việc nào đó, nghi vấn, mệnh lệnh, khuyên nhủ. <sự tường thuật>

파도+는 멈추+[ㄹ 수가 없]+[는 거]+(이)+니?
멈출 수가 없는 거니

파도 (danh từ) : 바다에 이는 물결.
sóng biển
Gợn nước nổi dậy ở biển.

는 : 문장 속에서 어떤 대상이 화제임을 나타내는 조사.
Không có từ tương ứng
Trợ từ (tiểu từ) thể hiện việc đối tượng nào đó là chủ đề câu chuyện trong câu.

멈추다 (động từ) : 동작이나 상태가 계속되지 않다.
dừng
Động tác hay hay trạng thái không được tiếp tục.

-ㄹ 수가 없다 : 앞에 오는 말이 나타내는 일이 가능하지 않음을 나타내는 표현.
không thể
Cấu trúc thể hiện việc mà từ ngữ phía trước diễn đạt không có khả năng xảy ra.

-는 거 : 명사가 아닌 것을 문장에서 명사처럼 쓰이게 하거나 '이다' 앞에 쓰일 수 있게 할 때 쓰는 표현.
cái, thứ, điều, việc
Cấu trúc dùng khi làm cho yếu tố không phải là danh từ được dùng như danh từ trong câu, hoặc làm cho có thể được dùng trước "이다".

이다 : 주어가 지시하는 대상의 속성이나 부류를 지정하는 뜻을 나타내는 서술격 조사.
nào là
Trợ từ vị cách thể hiện sự liệt kê các sự vật đồng thời liên kết theo quan hệ đẳng lập.

-니 : (아주낮춤으로) 물음을 나타내는 종결 어미.
…hả?
(cách nói rất hạ thấp) Vĩ tố kết thúc câu thể hiện câu hỏi.

바람+은 머물+[(ㄹ) 수가 없]+[는 거]+(이)+니?
머물 수가 없는 거니

바람 (danh từ) : 기압의 변화 또는 사람이나 기계에 의해 일어나는 공기의 움직임.
gió
Sự chuyển động của không khí xảy ra do sự biến đổi của áp suất không khí, con người hay máy móc.

은 : 문장 속에서 어떤 대상이 화제임을 나타내는 조사.
Không có từ tương ứng
Trợ từ (tiểu từ) thể hiện việc đối tượng nào đó là chủ đề câu chuyện trong câu.

머물다 (động từ) : 도중에 멈추거나 일시적으로 어떤 곳에 묵다.
dừng chân, nghỉ chân
Dừng lại giữa chừng hoặc nhất thời ở tại nơi nào đó.

-ㄹ 수가 없다 : 앞에 오는 말이 나타내는 일이 가능하지 않음을 나타내는 표현.
không thể
Cấu trúc thể hiện việc mà từ ngữ phía trước diễn đạt không có khả năng xảy ra.

-는 거 : 명사가 아닌 것을 문장에서 명사처럼 쓰이게 하거나 '이다' 앞에 쓰일 수 있게 할 때 쓰는 표현.
cái, thứ, điều, việc
Cấu trúc dùng khi làm cho yếu tố không phải là danh từ được dùng như danh từ trong câu, hoặc làm cho có thể được dùng trước "이다".

이다 : 주어가 지시하는 대상의 속성이나 부류를 지정하는 뜻을 나타내는 서술격 조사.
nào là
Trợ từ vị cách thể hiện sự liệt kê các sự vật đồng thời liên kết theo quan hệ đẳng lập.

-니 : (아주낮춤으로) 물음을 나타내는 종결 어미.
···hả?
(cách nói rất hạ thấp) Vĩ tố kết thúc câu thể hiện câu hỏi.

피어나+는 나+의 맘+이 시들+[지 않]+게
내

피어나다 (động từ) : 어떤 느낌이나 생각 등이 일어나다.
bừng lên, trỗi dậy, phát ra
Cảm giác hay suy nghĩ nào đó xuất hiện.

-는 : 앞의 말이 관형어의 기능을 하게 만들고 사건이나 동작이 현재 일어남을 나타내는 어미.
mà
Vĩ tố làm cho từ ngữ phía trước có chức năng định ngữ và thể hiện sự kiện hay động tác xảy ra ở hiện tại.

나 (đại từ) : 말하는 사람이 친구나 아랫사람에게 자기를 가리키는 말.
tôi, mình, anh, chị...
Từ mà người nói dùng để chỉ bản thân mình khi nói với người dưới hoặc bạn bè.

의 : 앞의 말이 뒤의 말에 대하여 소유, 소속, 소재, 관계, 기원, 주체의 관계를 가짐을 나타내는 조사.
của
Trợ từ thể hiện từ ngữ phía trước có quan hệ về sở hữu, nơi trực thuộc, chất liệu, quan hệ, nguồn gốc, chủ thể đối với từ ngữ phía sau.

맘 (danh từ) : 좋아하는 마음이나 관심.
tấm lòng, cái tâm
Tấm lòng yêu thích hay sự quan tâm.

이 : 어떤 상태나 상황의 대상이나 동작의 주체를 나타내는 조사.
Không có từ tương ứng
Trợ từ (tiểu từ) thể hiện chủ thể của động tác hoặc đối tượng của trạng thái hay tình huống nào đó.

시들다 (động từ) : 어떤 일에 대한 관심이나 기세가 이전보다 줄어들다.
héo mòn, nguội lạnh, lắng dịu
Sự quan tâm hay khí thế đối với việc nào đó bị giảm đi so với trước.

-지 않다 : 앞의 말이 나타내는 행위나 상태를 부정하는 뜻을 나타내는 표현.
không, chẳng
Cấu trúc thể hiện nghĩa phủ định trạng thái hay hành vi mà từ ngữ phía trước diễn đạt.

-게 : 앞의 말이 뒤에서 가리키는 일의 목적이나 결과, 방식, 정도 등이 됨을 나타내는 연결 어미.
để, nhằm
Vĩ tố liên kết thể hiện vế trước trở thành mục đích hay kết quả, phương thức, mức độ của sự việc chỉ ra ở sau.

그치+[지 않]+는 세차+ㄴ 비+를 뿌리+[어 주]+어.
　　　　　　　세찬　　　　　　　뿌려 줘

그치다 (động từ) : 계속되던 일, 움직임, 현상 등이 계속되지 않고 멈추다.
dừng, ngừng, hết, tạnh
Hiện tượng, chuyển động, sự việc vốn đang diễn ra không còn tiếp tục nữa mà dừng lại.

-지 않다 : 앞의 말이 나타내는 행위나 상태를 부정하는 뜻을 나타내는 표현.
không, chẳng
Cấu trúc thể hiện nghĩa phủ định trạng thái hay hành vi mà từ ngữ phía trước diễn đạt.

-는 : 앞의 말이 관형어의 기능을 하게 만들고 사건이나 동작이 현재 일어남을 나타내는 어미.
mà
Vĩ tố làm cho từ ngữ phía trước có chức năng định ngữ và thể hiện sự kiện hay động tác xảy ra ở hiện tại.

세차다 (Tính từ) : 기운이나 일이 되어가는 형편 등이 힘 있고 거세다.
dữ dội, mạnh liệt
Khí thế hay tình hình công việc đang tiến triển... có sức mạnh và mạnh mẽ.

-ㄴ : 앞의 말이 관형어의 기능을 하게 만들고 현재의 상태를 나타내는 어미.

mà

Vĩ tố khiến cho từ ngữ phía trước có chức năng định ngữ và thể hiện sự kiện hay động tác được hoàn thành thì trạng thái đó vẫn đang được duy trì.

비 (danh từ) : 높은 곳에서 구름을 이루고 있던 수증기가 식어서 뭉쳐 떨어지는 물방울.

hạt mưa

Giọt nước rơi từ trên cao do hơi nước tạo thành mây, nguội đi ngưng tụ lại.

를 : 동작이 직접적으로 영향을 미치는 대상을 나타내는 조사.

Không có từ tương ứng

Trợ từ (tiểu từ) thể hiện đối tượng mà động tác gây ảnh hưởng trực tiếp.

뿌리다 (động từ) : 눈이나 비 등이 날려 떨어지다. 또는 떨어지게 하다.

rơi, làm rơi

Mưa hay tuyết... bay rơi xuống. Hoặc làm rơi xuống.

-어 주다 : 남을 위해 앞의 말이 나타내는 행동을 함을 나타내는 표현.

giúp, hộ, giùm

Cấu trúc thể hiện việc thực hiện hành động mà từ ngữ phía trước thể hiện vì người khác.

-어 : (두루낮춤으로) 어떤 사실을 서술하거나 물음, 명령, 권유를 나타내는 종결 어미.

hả?, đi, ta hãy

(cách nói hạ thấp phổ biến) Vĩ tố kết thúc câu thể hiện sự tường thuật sự việc nào đó, nghi vấn, mệnh lệnh, khuyên nhủ. <sự ra lệnh>

어떤 사람+이+ㄴ지 궁금하+여.
사람인지   궁금해

어떤 (định từ) : 사람이나 사물의 특징, 내용, 성격, 성질, 모양 등이 무엇인지 물을 때 쓰는 말.

như thế nào

Từ dùng khi hỏi về đặc trưng, nội dung, tính cách, tính chất, hình dáng... của con người hay sự vật là gì.

사람 (danh từ) : 생각할 수 있으며 언어와 도구를 만들어 사용하고 사회를 이루어 사는 존재.

con người

Thực thể có thể suy nghĩ, làm ra ngôn ngữ và công cụ, sống tạo nên xã hội.

이다 : 주어가 지시하는 대상의 속성이나 부류를 지정하는 뜻을 나타내는 서술격 조사.

nào là

Trợ từ vị cách thể hiện sự liệt kê các sự vật đồng thời liên kết theo quan hệ đẳng lập.

-ㄴ지 : 뒤에 오는 말의 내용에 대한 막연한 이유나 판단을 나타내는 연결 어미.
nên
Vĩ tố liên kết thể hiện lí do hay phán đoán mặc nhiên về nội dung của lời nói ở sau.

궁금하다 (Tính từ) : 무엇이 무척 알고 싶다.
tò mò
Rất muốn biết điều gì đó.

-여 : (두루낮춤으로) 어떤 사실을 서술하거나 물음, 명령, 권유를 나타내는 종결 어미.
hả?, đi, ta hãy
(cách nói hạ thấp phổ biến) Vĩ tố kết thúc câu thể hiện sự tường thuật sự việc nào đó, nghi vấn, mệnh lệnh, đề nghị. <sự tường thuật>

너+의 그 향기+가 궁금하+여.
궁금해

너 (đại từ) : 듣는 사람이 친구나 아랫사람일 때, 그 사람을 가리키는 말.
bạn, cậu, mày
Từ chỉ người nghe khi người đó là bạn bè hay người dưới.

의 : 앞의 말이 뒤의 말에 대하여 소유, 소속, 소재, 관계, 기원, 주체의 관계를 가짐을 나타내는 조사.
của
Trợ từ thể hiện từ ngữ phía trước có quan hệ về sở hữu, nơi trực thuộc, chất liệu, quan hệ, nguồn gốc, chủ thể đối với từ ngữ phía sau.

그 (định từ) : 듣는 사람에게 가까이 있거나 듣는 사람이 생각하고 있는 대상을 가리킬 때 쓰는 말.
đó, đấy
Từ dùng khi chỉ đối tượng ở gần với người nghe hay đối tượng mà người nghe đang nghĩ đến.

향기 (danh từ) : 좋은 냄새.
mùi thơm, hương khí
Mùi thơm.

가 : 어떤 상태나 상황에 놓인 대상이나 동작의 주체를 나타내는 조사.
Không có từ tương ứng
Trợ từ (tiểu từ) thể hiện chủ thể của động tác hoặc đối tượng được đặt trong trạng thái hay tình huống nào đó.

궁금하다 (Tính từ) : 무엇이 무척 알고 싶다.
tò mò
Rất muốn biết điều gì đó.

-여 : (두루낮춤으로) 어떤 사실을 서술하거나 물음, 명령, 권유를 나타내는 종결 어미.
hả?, đi, ta hãy
(cách nói hạ thấp phổ biến) Vĩ tố kết thúc câu thể hiện sự tường thuật sự việc nào đó, nghi vấn, mệnh lệnh, đề nghị. <sự tường thuật>

어떤 <u>사랑+이+ㄹ지</u> 너+의 그 느낌+이.
사랑일지

어떤 (định từ) : 사람이나 사물의 특징, 내용, 성격, 성질, 모양 등이 무엇인지 물을 때 쓰는 말.
như thế nào
Từ dùng khi hỏi về đặc trưng, nội dung, tính cách, tính chất, hình dáng... của con người hay sự vật là gì.

사랑 (danh từ) : 상대에게 성적으로 매력을 느껴 열렬히 좋아하는 마음.
tình yêu
Sự cảm thấy hấp dẫn về tình dục và thích mãnh liệt đối tượng.

이다 : 주어가 지시하는 대상의 속성이나 부류를 지정하는 뜻을 나타내는 서술격 조사.
nào là
Trợ từ vị cách thể hiện sự liệt kê các sự vật đồng thời liên kết theo quan hệ đẳng lập.

-ㄹ지 : 어떠한 추측에 대한 막연한 의문을 갖고 그것을 뒤에 오는 말이 나타내는 사실이나 판단과 관련시킬 때 쓰는 연결 어미.
chẳng biết
Vĩ tố liên kết dùng khi nghi vấn mơ hồ về sự suy đoán nào đó rồi liên hệ tới sự việc hay phán đoán mà vế sau thể hiện.

너 (đại từ) : 듣는 사람이 친구나 아랫사람일 때, 그 사람을 가리키는 말.
bạn, cậu, mày
Từ chỉ người nghe khi người đó là bạn bè hay người dưới.

의 : 앞의 말이 뒤의 말에 대하여 소유, 소속, 소재, 관계, 기원, 주체의 관계를 가짐을 나타내는 조사.
của
Trợ từ thể hiện từ ngữ phía trước có quan hệ về sở hữu, nơi trực thuộc, chất liệu, quan hệ, nguồn gốc, chủ thể đối với từ ngữ phía sau.

그 (định từ) : 듣는 사람에게 가까이 있거나 듣는 사람이 생각하고 있는 대상을 가리킬 때 쓰는 말.
đó, đấy
Từ dùng khi chỉ đối tượng ở gần với người nghe hay đối tượng mà người nghe đang nghĩ đến.

느낌 (danh từ) : 몸이나 마음에서 일어나는 기분이나 감정.
cảm giác, sự cảm nhận
Cảm tình hay tâm trạng sinh ra trong lòng hay trong người.

이 : 어떤 상태나 상황의 대상이나 동작의 주체를 나타내는 조사.
Không có từ tương ứng
Trợ từ (tiểu từ) thể hiện chủ thể của động tác hoặc đối tượng của trạng thái hay tình huống nào đó.

궁금하+여, 궁금하+여, 궁금하+여, 궁금하+여, 궁금하+여.
  궁금해   궁금해   궁금해   궁금해   궁금해

궁금하다 (Tính từ) : 무엇이 무척 알고 싶다.
tò mò
Rất muốn biết điều gì đó.

-여 : (두루낮춤으로) 어떤 사실을 서술하거나 물음, 명령, 권유를 나타내는 종결 어미.
hả?, đi, ta hãy
(cách nói hạ thấp phổ biến) Vĩ tố kết thúc câu thể hiện sự tường thuật sự việc nào đó, nghi vấn, mệnh lệnh, đề nghị. <sự tường thuật>

< 2 절(lời) >

감미롭(감미로우)+ㄴ 미소+로 [눈을 맞추]+면서
  감미로운

감미롭다 (Tính từ) : 달콤한 느낌이 있다.
ngọt ngào
Có cảm giác ngọt ngào.

-ㄴ : 앞의 말이 관형어의 기능을 하게 만들고 현재의 상태를 나타내는 어미.
mà
Vĩ tố khiến cho từ ngữ phía trước có chức năng định ngữ và thể hiện sự kiện hay động tác được hoàn thành thì trạng thái đó vẫn đang được duy trì.

미소 (danh từ) : 소리 없이 빙긋이 웃는 웃음.
nụ cười mỉm, nụ cười chúm chím
Cách cười mỉm không phát ra âm thanh.

로 : 어떤 일의 방법이나 방식을 나타내는 조사.
bằng, với
Trợ từ thể hiện phương pháp hay phương thức của việc nào đó.

눈을 맞추다 (quán dụng ngữ) : 서로 눈을 마주 보다.
nhìn vào mắt
Nhìn đối diện nhau.

-면서 : 두 가지 이상의 동작이나 상태가 함께 일어남을 나타내는 연결 어미.
vừa...vừa
Vĩ tố liên kết thể hiện hai động tác hay trạng thái trở lên cùng xảy ra.

고개+만 끄덕이+다 말없이 사라지+어.
사라져

고개 (danh từ) : 목을 포함한 머리 부분.
cổ, gáy
Phần đầu bao gồm cổ.

만 : 다른 것은 제외하고 어느 것을 한정함을 나타내는 조사.
chỉ
Trợ từ thể hiện sự loại trừ cái khác và hạn định cái nào đó.

끄덕이다 (động từ) : 머리를 가볍게 아래위로 움직이다.
gật gù, gật đầu
Khẽ cử động đầu lên xuống.

-다 : 어떤 행동이나 상태 등이 중단되고 다른 행동이나 상태로 바뀜을 나타내는 연결 어미.
đang··· thì...
Vĩ tố liên kết thể hiện hành động hay trạng thái nào đó bị đứt đoạn và được chuyển sang hành động hay trạng thái khác.

말없이 (phó từ) : 아무 말도 하지 않고.
chẳng nói chẳng rằng mà
Không nói lời nào cả mà···

사라지다 (động từ) : 어떤 현상이나 물체의 자취 등이 없어지다.
biến mất, mất hút
Vết tích... của hiện tượng hay vật thể nào đó không còn.

-어 : (두루낮춤으로) 어떤 사실을 서술하거나 물음, 명령, 권유를 나타내는 종결 어미.
hả?, đi, ta hãy
(cách nói hạ thấp phổ biến) Vĩ tố kết thúc câu thể hiện sự tường thuật sự việc nào đó, nghi vấn, mệnh lệnh, khuyên nhủ. <sự tường thuật>

파도+처럼 밀려들(밀려드)+는 사랑+이 보이+어.
밀려드는   보여

파도 (danh từ) : 바다에 이는 물결.
sóng biển
Gợn nước nổi dậy ở biển.

처럼 : 모양이나 정도가 서로 비슷하거나 같음을 나타내는 조사.
như
Trợ từ thể hiện hình dáng hay mức độ tương tự hay giống nhau.

밀려들다 (động từ) : 한꺼번에 많이 몰려 들어오다.
bị dồn vào, bị ùa vào
Bị đẩy vào nhiều một lượt.

-는 : 앞의 말이 관형어의 기능을 하게 만들고 사건이나 동작이 현재 일어남을 나타내는 어미.
mà
Vĩ tố làm cho từ ngữ phía trước có chức năng định ngữ và thể hiện sự kiện hay động tác xảy ra ở hiện tại.

사랑 (danh từ) : 상대에게 성적으로 매력을 느껴 열렬히 좋아하는 마음.
tình yêu
Sự cảm thấy hấp dẫn về tình dục và thích mãnh liệt đối tượng.

이 : 어떤 상태나 상황의 대상이나 동작의 주체를 나타내는 조사.
Không có từ tương ứng
Trợ từ (tiểu từ) thể hiện chủ thể của động tác hoặc đối tượng của trạng thái hay tình huống nào đó.

보이다 (động từ) : 눈으로 대상의 존재나 겉모습을 알게 되다.
được thấy, được trông thấy
Biết được sự tồn tại hay hình thái của đối tượng bằng mắt.

-어 : (두루낮춤으로) 어떤 사실을 서술하거나 물음, 명령, 권유를 나타내는 종결 어미.
hả?, đi, ta hãy
(cách nói hạ thấp phổ biến) Vĩ tố kết thúc câu thể hiện sự tường thuật sự việc nào đó, nghi vấn, mệnh lệnh, khuyên nhủ. <sự tường thuật>

바람+처럼 스치+는 사랑+이 느끼+어지+어.
느껴져

바람 (danh từ) : 기압의 변화 또는 사람이나 기계에 의해 일어나는 공기의 움직임.
gió
Sự chuyển động của không khí xảy ra do sự biến đổi của áp suất không khí, con người hay máy móc.

처럼 : 모양이나 정도가 서로 비슷하거나 같음을 나타내는 조사.
như
Trợ từ thể hiện hình dáng hay mức độ tương tự hay giống nhau.

스치다 (động từ) : 냄새, 바람, 소리 등이 약하게 잠시 느껴지다.
thoảng qua, thoáng qua
Mùi, gió, âm thanh… được cảm nhận thoáng qua một cách yếu ớt.

-는 : 앞의 말이 관형어의 기능을 하게 만들고 사건이나 동작이 현재 일어남을 나타내는 어미.
mà
Vĩ tố làm cho từ ngữ phía trước có chức năng định ngữ và thể hiện sự kiện hay động tác xảy ra ở hiện tại.

사랑 (danh từ) : 상대에게 성적으로 매력을 느껴 열렬히 좋아하는 마음.
tình yêu
Sự cảm thấy hấp dẫn về tình dục và thích mãnh liệt đối tượng.

이 : 어떤 상태나 상황의 대상이나 동작의 주체를 나타내는 조사.
Không có từ tương ứng
Trợ từ (tiểu từ) thể hiện chủ thể của động tác hoặc đối tượng của trạng thái hay tình huống nào đó.

느끼다 (động từ) : 마음속에서 어떤 감정을 경험하다.
cảm nhận
Trải nghiệm tình cảm nào đó trong lòng.

-어지다 : 앞에 오는 말이 나타내는 상태로 점점 되어 감을 나타내는 표현.
trở nên
Cấu trúc thể hiện việc dần dần trở thành trạng thái mà lời nói phía trước thể hiện.

-어 : (두루낮춤으로) 어떤 사실을 서술하거나 물음, 명령, 권유를 나타내는 종결 어미.
hả?, đi, ta hãy
(cách nói hạ thấp phổ biến) Vĩ tố kết thúc câu thể hiện sự tường thuật sự việc nào đó, nghi vấn, mệnh lệnh, khuyên nhủ. <sự tường thuật>

타오르+는 열정+이 꺼지+[지 않]+게

타오르다 (động từ) : 마음이 불같이 뜨거워지다.
bốc lên, bùng lên
Tâm trạng trở nên nóng như lửa.

-는 : 앞의 말이 관형어의 기능을 하게 만들고 사건이나 동작이 현재 일어남을 나타내는 어미.
mà
Vĩ tố làm cho từ ngữ phía trước có chức năng định ngữ và thể hiện sự kiện hay động tác xảy ra ở hiện tại.

열정 (danh từ) : 어떤 일에 뜨거운 애정을 가지고 열심히 하는 마음.
lòng nhiệt huyết, lòng nhiệt thành
Lòng sốt sắng và hăng hái nóng bỏng với việc nào đó.

이 : 어떤 상태나 상황의 대상이나 동작의 주체를 나타내는 조사.
Không có từ tương ứng
Trợ từ (tiểu từ) thể hiện chủ thể của động tác hoặc đối tượng của trạng thái hay tình huống nào đó.

꺼지다 (động từ) : 어떤 감정이 풀어지거나 사라지다.
tắt, mất, nguôi
Cảm xúc nào đó được giải tỏa hay biến mất.

-지 않다 : 앞의 말이 나타내는 행위나 상태를 부정하는 뜻을 나타내는 표현.
không, chẳng
Cấu trúc thể hiện nghĩa phủ định trạng thái hay hành vi mà từ ngữ phía trước diễn đạt.

-게 : 앞의 말이 뒤에서 가리키는 일의 목적이나 결과, 방식, 정도 등이 됨을 나타내는 연결 어미.
để, nhằm
Vĩ tố liên kết thể hiện vế trước trở thành mục đích hay kết quả, phương thức, mức độ của sự việc chỉ ra ở sau.

폭풍+이 되+어 나+에게 다가오+[아 주]+어.
내게   다가와 줘

폭풍 (danh từ) : 매우 세차게 부는 바람.
gió bão, bão, giông bão
Gió thổi rất mạnh.

이 : 바뀌게 되는 대상이나 부정하는 대상임을 나타내는 조사.

Không có từ tương ứng

Trợ từ (tiểu từ) thể hiện đối tượng được biến đổi hoặc đối tượng phủ định.

되다 (động từ) : 다른 것으로 바뀌거나 변하다.

thành

Thay đổi hay biến thành một thứ khác.

-어 : 앞의 말이 뒤의 말보다 먼저 일어났거나 뒤의 말에 대한 방법이나 수단이 됨을 나타내는 연결 어미.

rồi

Vĩ tố liên kết thể hiện vế trước xảy ra trước vế sau hoặc trở thành phương pháp hay phương tiện đối với vế sau.

나 (đại từ) : 말하는 사람이 친구나 아랫사람에게 자기를 가리키는 말.

tôi, mình, anh, chị...

Từ mà người nói dùng để chỉ bản thân mình khi nói với người dưới hoặc bạn bè.

에게 : 어떤 행동이 미치는 대상임을 나타내는 조사.

cho

Trợ từ thể hiện đối tượng mà hành động nào đó tác động đến.

다가오다 (động từ) : 어떤 대상이 있는 쪽으로 가까이 옮기어 오다.

tiến đến gần, tiến lại gần, xích lại gần

Di chuyển đến gần về phía có đối tượng nào đó.

-아 주다 : 남을 위해 앞의 말이 나타내는 행동을 함을 나타내는 표현.

giúp, hộ, giùm

Cấu trúc thể hiện việc thực hiện hành động mà từ ngữ phía trước thể hiện vì người khác.

-어 : (두루낮춤으로) 어떤 사실을 서술하거나 물음, 명령, 권유를 나타내는 종결 어미.

hả?, đi, ta hãy

(cách nói hạ thấp phổ biến) Vĩ tố kết thúc câu thể hiện sự tường thuật sự việc nào đó, nghi vấn, mệnh lệnh, khuyên nhủ. <sự ra lệnh>

어떤 사람+이+ㄴ지 궁금하+여.
사람인지   궁금해

어떤 (định từ) : 사람이나 사물의 특징, 내용, 성격, 성질, 모양 등이 무엇인지 물을 때 쓰는 말.

như thế nào

Từ dùng khi hỏi về đặc trưng, nội dung, tính cách, tính chất, hình dáng... của con người hay sự vật là gì.

사람 (danh từ) : 생각할 수 있으며 언어와 도구를 만들어 사용하고 사회를 이루어 사는 존재.
con người
Thực thể có thể suy nghĩ, làm ra ngôn ngữ và công cụ, sống tạo nên xã hội.

이다 : 주어가 지시하는 대상의 속성이나 부류를 지정하는 뜻을 나타내는 서술격 조사.
nào là
Trợ từ vị cách thể hiện sự liệt kê các sự vật đồng thời liên kết theo quan hệ đẳng lập.

-ㄴ지 : 뒤에 오는 말의 내용에 대한 막연한 이유나 판단을 나타내는 연결 어미.
nên
Vĩ tố liên kết thể hiện lí do hay phán đoán mặc nhiên về nội dung của lời nói ở sau.

궁금하다 (Tính từ) : 무엇이 무척 알고 싶다.
tò mò
Rất muốn biết điều gì đó.

-여 : (두루낮춤으로) 어떤 사실을 서술하거나 물음, 명령, 권유를 나타내는 종결 어미.
hả?, đi, ta hãy
(cách nói hạ thấp phổ biến) Vĩ tố kết thúc câu thể hiện sự tường thuật sự việc nào đó, nghi vấn, mệnh lệnh, đề nghị. <sự tường thuật>

너+의 그 향기+가 궁금하+여.
궁금해

너 (đại từ) : 듣는 사람이 친구나 아랫사람일 때, 그 사람을 가리키는 말.
bạn, cậu, mày
Từ chỉ người nghe khi người đó là bạn bè hay người dưới.

의 : 앞의 말이 뒤의 말에 대하여 소유, 소속, 소재, 관계, 기원, 주체의 관계를 가짐을 나타내는 조사.
của
Trợ từ thể hiện từ ngữ phía trước có quan hệ về sở hữu, nơi trực thuộc, chất liệu, quan hệ, nguồn gốc, chủ thể đối với từ ngữ phía sau.

그 (định từ) : 듣는 사람에게 가까이 있거나 듣는 사람이 생각하고 있는 대상을 가리킬 때 쓰는 말.
đó, đấy
Từ dùng khi chỉ đối tượng ở gần với người nghe hay đối tượng mà người nghe đang nghĩ đến.

향기 (danh từ) : 좋은 냄새.
mùi thơm, hương khí
Mùi thơm.

가 : 어떤 상태나 상황에 놓인 대상이나 동작의 주체를 나타내는 조사.
Không có từ tương ứng
Trợ từ (tiểu từ) thể hiện chủ thể của động tác hoặc đối tượng được đặt trong trạng thái hay tình huống nào đó.

궁금하다 (Tính từ) : 무엇이 무척 알고 싶다.
tò mò
Rất muốn biết điều gì đó.

-여 : (두루낮춤으로) 어떤 사실을 서술하거나 물음, 명령, 권유를 나타내는 종결 어미.
hả?, đi, ta hãy
(cách nói hạ thấp phổ biến) Vĩ tố kết thúc câu thể hiện sự tường thuật sự việc nào đó, nghi vấn, mệnh lệnh, đề nghị. <sự tường thuật>

어떤 사랑+이+ㄹ지 너+의 그 느낌+이.
사랑일지

어떤 (định từ) : 사람이나 사물의 특징, 내용, 성격, 성질, 모양 등이 무엇인지 물을 때 쓰는 말.
như thế nào
Từ dùng khi hỏi về đặc trưng, nội dung, tính cách, tính chất, hình dáng... của con người hay sự vật là gì.

사랑 (danh từ) : 상대에게 성적으로 매력을 느껴 열렬히 좋아하는 마음.
tình yêu
Sự cảm thấy hấp dẫn về tình dục và thích mãnh liệt đối tượng.

이다 : 주어가 지시하는 대상의 속성이나 부류를 지정하는 뜻을 나타내는 서술격 조사.
nào là
Trợ từ vị cách thể hiện sự liệt kê các sự vật đồng thời liên kết theo quan hệ đẳng lập.

-ㄹ지 : 어떠한 추측에 대한 막연한 의문을 갖고 그것을 뒤에 오는 말이 나타내는 사실이나 판단과 관련시킬 때 쓰는 연결 어미.
chẳng biết
Vĩ tố liên kết dùng khi nghi vấn mơ hồ về sự suy đoán nào đó rồi liên hệ tới sự việc hay phán đoán mà vế sau thể hiện.

너 (đại từ) : 듣는 사람이 친구나 아랫사람일 때, 그 사람을 가리키는 말.
bạn, cậu, mày
Từ chỉ người nghe khi người đó là bạn bè hay người dưới.

의 : 앞의 말이 뒤의 말에 대하여 소유, 소속, 소재, 관계, 기원, 주체의 관계를 가짐을 나타내는 조사.
của
Trợ từ thể hiện từ ngữ phía trước có quan hệ về sở hữu, nơi trực thuộc, chất liệu, quan hệ, nguồn gốc, chủ thể đối với từ ngữ phía sau.

그 (định từ) : 듣는 사람에게 가까이 있거나 듣는 사람이 생각하고 있는 대상을 가리킬 때 쓰는 말.
đó, đấy
Từ dùng khi chỉ đối tượng ở gần với người nghe hay đối tượng mà người nghe đang nghĩ đến.

느낌 (danh từ) : 몸이나 마음에서 일어나는 기분이나 감정.
cảm giác, sự cảm nhận
Cảm tình hay tâm trạng sinh ra trong lòng hay trong người.

이 : 어떤 상태나 상황의 대상이나 동작의 주체를 나타내는 조사.
Không có từ tương ứng
Trợ từ (tiểu từ) thể hiện chủ thể của động tác hoặc đối tượng của trạng thái hay tình huống nào đó.

궁금하+여, 궁금하+여, 궁금하+여, 궁금하+여, 궁금하+여.
궁금해   궁금해   궁금해   궁금해   궁금해

궁금하다 (Tính từ) : 무엇이 무척 알고 싶다.
tò mò
Rất muốn biết điều gì đó.

-여 : (두루낮춤으로) 어떤 사실을 서술하거나 물음, 명령, 권유를 나타내는 종결 어미.
hả?, đi, ta hãy
(cách nói hạ thấp phổ biến) Vĩ tố kết thúc câu thể hiện sự tường thuật sự việc nào đó, nghi vấn, mệnh lệnh, đề nghị. <sự tường thuật>

< 3 절(lời) >

바람+을 붙잡+[을 수 없]+더라도.

바람 (danh từ) : 기압의 변화 또는 사람이나 기계에 의해 일어나는 공기의 움직임.
gió
Sự chuyển động của không khí xảy ra do sự biến đổi của áp suất không khí, con người hay máy móc.

을 : 동작이 직접적으로 영향을 미치는 대상을 나타내는 조사.
Không có từ tương ứng
Trợ từ (tiểu từ) thể hiện đối tượng mà động tác trực tiếp ảnh hưởng đến.

붙잡다 (động từ) : 무엇을 놓치지 않도록 단단히 잡다.
giữ chặt, nắm chắc
Tóm chặt để không vuột mất cái gì đó.

-을 수 없다 : 앞에 오는 말이 나타내는 일이 가능하지 않음을 나타내는 표현.
không thể
Cấu trúc thể hiện việc mà từ ngữ phía trước diễn đạt không có khả năng xảy ra.

-더라도 : 앞에 오는 말을 가정하거나 인정하지만 뒤에 오는 말에는 관계가 없거나 영향을 끼치지 않음을 나타내는 연결 어미.
cho dù, mặc dù
Vĩ tố liên kết thể hiện dù giả định hay công nhận vế trước nhưng không có liên quan hay không ảnh hưởng đến vế sau.

파도+가 비+에 젖+[지 않]+더라도.

파도 (danh từ) : 바다에 이는 물결.
sóng biển
Gợn nước nổi dậy ở biển.

가 : 어떤 상태나 상황에 놓인 대상이나 동작의 주체를 나타내는 조사.
Không có từ tương ứng
Trợ từ (tiểu từ) thể hiện chủ thể của động tác hoặc đối tượng được đặt trong trạng thái hay tình huống nào đó.

비 (danh từ) : 높은 곳에서 구름을 이루고 있던 수증기가 식어서 뭉쳐 떨어지는 물방울.
hạt mưa
Giọt nước rơi từ trên cao do hơi nước tạo thành mây, nguội đi ngưng tụ lại.

에 : 앞말이 어떤 일의 원인임을 나타내는 조사.
do, vì
Trợ từ (tiểu từ) thể hiện từ ngữ phía trước là nguyên nhân của việc nào đó.

젖다 (động từ) : 액체가 스며들어 축축해지다.
ẩm ướt
Chất lỏng ngấm vào nên trở nên ướt.

-지 않다 : 앞의 말이 나타내는 행위나 상태를 부정하는 뜻을 나타내는 표현.
không, chẳng
Cấu trúc thể hiện nghĩa phủ định trạng thái hay hành vi mà từ ngữ phía trước diễn đạt.

-더라도 : 앞에 오는 말을 가정하거나 인정하지만 뒤에 오는 말에는 관계가 없거나 영향을 끼치지 않음을 나타내는 연결 어미.
cho dù, mặc dù
Vĩ tố liên kết thể hiện dù giả định hay công nhận vế trước nhưng không có liên quan hay không ảnh hưởng đến vế sau.

내일+은 가슴+이 아프+더라도.

내일 (danh từ) : 오늘의 다음 날.
ngày mai
Ngày sau hôm nay.

은 : 문장 속에서 어떤 대상이 화제임을 나타내는 조사.
Không có từ tương ứng
Trợ từ (tiểu từ) thể hiện việc đối tượng nào đó là chủ đề câu chuyện trong câu.

가슴 (danh từ) : 마음이나 느낌.
lòng
Lòng dạ hay cảm xúc.

이 : 어떤 상태나 상황의 대상이나 동작의 주체를 나타내는 조사.
Không có từ tương ứng
Trợ từ (tiểu từ) thể hiện chủ thể của động tác hoặc đối tượng của trạng thái hay tình huống nào đó.

아프다 (Tính từ) : 슬픔이나 연민으로 마음에 괴로운 느낌이 있다.
đau lòng
Trong lòng có cảm giác khổ sở vì nỗi buồn hay sự luyến tiếc.

-더라도 : 앞에 오는 말을 가정하거나 인정하지만 뒤에 오는 말에는 관계가 없거나 영향을 끼치지 않음을 나타내는 연결 어미.
cho dù, mặc dù
Vĩ tố liên kết thể hiện dù giả định hay công nhận vế trước nhưng không có liên quan hay không ảnh hưởng đến vế sau.

미련+과 후회+만 남+더라도.

미련 (danh từ) : 잊어버리거나 그만두어야 할 것을 깨끗이 잊거나 포기하지 못하고 여전히 끌리는 마음.
sự luyến tiếc
Lòng còn dai dẳng không quên sạch hay từ bỏ đi điều lẽ ra phải quên, phải từ bỏ.

과 : 앞과 뒤의 명사를 같은 자격으로 이어 줄 때 쓰는 조사.
và
Trợ từ dùng khi liên kết danh từ trước và sau theo cùng tư cách.

후회 (danh từ) : 이전에 자신이 한 일이 잘못임을 깨닫고 스스로 자신의 잘못을 꾸짖음.
sự hối hận, sự ân hận
Việc nhận ra việc mình đã làm trước kia là sự sai lầm và tự mình trách mắng sai lầm của mình.

만 : 다른 것은 제외하고 어느 것을 한정함을 나타내는 조사.
chỉ
Trợ từ thể hiện sự loại trừ cái khác và hạn định cái nào đó.

남다 (động từ) : 잊히지 않다.
còn lại, còn lưu giữ lại
Không quên được.

-더라도 : 앞에 오는 말을 가정하거나 인정하지만 뒤에 오는 말에는 관계가 없거나 영향을 끼치지 않음을 나타내는 연결 어미.
cho dù, mặc dù
Vĩ tố liên kết thể hiện dù giả định hay công nhận vế trước nhưng không có liên quan hay không ảnh hưởng đến vế sau.

어떤 사람+이+ㄴ지 궁금하+여.
사람인지 궁금해

어떤 (định từ) : 사람이나 사물의 특징, 내용, 성격, 성질, 모양 등이 무엇인지 물을 때 쓰는 말.
như thế nào
Từ dùng khi hỏi về đặc trưng, nội dung, tính cách, tính chất, hình dáng... của con người hay sự vật là gì.

사람 (danh từ) : 생각할 수 있으며 언어와 도구를 만들어 사용하고 사회를 이루어 사는 존재.
con người
Thực thể có thể suy nghĩ, làm ra ngôn ngữ và công cụ, sống tạo nên xã hội.

이다 : 주어가 지시하는 대상의 속성이나 부류를 지정하는 뜻을 나타내는 서술격 조사.

nào là

Trợ từ vị cách thể hiện sự liệt kê các sự vật đồng thời liên kết theo quan hệ đẳng lập.

-ㄴ지 : 뒤에 오는 말의 내용에 대한 막연한 이유나 판단을 나타내는 연결 어미.

nên

Vĩ tố liên kết thể hiện lí do hay phán đoán mặc nhiên về nội dung của lời nói ở sau.

궁금하다 (Tính từ) : 무엇이 무척 알고 싶다.

tò mò

Rất muốn biết điều gì đó.

-여 : (두루낮춤으로) 어떤 사실을 서술하거나 물음, 명령, 권유를 나타내는 종결 어미.

hả?, đi, ta hãy

(cách nói hạ thấp phổ biến) Vĩ tố kết thúc câu thể hiện sự tường thuật sự việc nào đó, nghi vấn, mệnh lệnh, đề nghị. <sự tường thuật>

너+의 그 향기+가 <u>궁금하+여</u>.
궁금해

너 (đại từ) : 듣는 사람이 친구나 아랫사람일 때, 그 사람을 가리키는 말.

bạn, cậu, mày

Từ chỉ người nghe khi người đó là bạn bè hay người dưới.

의 : 앞의 말이 뒤의 말에 대하여 소유, 소속, 소재, 관계, 기원, 주체의 관계를 가짐을 나타내는 조사.

của

Trợ từ thể hiện từ ngữ phía trước có quan hệ về sở hữu, nơi trực thuộc, chất liệu, quan hệ, nguồn gốc, chủ thể đối với từ ngữ phía sau.

그 (định từ) : 듣는 사람에게 가까이 있거나 듣는 사람이 생각하고 있는 대상을 가리킬 때 쓰는 말.

đó, đấy

Từ dùng khi chỉ đối tượng ở gần với người nghe hay đối tượng mà người nghe đang nghĩ đến.

향기 (danh từ) : 좋은 냄새.

mùi thơm, hương khí

Mùi thơm.

가 : 어떤 상태나 상황에 놓인 대상이나 동작의 주체를 나타내는 조사.

Không có từ tương ứng

Trợ từ (tiểu từ) thể hiện chủ thể của động tác hoặc đối tượng được đặt trong trạng thái hay tình huống nào đó.

궁금하다 (Tính từ) : 무엇이 무척 알고 싶다.
tò mò
Rất muốn biết điều gì đó.

-여 : (두루낮춤으로) 어떤 사실을 서술하거나 물음, 명령, 권유를 나타내는 종결 어미.
hả?, đi, ta hãy
(cách nói hạ thấp phổ biến) Vĩ tố kết thúc câu thể hiện sự tường thuật sự việc nào đó, nghi vấn, mệnh lệnh, đề nghị. <sự tường thuật>

어떤 <u>사랑+이+ㄹ지</u> 너+의 그 느낌+이.
사랑일지

어떤 (định từ) : 사람이나 사물의 특징, 내용, 성격, 성질, 모양 등이 무엇인지 물을 때 쓰는 말.
như thế nào
Từ dùng khi hỏi về đặc trưng, nội dung, tính cách, tính chất, hình dáng... của con người hay sự vật là gì.

사랑 (danh từ) : 상대에게 성적으로 매력을 느껴 열렬히 좋아하는 마음.
tình yêu
Sự cảm thấy hấp dẫn về tình dục và thích mãnh liệt đối tượng.

이다 : 주어가 지시하는 대상의 속성이나 부류를 지정하는 뜻을 나타내는 서술격 조사.
nào là
Trợ từ vị cách thể hiện sự liệt kê các sự vật đồng thời liên kết theo quan hệ đẳng lập.

-ㄹ지 : 어떠한 추측에 대한 막연한 의문을 갖고 그것을 뒤에 오는 말이 나타내는 사실이나 판단과 관련시킬 때 쓰는 연결 어미.
chẳng biết
Vĩ tố liên kết dùng khi nghi vấn mơ hồ về sự suy đoán nào đó rồi liên hệ tới sự việc hay phán đoán mà vế sau thể hiện.

너 (đại từ) : 듣는 사람이 친구나 아랫사람일 때, 그 사람을 가리키는 말.
bạn, cậu, mày
Từ chỉ người nghe khi người đó là bạn bè hay người dưới.

의 : 앞의 말이 뒤의 말에 대하여 소유, 소속, 소재, 관계, 기원, 주체의 관계를 가짐을 나타내는 조사.
của
Trợ từ thể hiện từ ngữ phía trước có quan hệ về sở hữu, nơi trực thuộc, chất liệu, quan hệ, nguồn gốc, chủ thể đối với từ ngữ phía sau.

그 (định từ) : 듣는 사람에게 가까이 있거나 듣는 사람이 생각하고 있는 대상을 가리킬 때 쓰는 말.
đó, đấy
Từ dùng khi chỉ đối tượng ở gần với người nghe hay đối tượng mà người nghe đang nghĩ đến.

느낌 (danh từ) : 몸이나 마음에서 일어나는 기분이나 감정.
cảm giác, sự cảm nhận
Cảm tình hay tâm trạng sinh ra trong lòng hay trong người.

이 : 어떤 상태나 상황의 대상이나 동작의 주체를 나타내는 조사.
Không có từ tương ứng
Trợ từ (tiểu từ) thể hiện chủ thể của động tác hoặc đối tượng của trạng thái hay tình huống nào đó.

궁금하+여, 궁금하+여, 궁금하+여, 궁금하+여, 궁금하+여.
궁금해　　**궁금해**　　**궁금해**　　**궁금해**　　**궁금해**

궁금하다 (Tính từ) : 무엇이 무척 알고 싶다.
tò mò
Rất muốn biết điều gì đó.

-여 : (두루낮춤으로) 어떤 사실을 서술하거나 물음, 명령, 권유를 나타내는 종결 어미.
hả?, đi, ta hãy
(cách nói hạ thấp phổ biến) Vĩ tố kết thúc câu thể hiện sự tường thuật sự việc nào đó, nghi vấn, mệnh lệnh, đề nghị. <sự tường thuật>

< 참고(sự tham khảo) 문헌(tư liệu) >

고려대학교 한국어대사전, 고려대학교 민족문화연구원, 2009
우리말샘, 국립국어원, 2016
표준국어대사전, 국립국어원, 1999
한국어교육 문법 자료편, 한글파크, 2016
한국어 교육학 사전, 하우, 2014
한국어기초사전, 국립국어원, 2016
한국어 문법 총론 Ⅰ, 집문당, 2015

HANPUK

노래로 배우는 한국어 1 tiếng Việt(việc biên dịch)

발 행 | 2024년 6월 12일
저 자 | 주식회사 한글2119연구소
펴낸이 | 한건희
펴낸곳 | 주식회사 부크크
출판사등록 | 2014.07.15.(제2014-16호)
주 소 | 서울특별시 금천구 가산디지털1로 119 SK트윈타워 A동 305호
전 화 | 1670-8316
이메일 | info@bookk.co.kr

ISBN | 979-11-410-8913-9